கருணாகரனின் அழகிய மனைவாளினி

பாலை நிலப்பாவை

பாகம்-3

செண்பகப்பிரியா

ISBN 979-8-88805-397-3

பொருளடக்கம்

-62-

சம்பை

'யா**ன்** அறிவேன் நிருதி – எம் வரவை எதிர்பார்த்து காத்திருப்பாய் என்று. இதற்குள்ளாக, இரண்டு தினங்கள் கழிந்து விட்டன. இந்தப் பாதாளத்தில் அடைபட்டு, கலிங்கர்கள் செய்தது மாபெரும் பிழை என்பதை அவர்களுக்கு உணர்த்தி விட்டே இங்கிருந்து மீள்வேன் யான். முதலில் இங்கே இருந்து வெளியேற வேண்டும்.'

மேலே உள்ள அறையில் யாரோ நடமாடுவதை உணர்ந்தான் கருணா. இந்த சாமத்தில் யார் அந்த அறைக்குள் வந்தது என்று எண்ணிக் கொண்டான். அதற்குள்ளாகவே பாதாளத்தினுள் கயிறு ஒன்று வந்தது.

"இந்த இடத்தில் நமக்கு யார் உதவி கரம் நீட்டுவது? ஒரு வேளை இதுவும் கலிங்கர்களின் சூழ்ச்சியாய் இருக்குமோ? எதுவாயினும் பரவாயில்லை முதலில் மேல் செல்லலாம், என்று எண்ணியவன் அதனைப் பற்றி மேலே வர, அங்கே முகங்களை மூடியபடி இருவர் நின்று இருந்தனர்."

"வணங்குகின்றோம் பிரபு."

"நீங்கள் யார்?"

அதைப் பற்றி விவரிக்க தற்போது காலம் இல்லை. பிரபு! அனந்தவன்மன் அரண்மனையில் இல்லாததால் பாதுகாப்பு பலப்படுத்தப்பட்டுள்ளது. ஆகையால் இங்கிருந்து உடனடியாக வெளிவர வேண்டும்."

அவர்கள் பேசிக் கொண்டே இருக்கையில் கலிங்க வீரன் ஒருவன் அங்கு வந்து விட்டான். அவன் செயல்படும் முன்னமே அன்னத்தின் சிறகுகள் சொறிந்த அம்பு ஒன்று அந்த வீரனின் மார்பைப் பதம் பார்த்தது. மூவரும் ஒருவரை ஒருவர் பார்த்துக் கொள்ள, சரிந்து விழுந்தவனின் நெஞ்சிலே கால் வைத்து அந்த அம்பைப் பிடுங்கினாள் பெண் ஒருத்தி – முகத்தை மூடியவாறே.

"இவள் யார்?"

"எங்களுக்கே தெரியவில்லை பிரபு."

இங்கே என்ன நடக்கின்றது? இவர்கள் இருவரும் யார்? தனியே வந்த அப்பெண் யார்? ஒன்றும் புரியவில்லை அவனுக்கு.

"நீங்கள் மூவரும் ஆயுதத்தை பிரயோகிக்க வேண்டாம். என்னைப் பின்தொடருங்கள்" என்றாள் அப்பெண். அவள் தமிழில் பேசியது அம்மூவரையும் மேலும் வியப்பிலே

ஆழ்த்தியது. அடுத்தடுத்து ஏழு வீரர்களின் உயிரைக் குடித்தது அப்பெண்ணின் அம்பானது. மேலும் அந்த ஏழு அம்புகளையும் அவர்களிடத்தே இருந்து பிடுங்கியும் வந்தாள். கோட்டை மதிலுக்கு அருகே சென்றதும், அங்கே ஓர் இடத்தில் மறைத்து வைத்திருந்த பை ஒன்றையும், அதனுடனே கயிறு கச்சல் ஒன்றையும் எடுத்தாள். அந்த பையில் இருந்து உடும்பு ஒன்றை எடுத்து அதிலே கயிறைக் கட்டி அதைக் கோட்டை மதிலுக்கு அப்பால் எறிந்தாள்.

"ம்ம் ஒவ்வொருவராக ஏறுங்கள்" என்றாள். அப்பெண்ணின் செய்கைகள் கருணாவை வெகுவாகக் கவர்ந்தன. இவள் யாராக இருப்பாள்? எத்துணை துணிச்சல்? எவ்வளவு சாமர்த்தியம்? என்று எண்ணிக் கொண்டான். மூவரும் ஒருவர் பின் ஒருவராக அந்த மதிலைக் கடக்க, இறுதியாக அப் பெண்ணும் அதிலே ஏறி வெளிவந்தாள். உடும்பையும் கயிறையும் எடுத்துக் கொண்ட அப்பெண் மீண்டும் தன்னைப் பின்தொடரும்படி கூறினாள்.

"அம்மா, தாங்கள் யார்?" என்று கருணா கேட்க, அதை அவள் பொருட்படுத்தவில்லை. அந்த இருளிலே அடர்ந்த வனத்திற்குள் அவர்களை அழைத்துச் சென்றாள். அங்கே தூரத்தில் தீவட்டியின் வெளிச்சம் தெரிந்தது. அதன் அருகே சென்றபோது சிறிய அளவிலான குடில் ஒன்று. அதிலே மூப்பர் ஒருவர் படுத்திருந்தார். இவர்களைக் கண்டதும் எழுந்து வணங்கினார். அவர்களை அமரச் சொல்லி அருந்துவதற்கு நீர் கொடுத்து அங்கிருந்து சென்றவள். சுந்தரத்தை அழைத்து வந்தாள். இது தங்களின் புரவிதானே? என்று.

சுந்தரத்தைக் கண்டதும் தனது கரங்களைக் கூப்பிய கருணாகரன், "மிக்க நன்றி அம்மா! தாங்கள் எமக்குதவியதற்குக் கூட யான் இத்துணை மகிழ்ச்சி அடையவில்லை. இது எமது பிள்ளையைப் போன்றது." என்றான்.

கருணாவைக் கண்ட சுந்தரம் மகிழ்ச்சியில் செய்வதறியாது அவன் முகத்தோடு முகம் உரசி அளவளாவியது. அவர்கள் மூவருக்கும் உணவளித்தாள் அந்தப் பெண்.

'தயவு கூர்ந்து இப்பொழுதாவது கூறுங்கள் நீங்கள் மூவரும் யார் என்று?'

தனது முகத்திலே மூடியிருந்த துணியை விளக்கினாள் அப்பெண். கோதுமை நிறம். காண்பதற்கே அத்துணை அழகானவள்.

நீங்கள் அன்று அரண்மனையில் உணவு பரிமாறியவர் தானே?

ஆம் என்று தலை அசைத்தாள்

"நனது பெயர் சம்பை. இது நனது அம்மான் கோகிலன். நனது தந்தை ஒரு மரவியாபாரி; தென்னாட்டின் தொண்டை மண்டலத்தைச் சேர்ந்தவர். இங்கே ஒருமுறை அவரின் வணிகம் குறித்து வருகை தருகையில் நனது தாயைக் காதல் திருமணம் புரிந்து கொண்டு, அவர்களைத் தொண்டைக்கு அழைத்துச் சென்றார். அங்கே தான் யானும் பிறந்தேன். பல ஆண்டுகளுக்கு முன்பு நனது தந்தை மாண்டு போனார். அப்பொழுது அங்கு வந்த நனது அம்மான் எமது தந்தையின் சொத்துக்களை விற்று, எம்மையும் எம் தாயையும் இங்கே அழைத்து வந்தார் – இங்கே விளைநிலங்களை வாங்கி வேளாண் தொழில் செய்து பிழைக்கலாம் என்றால் திறை என்கிற பெயரில் எங்களின் சொத்துக்கள் அனைத்தையும் பறித்துக் கொண்டு எம்மையும் அவர்களின் அரண்மனை சேடிப் பெண்ணாக இருக்கும்படி நிர்ப்பந்தித்தனர். பாவம்... என் தாய்! இந்தக் கொடுமைகளைப் பொறுத்துக் கொள்ள இயலாமல் சில ஆண்டுகளுக்கு முன் மாண்டு போனார். எதிரிக்கு எதிரி நண்பன் என்பார்கள். அந்த வகையிலேயே தங்களுக்கு உதவிக் கரம் நீட்டினேன். தவிரவும், தாங்கள் எம் தந்தை தேயத்துக் குடிமகன் என்பதால், தங்களுக்கு உதவியது கூடுதல் மகிழ்ச்சி."

"நன்றிகள் அம்மா."

"தான் யார் என்று சம்பை அவர்கள் கூறிவிட்டார்கள். நீங்கள் யார் என்று இன்னமும் கூறவில்லையே?

நாங்கள் இளவரசர் வீரசோழரின் ஒற்றர்கள் பிரபு" என்று வீரன் கூறியவற்றைக் கருணாகரனிடம் தெரிவித்தனர்.

"அப்படியா? நல்லது! என்ற கருணாவுக்கு முன்னொரு சமயம் வீரன் மைத்துனன் சிறப்பை விவரிக்கும் உவமைகளைக் கூறியது நினைவிற்கு வந்தது. அதனை எண்ணி மெல்லப் புன்னகைத்தான் கருணாகரன்.

"பிரபு அடுத்து என்ன செய்வது?"

"முதலில் அனைவரும் ஓய்வெடுத்துக் கொள்ளுங்கள், மற்றவற்றைப் பிறகு பேசிக் கொள்ளலாம்" என்றாள் சம்பை.

"ஓய்வா? இனி ஓய்வு உறக்கத்திற்கு வேலை இல்லை. நனது அடுத்த இலக்கு கலிங்கத்தின் வீழ்ச்சியே.

வேண்டுமானால் அனந்தவன்மனின் நிலையை அறிய ஒரு சந்தர்ப்பம் கொடுக்கலாம். இருந்தும், கேத்தனின் தலை கிள்ளி எறியப்படும் எம்மால். இதில் எந்த மாற்றமும் இல்லை. பண்பு என்றால் என்னவென்று அறியா நீச்சன் அவன். அவனுடைய பிழைக்கு அவன் தலையே பரிகாரம்."

"அன்பரே, நாளைய சூரிய உதயத்திற்குள் அரண்மனையை அடைந்து விடுவார், அரசன் அனந்தவன்மன்" என்றாள் சம்பை.

"சம்பை தாங்கள் எமக்கொரு உதவி செய்ய வேண்டும்!"

"கூறுங்கள் அன்பரே!

நாளை யான் அனந்தவன்மன் கோட்டைக்குள் செல்ல வேண்டும்.

பிரபு அந்த மூடர்கள் இடத்தே மீண்டும் எதற்காக செல்ல வேண்டும்?"

"இல்லை ஒற்றனே. இம்முறை அவர்களுடன் பேச்சுவார்த்தை நடத்துவதற்காக அல்ல. எப்படியும் யான் வந்து சென்றதை தனது அரசனிடம் எடுத்துரைப்பார்கள் அல்லவா? அப்பொழுது அதனைக் கேட்ட அனந்தவன்மனின் நிலைபாடுப் என்ன என்பதனைத் தெரிந்து கொள்ள வேண்டும். ஒரு வேளை அரச நியதிகளை அவன் கடைபிடிப்பவனாக இருந்தால்?"

"அதற்கு வாய்ப்பில்லை, அன்பரே. சொந்த நாட்டின் குடிகளின் மீது அக்கறை கொள்ளாதவன். தாங்கள் வந்து சென்றது குறித்து பெரிதாக அக்கறை காட்ட மாட்டான். இருப்பினும், தங்களின் நம்பகத்தன்மையை யான் கெடுக்க வில்லை. நாளை அரண்மனைக்குள் சென்று மீண்டுவருவதற்கு யான் பொறுப்பு" என்றாள் சம்பை.

"நல்லது பெண்ணே.

பிரபு தற்பொழுது எங்களின் பணி என்ன? தவிர, எங்களுடன் இன்னும் இருவர் வந்திருக்கின்றனர். இந்த அரண்மனையின் நாற்றிசையில் பிரிந்து சென்று, அதன் அகத்தே வந்து தங்களுக்கு உதவுவதாக உத்தேசம். தங்களை யார் முதலில் காண்கின்றோமோ அவர்கள் மற்றவர்களுக்கு அம்பு கொண்டு தெரிவிக்க எண்ணியிருந்தோம். நாங்கள் இருவரும் ஒரே தருணத்தில் அங்கு வந்து விட்டோம். அவர்களை அழைப்பதற்குள்ளாக இந்த அம்மையார் வந்து விட்டார்கள்."

"அதுவும் நல்லதற்கு தான். இல்லையேல் இத்துணை சமயம் அங்கிருந்து வந்திருப்பது இயலா காரியம்."

"அதுவும் உண்மை தான்! சரி, முதலில் உங்கள் இருவரின் பெயர்களை இன்னும் கூறவில்லையே? ஒற்றர்களின் பெயர் கூறி அழைக்கக் கூடாது என்பது நம் மரபு தான். என்றாலும் யான் ரகசியம் காப்பேன்; நம்பிக்கை இருந்தால் கூறலாம்."

"அய்யோ பிரபு தாங்கள் இவ்வாறாகக் கூறத் தேவையில்லை. யான் சோமன், இவர் குலசேகரன்."

"நல்லது, நாளை சம்பையுடன் யான் அனந்தவன்மன் அரண்மனைக்குச் சென்று வருகின்றேன். நீங்கள் இருவரும் அவர்களை அழைத்துக் கொண்டு இங்கேயே வந்துவிடுங்கள். இதனால் தங்களுக்கு ஒன்றும் ஊறு இல்லையே சம்பை?"

"அய்யோ, இது நன் பாக்கியம். நனது தந்தைப் தேசத்தினருக்கு உதவுவது."

"நன்றி. நாளை பிற்பகலுக்கு மேல் அவர்களை அழைத்துக் கொண்டு இங்கே வந்து விடுங்கள். மற்றவற்றைப் பிறகு பேசிக் கொள்ளலாம்."

"உத்தரவு பிரபு."

"சரி இன்னும் ஒரு சாமமே எஞ்சி உள்ளது. விடிவதற்குள் நீங்கள் சென்று ஓய்வெடுங்கள்" என்ற கருணா, அவர்களின் பதிலுக்காகக் காத்திராமல் கொட்டகையில் நின்ற சுந்தரத்திடம் சென்றான். அதனை வாஞ்சையுடன் வருடிக் கொடுத்து, அதனிடம் ஏதோ பேசிக் கொண்டு முத்தமிட, அதுவும் இடை விடாது தலையை ஆட்டிக் கொண்டே இருந்தது – அவன் பேச்சுக்களை ஆமோதிப்பது போல. அவர்கள் இருவரையும் கண்கொட்டாது கண்டு கொண்டு இருந்தாள் சம்பை.

"மிகுந்த அகமகிழ்வோடு இருக்கின்றாற் போல தெரிகின்றதே? இப்பொழுது அவரிடம் நமது எண்ணத்தைக் கூறிவிடலாமா? இல்லை வேண்டாம். இப்பொழுதே கூறினோமேயானால் நம்மைப் பற்றி என்ன நினைப்பார்? நாளை, சமயம் பார்த்துக் கூறிவிடலாம்" என்று எண்ணிய சம்பை கண்ணயர்ந்தாள். அங்கிருந்த தீவர்த்தியின் வெளிச்சத்தில் அந்த ஓலையை விரித்து வாசித்த கருணா, 'நிருதி, யான் இன்று ஏதோ ஒரு மனநிறைவை உணருகின்றேன். காரணம் தெரியவில்லை. இன்றைய பொழுது எமக்காக விடிந்தது போன்ற தோர் உணர்வு. அனைத்துமே எமக்கு சாதகமாக அமைந்தது. வீரசோழனின்

ஒற்றர்கள் ஒத்துழைப்பு, யார் என்றே தெரியாத ஒரு பெண்ணின் உதவி. அந்தப் பரம்பொருளுக்கு எம் நன்றிகள் தற்சமயம். நீ எப்படி இருக்கின்றாய்? மலர் மற்றும் நம் குடும்பத்தார் பற்றிய கவலையே எனக்கு' என்றவாறே குடிலுக்கு வந்தான் கருணா.

அங்கே அனைவரும் உறங்க, சம்பையை அங்கே காணவில்லை.

'இந்தப் பெண் இங்கு தானே இருந்தாள்? அதற்குள்ளாக எங்கு சென்றாள்?'

விடியும் வரை அந்தக் குடிலினின் தாழ்வாரத்திலே அமர்ந்திருந்தான் கருணா. அவன் அருகே தரையில் அமர்ந்து இருந்தனர் – சோமனும், குலசேகரனும். அந்தப் பெரியவர், அவர்கள் மூவருக்கும் பருகுவதற்கு சூடான பாலை எடுத்துவந்து கொடுத்தார். சற்று நேரத்திற்கெல்லாம் அங்கே சம்பை வந்தாள்.

"வாருங்கள் அம்மா! தாங்கள் எங்களுடனே தானே இருந்தீர்கள். அதற்குள்ளாக எங்கு சென்றீர்கள்?"

"தங்களை அரண்மனைக்கு அழைத்துச் செல்கிறேன் என்று சொன்னால் மட்டும் போதுமா? அதற்கான வழிவகைகளைச் செய்து விட்டு வரவேண்டாமா? அதன் பொருட்டே சென்றிருந் தேன்.

புறப்படலாமா?"

"இதோ"

"சரி, யான் புறப்படுகின்றேன்; இன்றைய பிற்பகலில் மீண்டும் சந்திப்போம்."

தங்களின் உத்தரவு பிரபு.

அப்பொழுதே கவனித்தான் – கருணா சம்பையின் குடிலானது அந்த வனத்திற்குள் தனியே இருப்பதை.

"இங்கே, நீங்கள் இருவரும் மட்டுமா உள்ளீர்கள் சம்பை?"

"ஆமாம்.

இங்கே வனவிலங்குகளினால் அச்சுறுத்தல் இராதா?"

"மானுடத்தின் அச்சுறுத்தல்களை ஒப்பிடுகையில் வனவிலங்கு எமக்கு ஒரு பொருட்டல்ல. வாருங்கள் போகலாம்" என்றாள். அவர்கள் இருவரும் அரண்மனைக்குச் செல்ல, வீரர்கள் இருவரும் தங்களுடன் வந்த இருவரையும் அழைத்து வரச் சென்றனர்.

அப்பொழுது தான் விடிந்திருந்த படியால் கோட்டைக்குள் ஆட்கள் நடமாட்டம் குறைவாகவே இருந்தது. மதிலைக் கடந்து ஒரு மாளிகையில் உள்ளே பரண் போன்ற இடத்தில் கருணாவை இருக்கும் படி கூறினாள் சம்பை.

"இது எந்த இடம் அம்மா? அரசனைக் காண வேண்டும் என்றால். இப்படி பரண் மேல் அமரச்சொல்கின்றீர்கள்?"

"இது மந்திரி எங்கராயன் மாளிகை."

"இங்கு எதற்கு நாம் வரவேண்டும்? சற்று பைய அன்பரே. அன்று தங்களை விருந்தினர் மாளிகைக்கு அழைத்துச் செல்லும் படி கூறிவிட்டுப் புறவேலையாகச் சென்றவர், இன்று அதிகாலை தான் வந்தார். வந்ததும் தங்களைக் காண விருந்தினர் மாளிகைக்குச் சென்றுள்ளார். அங்கு தாங்கள் இல்லாதது குறித்து, அவருக்கு அதிர்ச்சி! தங்களைப் பற்றி கேத்தணனிடம் கேட்க, அவர் தங்களை அடைத்து வைத்திருந்ததைத் தெரிவித்து உள்ளார். உடனே எங்கராயர் அந்த அறைக்கு விரைந்தார். அங்கு தாங்கள் இல்லாதது குறித்து இருவருக்குமே பெரும் அதிர்ச்சி! அங்கு மாண்டு கிடந்த வீரர்களைத் தாங்களே கொன்று விட்டதாக முடிவுகட்டி, அவர்களே அச்சடலங்களை அப்புறப் படுத்தி விட்டனர். அரசன் வருவதற்குள்ளாக என்ன செய்வது என்று, ஆலோசிக்கவே அவரின் மாளிகைக்கு ஐவரை அழைத்துள்ளார்."

"ஐவரா? யார்? எதற்கு சம்பை?"

"ஆம் அன்பரே. தங்களைக் கண்டவர்கள் எங்கராயர் அல்லாது ஐவர். வாயில் காவலன், தாமயன், கேத்தணதனன், யான் அந்த பாதாள அறையத் திறந்த மற்றும் ஒரு காவலன். எங்கள் அனைவரையும் அழைத்துள்ளார். இன்னும் சற்று நேரத்தே இங்கே அனைவரும் வந்துவிடுவர். யானும் அதில் கலந்து கொள்கின்றேன். அவர்கள் கலிங்க மொழியில் தான் உரையாடிக் கொள்வார்கள். அவர்கள் என்ன பேசினார்கள் என்பதை தங்களுக்கு பின்னர் வந்து விளக்கிக் கூறுகின்றேன். அது வரையிலும் தாங்கள் சற்றே பொறுமையுடன் காத்திருக்கும் படி கேட்டுக்கொள்கின்றேன்."

"ஆகட்டும் சம்பை. ஒரு கணம் சம்பை அவர்களே."

"கூறுங்கள் அன்பரே. தங்களுக்கு தான் தமிழ் நன்கு தெரியுமே. எங்கராயரிடம் தாங்கள் தமிழிலே பேசினால் என்ன?"

"எமக்குத் தமிழ் தெரியும் என்பது அவருக்குத் தெரியாது அன்பரே. மேலும் தெரியாமல் இருப்பதே நல்லது. யான் சென்று வருகின்றேன்."

"நல்லது" என்றான் கருணா சிறு புன்னகையைத் தவழவிட்டு.

"வணங்குகின்றோம் அமைச்சர் அவர்களே."

"வணக்கம் வாருங்கள், அமருங்கள்" அமைச்சர் இருவரும் அமர, பணி ஆட்கள் மூவரும் நின்றனர்.

"கேந்தணன் அவர்களே தாங்கள் செய்த காரியமானது விபரீத விளைவுகளை உண்டுபண்ணும் என்பதை தாங்கள் அறிய வில்லையா?"

"யான் செய்ததில் பிழை என்ன அமைச்சர் அவர்களே? அவர் வெறும் சாமான்ய தூதன் மட்டுமே. அவன் குறித்து தாங்கள் இத்துணை அலட்டிக்கொள்ள தேவையில்லை."

"இல்லை கேதணன் அவர்களே. தாங்கள் கூறுவது தவறு; அவரைக் காணும் பொழுது வெறும் தூதனைப் போல தோன்ற வில்லை. நனது யூகம் சரியானால் அவர் ஒன்று சோழனின் உறவினராக இருத்தல் வேண்டும். அல்லது அவரின் உயர்பதவி அதிகாரிகளுள் ஒருவராய் இருத்தல் வேண்டும். அதுவும் இல்லையேல் அந்நாட்டில் சிற்றரசர்களுள் ஒருவராய் இருத்தல் வேண்டும்."

எங்க ராயன் அவ்வாறு கூறியதுமே, சம்பை தன்னையும் அறியாமல் பரணை ஏறிட்டாள்.

"சரி இப்பொழுது அதற்கு என்ன செய்வது அமைச்சர் அவர்களே?" என்றான் தாமயன்.

"வேறு வழியில்லை. சோழ தூதன் வந்து சென்றதை அரசரிடம் தெரியப்படுத்த வேண்டியது தான். அதன் பின் அவர் எடுக்கும் முடிவுகளை ஏற்போம். தற்போது உங்கள் அனைவரையும் வரவழைக்க காரணம் சோழ தூதன் வந்து போன செய்தி நம்மைத் தாண்டி வெளியே போகக்கூடாது புரிந்ததா?"

"தங்கள் உத்தரவு அமைச்சரே!"

ஆமாம் அமைச்சரே அந்தத் தூதன் தனது பெயரை என்ன வென்று கூறினான்?

அதை தான் யானும் மறந்து போனேன். என்னவாக இருக்கும்?

"அட நாமும் தான் இதுவரையிலும் அவரின் பெயரை அறிந்து கொள்ளவில்லையே?" என்று எண்ணிக்கொண்டாள் சம்பை.

அதற்குள்ளாக அரண்மனைக்கு அனந்தவன்மன் வந்தது குறித்து அறிவிப்பு வெளியிடப்பட்டது. அமைச்சர்கள் அனைவரும் கோட்டை வாயிலுக்கு விரைந்தனர். வரவேற்பு ஆரவாரம் அனைத்தும் ஒருவழியாக முடிந்து வெகு நேரம் கடந்திருக்கும். தான் இங்கு இல்லாத போது அரண்மனையில் நிகழ்ந்தவை குறித்து கேட்டறிந்தான். அனந்தவன்மன் அப்பொழுதே கருணாகரன் அங்கு வந்ததையும் கேத்தணன் அவனிடம் நடந்து கொண்டதையும் அதைத் தொடர்ந்து நடந்தவை குறித்தும் விளக்கினார் எங்கராயன்.

"இது குறித்து தங்களின் நிலைப்பாடு என்ன வேந்தே?"

"உண்மையில் அமைச்சர் கேந்தணன் செய்தது பெரும் குற்றமே அதனை யான் மறுக்கவும் இல்லை; மன்னிக்கப் போவதும் இல்லை."

"அரசே" என்று பதறினான் கேந்தணன்.

"ஆம் அமைச்சரே. தாங்கள் அத்தூதனைச் சிறையிட்டது தவறு. அவனைக் கொன்றிருக்க வேண்டும்." என்றதும் அதிர்ச்சியில் அங்கிருந்தவர் ஒருவரை ஒருவர் பார்த்துக் கொண்டனர். ஆனால் அப்படி ஓர் அதிர்ச்சி சம்பைக்கு ஏற்படவில்லை.

"வேந்தே, தாங்கள் என்ன கூறுகின்றீர்கள்?"

பதறவேண்டா எங்கராயா. அவன் வெறும் தூதனே, இறைவன் அல்லன். இந்த இருநாள் சிறைவாசம். அவனுக்கு மரணபயத்தை உண்டு பண்ணியிருக்கும். அத்தூதன் இங்கிருந்து உயிர் பிழைத்துச் சென்றதனால் இனி கலிங்கம் இருக்கும் திசைபக்கம் கூட தலைவைத்து படுக்கமாட்டான். ஆகையால் தங்களின் இந்தக் கலக்கம் தேவையற்றது, எங்கராயரே.

"அப்படியானால் சோழ தேசத்திற்குச் செலுத்தும் திறை ஐய்யனே."

"தூதன் அல்ல. அச்சோழனே வந்தாலும் திறை செலுத்த இயலாது. சபை கலையலாம்" என்று அங்கிருந்து சென்றான் அனந்தவன்மன்.

கோட்டை மதிலுக்குப் புறத்தே வந்த கருணாவும். சம்பையும் அந்தக் கானகம் நோக்கிச் சென்றனர்.

"என்னவாயிற்று, சம்பை அவர்களே? அங்கு அப்படி என்ன தான் பேசிக்கொண்டனர்? அவ்விடத்தே கேட்டதற்குப் பிறகு கூறுகின்றேன் என்றீர்கள்? ஆனால் தற்போது வரையிலும் மௌனம் சாதிக்கின்றீர்கள்? தற்போது நடந்தவற்றை கூறப் போகின்றீர்களா? அல்லது யானே அங்கு சென்று தெரிந்து கொள்ளட்டுமா?" என்று திரும்பினான் கருணா.

"இல்லை அன்பரே. யானே அனைத்தையும் கூறிவிடுகின்றேன்" என்றவள் கருணா குறித்த எங்கரயானின் அனுமானம் தவிர்த்து மற்றவை அனைத்தையும் கூறினாள். அவள் கூறிக்கொண்டு இருக்கையிலேயே வெகு நேரமாக நாய் ஒன்று குறைத்துக் கொண்டே இருந்தது. அது அவனை மேலும் சினம் கொள்ள செய்தது. தனது சிலையில் அம்பேற்றி அந்நாயின் மேற் செலுத்தி அங்கிருந்து சென்றான் கருணா.

"என்ன மனிதர் இவர்? இவருக்கும் அந்த அனந்தவன்மனுக்கும் இருக்கும் வேறுபாடு தான் என்ன? இப்படி வாயில்லா சீவனை தனது சினத்திற்கு இரை ஆக்கி செல்கின்றாரே? என்று எண்ணிய சம்பை அப்பொழுதே அந்த நாயைக் கவனித்தாள். கருணாவின் அம்பானது அதன் உடலைத் துளைக்கவில்லை. அதன் வாயில் செலுத்தப்பட்டு அது உயிருடனே இருந்தது. அதன் அருகே சென்று அந்த அம்பினை எடுத்தாள். அன்னாயின் வாயில் ஒரு சிறு கீறல் கூட இல்லாமல் அந்த அம்பானது தைத்து இருந்ததை கண்டு மலைத்துப் போனாள் சம்பை. மரத்தின் நிழலில் நின்று கொண்டு இருந்த சுந்தரத்திடம் விரைவாக சென்று கொண்டு இருந்தான் கருணா. ஒரு வேளை எங்கராயரின் யூகம் சரிதானா?' என்று எண்ணிய சம்பை ஓடிச்சென்று அவனிடம், "அய்யா உண்மையில் தாங்கள் யார்? தங்களின் பெயர் என்ன?" என்று கேட்டாள்.

"ஏன் அதனைத் தெரிந்து கொண்டு தாங்கள் என்ன செய்யப் போகிறீர்கள்?" என்றான் கருணா. முன்பு இருந்த சினம் கொஞ்சமும் குறையாமல். அதற்கில்லை. நேற்றைய தினம் தாங்கள் கேட்ட உடனேயே நனது கடந்த காலத்தினை விவரித்தேன். ஆனால் தாங்களோ தங்களின் பெயரக் கூற மறுக்கிறீர்களே?"

சற்றே சினம் தணிந்தவனாக "கருணாகரன்" என்றான். அவள் பதிலுக்காகக் காத்திராமல் சுந்தரத்தின் மீதேறி "தாங்கள் தங்களின் குடிலுக்குச் செல்லுங்கள். யான் இதோ வந்து விடுகின்றேன்" என்று கூறி அங்கிருந்து சென்றான்.

'இவர் எங்கே செல்கின்றார்.'

மலைப்பாங்கான பகுதியில் ஒரு பாறையின் மீது அமர்ந்து இருந்தான் கருணா. எதையோ எழுதிக்கொண்டு. அது இது தான்: "நுங்களின் தவறுகளைத் திருத்திக் கொள்ள ஒரு சந்தர்ப்பம் வழங்கப்படும். இன்றில் இருந்து ஒரு மண்டலத்திற்குள் சோணாட்டிற்குச் செலுத்த வேண்டிய திறைபொருளைச் செலுத்த தவறினால். தூதனை சிறைவைத்த மாபெரும் குற்றத்திற்காக கலிங்கம் எரியூட்டப் பெறும். அனந்தவன்மனின் தலையைக் கொய்து கலிங்கத்தின் திறைபொருளாக சோழனின் காலடியில் வைப்பேன் இது உறுதி. இங்ஙனம் சோழ தூதன்" என்று எழுதி அதனை அம்பிலே கட்டி, அந்தப் பாறையின் இன்னும் உயரத்திற்குச் சென்று, அந்தக் கண்ணாடி அறையில் சுழலும் கழுமரத்திற்குக் குறிவைத்தான். அம்பானது மரத்திலே தைக்க, மற்றும் ஓர் அம்பை அந்த அறையின் சுவரில் செலுத்தினான். அது பெரும் சப்தத்துடன் கீழே விழுந்து நொறுங்கியது.

"என்ன அது சப்தம்?"

"இதோ யான் சென்று பார்த்து வருகின்றேன் வேந்தே" என்ற எங்கராயன், அந்த அறைக்கு விரைந்தான். அங்கே ஒருபக்க சுவரின் கண்ணாடி கீழே விழுந்து நொறுங்கி இருந்ததைக் கண்ட எங்கராயன் அதிர்ச்சி அடைந்தான். மரத்தில் தைத்து இருந்த அம்பை எடுத்து. அவ்வோலையைப் பிரிந்து வாசித்தான் எங்க ராயன். பதறியவாறே, அதை எடுத்துக் கொண்டு அனந்தவன் மனிடம் ஓடினான்.

"பிரபு அனர்த்தம் நிகழ உள்ளது."

"என்னவாயிற்று அமைச்சரே?"

"இதோ, சோழ தூதனின் ஓலை. திறையைச் செலுத்த தவறினால் போர் தொடுப்பதாகக் கூறி உள்ளான்."

"அந்த ஓலையினை வாங்கிய அனந்தவன்மன்ச். அதனை கிழித்தெறிந்தான்.

அவனை சிறை வைத்தமையால் சினம் கொண்டு எழுதி இருப்பான். சினம் தணிய சிந்தையின் இலக்குகளும் தணிந்து போகும். வேறு ஏதேனும் பணிகள் இருந்தால் சென்று பாருங்கள், அமைச்சரே."

"உத்தரவு பிரபு."

"இந்தப் பாறையில் அமர்ந்து என்ன செய்து கொண்டிருக் கிறீர்கள், அன்பரே?"

"இங்கிருந்தபடி அந்த அரண்மனையைக் காண வெகு அழகாக இருக்கின்றது சம்பை அவர்களே. அதைதான் கண்டு கொண்டு இருக்கின்றேன். உண்மையில் கலிங்கம் இயற்கை எழில் கொஞ்சும் தேசம் என்பதனை ஒப்புக் கொள்ள தான் வேண்டும்."

"தாங்கள் கூறுவது சரிதான் அன்பரே. இங்கிருக்கும் கானகம், மலைத்தொடர்கள், கடல் பாங்கு இவையே இக்கலிங்கத்தின் எழிலுக்கு காரணிகள். ஆமாம். அது சரி அன்பரே. அந்தப் பாதாளத்தில் ஏதோ எழுதிவைத்து இருந்தீர்களே, என்ன அது?"

"எது"

"அது தான் நிருதி என்று. அதன் பொருள் என்ன?"

"நனது ஆவி."

"ஓ... தமிழில் ஆன்மாவுக்கு மற்றும் ஒரு பெயர் நிருதியோ? இது இத்துணை நாட்களாக எமக்குத் தெரியவில்லையே?"

மெள்ள புன்னகைத்து அங்கிருந்து நடக்கத் துவங்கினான் கருணா.

"தாங்கள் என்னிடம் மட்டும் தான் அதிகம் பேசுவது இல்லையா? அல்லது தங்களின் இயல்பே இதுதானா?"

அதற்கும் புன்னகையே பதிலாக இருந்தது கருணாவிடம்.

"சரி அதை விடுங்கள். யான் காண்பதற்கு எப்படி இருக்கின்றேன் அன்பரே?

தங்களுக்கு என்ன மிகவும் எழிலாக இருக்கின்றீர்கள் சம்பை அவர்களே. அதோடு வீரமும், விவேகமும் மிக்க பெண்மணி தாங்கள்."

"பரவாயில்லை அன்பரே. எமக்கு இத்துணை நற்சான்றுகளா?"

"இல்லை அம்மா தங்களின் இயல்பையே எடுத்துரைத்தேன்."

"அப்படியானால், தங்களிடம் ஒன்றைக் கேட்கலாமா அன்பரே?"

"தாராளமாக.

தாங்கள் என்னை மணந்து கொள்கிறீர்களா அன்பரே?"

"தாயே, தாங்கள் எமக்கு செய்த உதவிக்கு நனது உயிரையும் தரலாம். ஆனால் நனது உயிர் நன்னிடம் இல்லை. அப்படி இருக்க, தங்களுக்கு வாழ்க்கை தருவது என்பதேது?"

"தாங்கள் என்ன கூறுகிறீர்கள் அன்பரே?"

"ஆம் அம்மா எமக்கு கண்ணானம் முடிந்து ஒன்றுக்கு இரு மனைவியர் உள்ளனர்."

"அதனால் என்ன அன்பரே? அவர்களுடன் யானும் ஒருத்தியாய் இருந்து விட்டுப்போகின்றேனே?"

"இல்லை அம்மா இனி ஒரு பெண்ணை ஏறிட்டும் பார்ப்பதில்லை என்று. என்றோ முடிவுகட்டி விட்டேன்."

தங்களின் இந்த நிலைப்பாட்டை எனை மணந்து கொண்ட பின்பு கடைபிடிக்கலாமே?"

கலகலவென சிரித்த கருணாவின் முகத்தில் வருத்தம் இழையோடியது.

இத்தகைய உறுதிபாட்டை நனது முதல் மனைவியை மணந்த அன்றே எடுத்திருக்க வேண்டும் என்று யான் எண்ணாத நாள் இல்லை தாயே. தயவு செய்து தங்களின் இத்தகைய எண்ணத்தினை உடனடியாக மாற்றிக்கொள்ளுங்கள். இது குறித்து மேலும் எம்மிடம் விவாதிப்பதால் ஒரு பயனும் இல்லை.

சுந்தரத்தின் மீது அமர்ந்த கருணா "வாருங்கள் சம்பை அவர்களே வீரர்கள் இந்நேரம் தங்களின் குடிலுக்கு வந்து இருப்பார்கள்."

தலையசைத்த சம்பை. தனது புரவியில் ஏறி அமர்ந்தாள் இருவரும் அங்கிருந்து சென்றனர்.

மலரின் சினம்

"என்ன நிருதி கருவுற்றிருக்கின்றாளா?"

"ஆம் அண்ணியாரே. அப்படி தான் தமையனார் ஓலையில் எழுதி உள்ளார்."

"அய்யோ மகிழ்ச்சியில் என்ன செய்வதென்றே தெரியவில்லையே? பெரிய நாயகி, மலர் எல்லோரும் இங்கே வாருங்கள்"

"என்னவாயிற்று அக்கை அவர்களே? என்ன இது இத்துனை மகிழ்ச்சி தங்களின் வதனத்தில்?"

பெரியநாயகி நாம் இருவரும் பாட்டி ஆக போகின்றோம். மலர், உனக்கு மகன் பிறக்கப் போகின்றான்."

"என்ன?"

"ஆமாம், நிருதி கர்ப்பமாக உள்ளாளாம். உனது அம்மான் ஓலை அனுப்பி இருக்கின்றார்."

"அப்படியா? இது உண்மையில் மிகவும் மகிழ்ச்சியான செய்தி அக்கா. நமது மகனுக்கு மகன் பிறக்கப் போகின்றான். அந்தப் பரம்பொருளுக்கு நன்றிகள்."

"ஆம் பெரிய நாயகி. எமக்கு மகிழ்ச்சியில் தலை கால் புரியவில்லை. தம்பி நாம் உடனடியாக சோழபுரம் புறப்பட வேண்டும். அதுவும் இன்றே."

"தங்களின் உத்தரவு அண்ணியாரே. இருப்பினும், சில பணிகள் இன்று உள்ளன. அதனை முடித்துக் கொண்டு நாளை அதிகாலையே புறப்படலாம்."

"ஆகட்டும் தம்பி."

"சரி, யான் உடனே சென்று பயணத்திற்கான ஏற்பாடுகளை கவனிக்கின்றேன், அக்கை அவர்களே."

"ஆகட்டும் பெரியநாயகி."

"யான் வரவில்லை அத்தை அவர்களே."

"என்ன, ஏன் மலர்? உன் தோழி உனது கணவனின் மூத்த மனையாள் நீ காண வரவில்லை என்கிறாயே?"

"இல்லை அத்தை, எனக்குச் சற்றே உடல் நலன் சரியில்லை. என்னால் பயணம் செய்ய இயலாது. நிருதியை யான் மிகவும் கேட்டதாக கூறுங்கள்" என்று கூறி அங்கிருந்து சென்றாள். மூவரும் ஒருவரை ஒருவர் பார்த்துக் கொண்டனர்.

தனது அறைக்கு வந்த மலர், 'இது எப்படி சாத்தியம்? நிருதி தவறிழைக்க வாய்ப்பில்லை. எனக்களித்த வாக்கை இன்றளவும் காத்து வருகின்றார் அத்தான். அப்படி இருக்க, இது எப்படி? இத்துணை அதிகார பூர்வமாக நிருதி கருவுற்றிருப்பதை அறிவித்து இருக்கின்றார்கள் என்றால், அச்சிசுவிற்கு தந்தை அத்தான் தானா? அப்படியானால், எனக்களித்த வாக்கு? இல்லை, அதற்கும் வாய்ப்பேயில்லை. எந்நிலையிலும் தன்னிலை மறவாதவர் அவர். இது வேறு ஏதோ. இதில் இருக்கும் மர்மத்தை அத்தான் வந்தால் மட்டுமே அறிய இயலும் அதுவரையிலும் காத்திருப்பதைத் தவிர வேறு வழியில்லை.'

"வணங்குகின்றேன் பிரபு."

"வாருங்கள் வணக்கம்! நீங்கள் இங்கு வந்து வெகுநேரம் ஆனதா என்ன?"

"இல்லை பிரபு, சற்று முன் தாம் இங்கு வந்தோம்."

"நல்லது."

"இவர்கள் இருவர் தாம் எங்களுடன் வந்தவர்கள்."

"அப்படியா? நல்லது."

"பிரபு தாங்கள் சென்ற காரியம்?"

"இனி சுபம் என்பது அவர்களுக்கு இல்லை சோமா. அவ்வளவே தற்சமயம் எம்மால் கூற இயலும்."

சற்று நேரம் அங்கே அமைதி நிலவியது. பிரபு தங்களின் அடுத்தகட்ட நடவடிக்கை.

"நாளை அதிகாலை சோணாடு திரும்புவோம்."

"அதற்குள்ளாகவா?"

"ஆம் தாயே."

சம்பையின் முகம் வாட்டம் கண்டது. இன்னும் ஒரு மண்டலத்தில் தெரிந்து விடும். கலிங்கன் எவனேனும் திறை பொருளுடன் சோணாடு வருகின்றானா, அல்லது சோழர் படை கலிங்கம் வர போகின்றதா என்று. வீரர்கள் நால்வரும் ஒருவரை ஒருவர் பார்த்துக் கொண்டனர் புன்னகைத்தபடி.

"இருப்பினும், சோழர் படைகள் இங்கு வரும் பட்சத்தில் தங்களால் சில காரியம் ஆகவேண்டி இருக்கும் சம்பை அவர்களே."

"ஆணையிடுங்கள்; காத்துக்கொண்டு இருக்கின்றேன்."

"நல்லது தாயே. சம்பை அவர்களே, இங்கே கடற்கரை அருகே தானே உள்ளது?"

"ஆம் அன்பரே." என்றவள் அதற்குச் செல்லும் வழியைக் கூறினாள்.

"நன்றி. சோமன் அவர்களே யான் சற்று கடற்கரை வரையிலும் சென்று வருகின்றேன்."

"தங்களின் சித்தம் பிரபு."

சுந்தரத்துடன் சென்ற கருணா சற்று தொலைவில் ஒரு மரப்பொந்தின் உள்வைத்திருந்த செப்புக் குழலை எடுத்துக் கொண்டு கடற்கரைக்குச் சென்றான். கதிரோன் கடலுடன் சங்கமித்த வேளை அது. காவி நிறத்தை வானுக்குப் பரிசளித்து, கடலுக்கடியில் சென்று கொண்டிருந்தான் ஆதவன். அந்தச் செப்புக் குழியில் இருந்து நிருதியின் சித்திரத்தை எடுத்துப் பார்த்துக் கொண்டிருந்தான் கருணாகரன்.

"எப்படி இருக்கின்றாய் தேவி? நனது வாழ்நாளில் இப்படி ஒரு பிரிவுத் துயரத்தை அடைந்ததே இல்லை. இந்த இரு திங்கள்களைக் கடந்து செல்லும் பொழுதுகள். இனியும் ஒரு திங்களைக் கடக்க வேண்டும் உனை நான் வந்தடைய எந்நிலையில் தான் நீயும் இருப்பாய் என்று. யான் நன்கறிவேன் என்ன செய்வது? உன்னுடன் ஒன்று கலந்த அத்தருணங்களே இன்னும் உயிர் வாழ வேண்டும் என்ற ஆவலைத் தூண்டு கின்றன. ஒருபுறம், கலிங்கம் செய்த சூழ்ச்சியை எண்ணி அதற்கு வஞ்சம் தீர்க்கும் விதமாக கலிங்கத்தையே நிலைகுலையச் செய்ய வேண்டும் என்ற வெறி தலைக்கேறுகிறது. மறுபுறம், இவை ஏதும் வேண்டா. மானுடமே இல்லா ஓர் உலகில் நீயும் யானும் இருந்தால் என்ன. என்று எண்ணத் தோன்றுகிறது, நிருதி."

கடற்காற்று அவனை வருட. அவளுடன் இருந்த பொழுதுகளை மெள்ள அசை போட்டான் கருணா.

"அய்யா, யான் ஒன்றை அறிய எண்ணுகின்றேன்."

"கூறுங்கள் அம்மையாரே. இங்கு வந்திருக்கும் சோழ தூதர் யார்?"

"நால்வரும் ஒருவரை ஒருவர் பார்த்துக் கொண்டனர்."

"யான் கேட்டதில் தவறேதும் உண்டோ?" என்றாள் சம்பை.

"அப்படியில்லை, அம்மா. ஒற்றர்களுக்கு சில கோட்பாடுகள் உள்ளதை போலவே தூதுவர்களுக்கும் சில விதிமுறைகள் உண்டு தாயே. அதனை மீறுதல் இயலாது."

"என்ன அது?"

"ஒற்றன் என்பவன் எந்த ஒரு சூழலிலும் தனது பெயரையோ, தான் யாருடைய ஒற்றன் என்பதையோ யாரிடமும் கூறக்கூடாது. அதைப் போலவே, தன்னினத்தைச் சேர்ந்த தூதுவனைக் குறித்த விவரங்களை அயல் நாட்டினரிடத்திலோ அல்லது எதிரி நாட்டில் எவரேனும் ஒருவர் இடத்திலோ கூறலாகாது தாயே."

"எம்மை மன்னியுங்கள் யானும் தங்களின் இனம் தான் என்பதை தாங்கள் இன்னமும் அறியவில்லையோ? யான் வாக்குறுதியளிக்கின்றேன். அவர் குறித்த விவரங்கள் என்னைக் கடந்து எங்கும் போகாது – நன் உயிர் பிரியும் நிலையிலும். நம்பிக்கை இருந்தால் கூறலாம் ஐய்யா."

"அய்யோ நம்பகத்திற்காக ஒன்றுமில்லை தாயே." என்று தயங்கினான் சோமன்.

"பரவாயில்லை நமக்காக பேருதவி புரிந்திருக்கின்றார் இந்த அம்மையார்; பரவாயில்லை கூறுங்கள்." என்றான் குலசேகரன்.

தலையசைத்த சோமன், "அவரின் பெயர்; வண்டையர் கோன் கருணாகர தொண்டைமான், அம்மா."

"என்ன கோனா? அப்படியானால்?"

ஆம் தாயே சோணாட்டில் உள்ள பாரம்பரிய அரச வம்சத்தினருள் இவரும் ஒருவர். திருநறையூர் வண்டை இவரது நகரம் ஆகும். தவிரவும், சோணாட்டிலே மிக உயரிய ஐந்து பதவிகளை வகிக்கும் அமைச்சரும் ஆவார். அதோடு..." என்று நிறுத்தினான் சோமன்.

"அதோடு ஏன் நிறுத்தி விட்டீர்கள் அய்யா?"

"சோமன் மற்ற ஒற்றர்களைப் பார்த்துக் கொண்டான். அவர்களும் 'திருதிரு'வென விழித்துக் கொண்டிருந்தனர்.

"என்ன வாயிற்று அய்யா? ஏன் திடீர் என்று இந்த இறுக்கம்?"

"யான் தற்போது கூறும் விவரங்கள் அனைத்தும் எங்கேயும், எப்போதும் யாருக்கும் தெரியக்கூடாது. மேலும் வண்டையர் கோன் குறித்து யான் விவரித்தேன் என்பது அவருக்கே தெரியக் கூடாது. எமக்கு சத்தியம் செய்து தாருங்கள் அம்மா. மேலே கூறுகின்றேன்."

"ஆகட்டும். சத்தியம் காப்பேன்.

எங்களின் குலோத்துங்க சோழ சக்கரவர்த்திகளின் மருகனும் ஆவார்."

"என்ன?"

"ஆம் தாயே. சக்கரவர்த்திகளின் கடை மகள் ஆன இளவரசியார் பானு நிருபமை அவர்களை இரண்டு ஆண்டு களுக்கு முன்பு வெகு விமர்சையாக மணம் முடித்துக் கொடுத்தார் வண்டையர் கோனுக்கு."

"கருணாவின் கண்ணான நிபந்தனைகளை விளக்கிய சோமன் தற்போது வண்டையின் பட்டத்து அரசி அழகிய மணவாளினி என்ற பெயரில் அழைக்கப்படுகிறார்கள். நிருபமை அவர்கள். இப்பொழுது கூட தங்கையின் கணவருக்கு உறுதுணையாக இருக்க வேண்டியே எங்களை இவ்விடம் அனுப்பி யிருக்கின்றார், இளவரசர் வீரசோழர்." என்றான்.

அது குறித்து விவரத்தையும் விளக்கினான் சோமன்.

"இப்படி ஒரு மனிதரை யான் இதுவரையிலும் கண்டதும் இல்லை. இனி காணப்போவதும் இல்லை என்று எண்ணுகின்றேன்" என்றாள் சம்பை.

"என்ன இது? அவர் தனக்கு இரு மனைவியர் இருப்பதாகக் கூறினார். ஆனால் இவர்கள் ஒருவரை தான் கூறுகின்றனர்" என்று எண்ணிக் கொண்ட சம்பை, "ஒரு பட்டத்து அரசி, சரி; இவருக்குப் பிள்ளைகள் எத்தனை? என்றாள்.

இல்லை அம்மா வண்டையர் கோனுக்குப் பிள்ளைககள் இன்னும் இல்லை. ஆனால் அவருக்கு மற்றும் ஒரு மனைவி உள்ளார். வானதி ராயரின் மகளான மலர்விழி என்கிற மண்டையாழ்வார்" என்றான் சோமன்.

அன்று காலை அமைச்சர் எங்க ராயன் கூறியது நினைவிற்கு வந்தது – சம்பைக்கு.

நனது அனுமானம் சரியானால் என்றது. அவரே மூன்றில் ஏதேனும் ஒன்று என்றல்லவா கூறினார். ஆனால் மூன்றாக அல்லவா இருக்கின்றார். ஒரு ஆண் மகன் இத்துனை தன்னடக்கமாக இருந்து, இதுவரையிலும் யான் கண்டதே இல்லை. உடனடியாக கருணாவைக் காண வேண்டும் போல் இருந்தது அவளுக்கு. ஆனால் இம்முறை அவன் மீது கொண்ட காதலினால் அல்ல. அவன் மீது கொண்ட நன்மதிப்பினால்.

"தங்களின் விளக்கத்திற்கு நன்றி ஐய்யா"

புன்னகையுடன் தலை அசைத்தான் சோமன்.

கரையில் நெருப்பு மூட்டி கடலை வேடிக்கை பார்த்துக் கொண்டு இருந்தான் கருணா. அவன் கண்படும் தூரத்தில் உலாவிக் கொண்டு இருந்தது சுந்தரம்.

"என்ன இங்கிருந்து வரும் எண்ணமில்லையோ தங்களுக்கு?"

"வாருங்கள் சம்பை அவர்களே. இதோ புறப்பட்டு விட்டேன்."

"பரவாயில்லை அன்பரே. சற்று அமர்ந்து விட்டே செல்லலாம்" என்று அவன் அருகே அமர்ந்தாள் சம்பை.

"ஆமாம், நாளை உறுதியாகவே சோழதேசம் புறப்படப் போகின்றீர்களா என்ன?"

"ஆம் அம்மா. இங்கிருந்து காலத்தை விரையம் ஆக்குவானேன்?"

ஏனோ அவளுக்கு மிகவும் வருத்தம் அளித்தன. அவனுடைய இந்த வார்த்தைகள். அதனை வெளிக்காட்டிக் கொள்ளாமல் "தங்களுக்கு இரு மனைவியர் இருக்கிறார்கள் என்றீர்கள். அவர்களின் பெயர் என்ன அன்பரே? என்று கேட்டாள்.

அழகிய மணவாளினி, மண்டையாழ்வார்."

"நல்லது. இருவரும் உறவினர்களா அல்லது?"

"இல்லை நனது இரண்டாவது மனைவி நன் அம்மான் மகள்."

"அப்படியானால் தங்களின் மூத்த மனைவி யாருடைய மகள்?"

சற்று அமைதிக்குப் பின்னர், "இல்லை, அவள் நனது மனைவி மட்டுமே. அதனைக் கடந்து அவளுக்கு அடையாளமும் தேவையில்லை. அதையே தான் அவளும் விரும்புவாள்"

"எதனால் அப்படி?"

"அந்த ஈசன் நன் பொருட்டு உருவாக்கித் தந்த தனி உலகு அவள். அதனால் அப்படி."

காண்பதற்கு எப்படி இருப்பார்கள் தங்களின் மனைவி?

"ஒரு கணம்..." என்ற கருணா, அந்தச் சித்திரத்தை எடுத்து, "இப்படி இருப்பாள்" என்றான்.

அதனை வாங்கிய சம்பை, "ஒளிபொருந்திய கண்கள். இப்படி வடிவுடைய பெண்ணை யான் கண்டதே இல்லை. இவர்களைப் போன்றவள் மனைவியாக வாய்த்தால் பின் மற்ற பெண்களை எப்படி ஏறிட்டு பார்ப்பீர்கள்? இவள் வடிவின் பால் ஈர்க்கப் பட்டதால் தானோ என்னவோ, மற்ற எவரும் அவர் மீது உரிமை கொண்டாடக் கூடாது என்று நினைக்கிறீர்களா அன்பரே"

இதைக் கேட்டதுமே நகைக்கத் துவங்கினான் கருணா.

"என்னவாயிற்று அன்பரே? யான் என்ன கூறிவிட்டேன்?"

"ஒரு பெண் தனது வடிவினாலே. ஓர் ஆணை ஈர்க்கிறாள் என்றால் அந்த உறவுநிலையானதாகாது தாயே. காரணம், வடிவு என்பது நிலையானது அல்ல; மூப்பு வரும். அதைத் தொடர்ந்து முதுமை வரும். அப்பொழுது அங்கே வடிவினால் உண்டான ஈர்ப்பு இல்லாமல் போகும். ஆனால் நன் மனையாளிடம் யான் கொண்ட ஈர்ப்பானது நனது மரணத்திற்குப் பின்பும் தொடரும். காரணம், நனது எண்ணங்களின் பரிணாமமே நன் நிருதி. மரணம் என்பது உடலுக்கே தவிர ஆன்மாக்களுக்கு இல்லை. அந்த ஆன்மாக்களைச் செயல்படவைப்பது அதன் எண்ணங்கள். அந்த வகையிலே தான் கூறுகின்றேன் – நன் மரணத்திற்குப் பின்பும் அவள் மீதான பற்றுதல் தொடரும் என்று"

கருணாவையே கண் இமைக்காமல் பார்த்தாள் சம்பை.

"பரவாயில்லை அன்பரே. தங்களின் ஆவி இத்துணை அழகாக இருக்கும் என்று யான் நினைக்கவேயில்லை."

"என்ன?"

"தாங்கள் தற்போதுதானே நிருதி என்றீர்கள்."

"புன்னகைத்தவாறே, தலை அசைத்தான் கருணா."

"ஆமாம், அவர் பெயர் அழகிய மணவாளினி என்று தானே கூறினீர்கள். பின் இது என்ன நிருதி?"

"அது அவளுடைய இயற்பெயரின் சுருக்கம்."

"அப்படியானால், அவர்களைப் பற்றிய மற்ற விவரங்களைக் கூறப்போவது இல்லை?"

"வீண் முயற்சி. புறப்படலாம். சுந்தரம்!" என்ற உடனேயே அவன் அருகே வந்து நின்றது சுந்தரம்.

இருவரும் அங்கிருந்து சென்றனர்.

"பிரபு அங்கிருந்து வருவதற்கே இரண்டு திங்கள்கள் ஆயின. இங்கிருந்து செல்ல எத்துணை நாட்கள் ஆகுமோ?"

"இல்லை சோமா. அங்கிருந்து வந்தது முதல் முறை என்பதால், கால தாமதம் ஏற்பட்டு இருக்கலாம். இங்கிருந்து செல்வது என்பது சற்றே சுலபமாக இருக்கும் என்று நம்பலாம்."

"என்ன, அங்கிருந்து வர இரண்டு திங்கள் ஆயினவா?"

"ஆம் சம்பை அவர்களே, வரைபடத்தின் உதவி தவிர, ஆங்காங்கே விசாரித்து வந்ததனால் இத்துணை நாட்கள் என்று எண்ணுகின்றேன்."

"தாங்கள் விரைவாகவும், எளிதாகவும், செல்ல என்னிடம் ஓர் உபாயம் இருக்கிறது அன்பரே"

உற்சாகத்துடனே, "தாங்கள் என்ன கூறுகின்றீர்கள் சம்பை அவர்களே?" என்று கேட்டான் கருணாகரன்.

"இதோ வருகின்றேன்" என்றவள் அந்தக் குடிசையில் இருந்த பெட்டகத்தில் இருந்து சில வரை சுருள்களை எடுத்தாள்.

"என்ன இது சம்பை?

இது நனது தந்தை வணிகம் செய்த போது பயன்படுத்திய வழிகாட்டும் வரை ஓலைகள். ஒவ்வொரு முறையும் விரைவாக வந்து செல்வதன் பொருட்டு, புதிது புதிதாய் வரைபடங்களை எழுதுவார் நனது தந்தை. அவையே இவை. இது தங்களுக்கு மிகவும் உதவியாய் இருக்கும் என்றே நம்புகின்றேன்."

"இது தங்களுக்கு வேண்டாமா, சம்பை?

இதனை வைத்துக் கொண்டு யான் என்ன வணிகப் பயணமா மேற்கொள்ளப் போகின்றேன்?" இதனைத் தாங்களே வைத்துக் கொள்ளுங்கள் – நனது நினைவாக.

"மிக்க நன்றி சம்பை அவர்களே. யான் மீண்டும் இங்கு வரும் பட்சத்தில் தங்களின் உதவி எமக்குத் தேவைப்படும். யான் இங்கு வந்ததை தங்களுக்கு எப்படி தெரிவிப்பது?"

அவளிடம் இருந்த அம்புகளைக் கொடுத்தாள், சம்பை. வெண்ணிறத்திலும், சாம்பல் நிறத்திலுமான அன்ன இறகுகள் அந்த அம்பிலே கட்டப்பட்டு இருந்தன.

"நன்றி!" என்ற கருணா தன்னிடம் இருந்த அம்புகளை அவளுக்குக் கொடுத்தான். வண்டையரின் (காளை). சின்னம் அதிலே பொறிக்கப்பட்டு இருந்தது "கலிங்கத்தின் எல்லையிலே இருக்கும் நெடிதுயர்ந்த வேங்கை மரத்திலே நனது அம்பைச் செலுத்துங்கள் அன்பரே. தாங்கள் வந்ததை அது எனக்கு உணர்த்தும்."

"நல்லது. அப்படியே சம்பை அவர்களே."

பொதுவாக, பல்வேறு காரணங்களால் தனது இருப்பிடத்தை விட்டு வெகுதூரம் வந்தவர்களுக்கு மீண்டும் தனது இருப்பிடம் திரும்ப நேர்ந்தால். உண்டாகும் மகிழ்ச்சியானது, அவர்களைத் துயில் கொள்ளவிடாது என்பார்கள். அந்த மனநிலையில் தான் இருந்தனர் கருணாவும். மற்ற நால்வரும். பொழுது விடியும் வரையிலும் உறங்கவில்லை.

பொழுதும் புலர்ந்தது. சம்பையிடமும், அவள் அம்மானிடமும் விடை பெற்றுச் சென்றனர். கருணாவும், அந்த வீரர்களும். அங்கிருந்து புறப்படுவது என்பது, கருணாவிற்கு எந்த ஒரு பாதிப்பையும் ஏற்படுத்தவில்லை; மாறாக, அவன் மகிழ்ச்சியுடனே இருந்தான். காரணம், தனது தேசம், தன் குடும்பம், தனது மனைவியரைக் காணப்போகிற ஆர்வத்தினால். ஆனால் சம்பையின் நிலையோ தலைகீழ். அவன் பிரிவை அவளால் ஏற்றுக் கொள்ளவே இயலவில்லை. வெறும் ஐந்து தினங்களுக்கு முன்பே அவனைக் கண்டாள். அதிலும் சொற்பமான பொழுதுகளே அவனுடன் இருக்கும் வாய்ப்பு கிடைத்தது அவளுக்கு. அதுவே அவள் மனதில் பெரும் தாக்கத்தை ஏற்படுத்திச் சென்றது. எத்தனை தன்னடக்கமிக்க ஆண்! அவனையும் தன் அகத்தின் கட்டுக்குள்ளே வைத்திருக் கின்றாள் ஒருத்தி. என்னைப் போன்று இன்னும் எத்துனை

பெண்டுகளின் வயிற்றெரிச்சலைக் கொட்டிக் கொண்டாயோ நிருதி?

சோழபுரம் அரண்மனை. பூக்கள், பழங்கள், இனிப்பு, பதார்த்தங்கள், பலகாரங்கள், கலிங்கு (துணி), ஆபரணம் என்று அனைத்தும் எடுத்து வந்திருந்தாள் உத்தமவல்லி – தன் மருமகளுக்காக. அதிலும் ஒரு சில பலகாரங்கள் அவளின் கைப் பக்குவத்தால் உருவானவை. பசுநெய்யிலே செய்த இனிப்புகள், நிருதியை ஆரத்தழுவிக் கொண்டாள் உத்தமவல்லி.

நனதருமை மகளே. மிக்க மகிழ்ச்சி! நன் குலம் தழைக்கும் என்ற போது, புண்ணியங்கள் பல உனை சேரட்டும் அம்மா. அய்யோ ஏன் இவ்வாறாக கூறுகிறீர்கள் அத்தை அவர்களே?

இல்லை அம்மா சிலரால் எமக்கு உண்டான மன உளைச்சலை உன்மீது வெறுப்புமிழ்ந்து தீர்த்துக் கொண்டேன். ஆனால் தற்பொழுது, உன்மீது யாதொரு வெறுப்பும் இல்லை மகளே இனியும் இராது. வா நமது இல்லத்திற்கே சென்று விடலாம்."

"ஆகட்டும் அத்தை அவர்களே."

தேவி உனது இந்த மனமாற்றம். எனக்கு மிக்க மகிழ்ச்சியே. ஆயினும், நாம் நிருதியை இங்கிருந்து அழைத்துச் செல்வது தவறு. கருணா இங்கு வந்து நிருதியை அழைத்து வருவதே முறை. அதுவரை நாம் காத்திருக்க தான் வேண்டும்."

சற்றே அமைதியான உத்தமவல்லி, "சரி, அவனே வந்து அழைத்து வரட்டும். ஒரு ஆசைக்கு பத்து தினங்கள் இங்கே நமது மாளிகையில் இருந்து சென்றால் என்ன, சுவாமி?"

"அதற்கென்ன தேவி? தாராளமாக" என்றார் அன்னவ ராயர். குலோத்துங்கனும், அவன் மனைவிகளும் நிருதியின் அறைக்கு வருவதாக வாயில் காவலன் அறிவித்தான்.

"வணங்குகின்றோம் சக்கரவர்த்திகளே!"

"வணக்கம். வண்டையர் கோனே!"

"என்ன மகளே, உனது குடும்பத்தாருடன் ஐக்கியமானாய் போல தோன்றுகிறதே?"

புன்னகைத்தாள் நிருதி.

"சக்கரவர்த்திகளே ஒரு விண்ணப்பம்!"

"எதுவாயினும் கூறுங்கள்."

வண்டையின் அரசியாரே. நாங்கள் ஒரு பத்து தினங்கள் இங்கே இருப்பதாக உள்ளோம். எங்களது மாளிகையில் இது மகிழ்ச்சி தரும் விசயம்தானே? எங்களுடனேயே நிருதியும் இருக்க வேண்டும் என்று யான் விரும்புகின்றேன்" என்றாள் உத்தமவல்லி. அது அவள் சற்று பொறு தேவி" என்றான் குலோத்துங்கன் தியாகவல்லியிடம்.

அதற்கென்ன அரசியாரே. தாராளமாக அழைத்துச் செல்லுங்கள் தினமும் மாலை வேளையில் நாங்கள் வந்து நிருதியைக் கண்டு செல்கின்றோம்.

"அப்படியே ஆகட்டும்."

"அப்படியானால் நாங்கள் உத்தரவு பெற்றுக்கொள் கின்றோம்."

நல்லது. நிருதி வா அம்மா போகலாம்.

"ஆகட்டும் அத்தை!" என்றவள் தனது தாய், தந்தையிடம் விடைபெற்றுக் கொண்டு, தனது குடும்பத்தாருடன் வண்டை மாளிகைக்குச் சென்றாள்.

"என்ன சுவாமி, தாங்கள் ஏன் அவர்களுடன் அனுப்ப ஒப்புக் கொண்டீர்கள்? மறுத்திருக்கலாமே. நம்மை யார் கேட்பது?"

"பெண்பிள்ளையைப் பெற்றவர்கள் பணிந்துதான் போக வேண்டும் என்பது உனக்குத் தெரியாதா தேவி?"

அமைதியானாள் தியாகவல்லி.

கோதுமை, பம்பா, கோதாவரியில் நிலைநிறுத்திய தனது வீரர்களை அழைத்துக் கொண்டு பேராறாகிய கிருஷ்ணா நதியை அடைந்தான் கருணாகரன். அவன் அங்கு வந்ததுமே, அவன் சோணாடு திரும்புவதை ஒற்றர்கள் மூலம் சக்கரவர்த்திக்குத் தெரிவித்து இருந்தான் கருணாகரன்.

அவனுடைய செய்தி கிடைத்ததுமே காஞ்சி துவங்கி சோழபுரம் வரையிலும் ஆரவாரம், உற்சாகம், மகிழ்ச்சி கரைபுரண்டோடின. அந்த ஒரு கணத்தில் அளவில்லா மகிழ்ச்சி அடைந்தவர்களில் நிருதியும் ஒருத்தி என்பது மறுப்பதற்கு இல்லை. குன்றி, மண்ணாறு, பென்னை, கொல்லி, பொன்முகரி, குசைத்தலை, பாலாற்றைக் கடந்து ஒரு வழியாக காஞ்சியை அடைந்தான் கருணாகரன்.

அங்கே காஞ்சியிலும் அமைச்சர்களாலும், மற்றும் அவனது நண்பர்கள், மாதவன், மூர்த்தியினாலும் உற்சாக வரவேற்பு அளிக்கப்பட்டது.

"கருணா, இப்பொழுது தான் நீ இங்கிருந்து சென்றது போல் இருந்தது. இதற்குள்ளாக மூணரை திங்கள்கள் கடந்து விட்டனா?" உன்னைக் கண்டதில் பெரும் மகிழ்ச்சி கருணா." என்றான் மூர்த்தி.

"எனக்கு அப்படிதான் நண்பர்களே. நமது தேசத்தின் காற்றினை சுவாசித்ததும் பெரும் மகிழ்ச்சி."

"பார்த்தாயா கருணா? உனைக் கண்டதும் இதைக் கூற மறந்து விட்டேன்."

"என்ன மாதவா?"

"வாழ்த்துக்கள்"

"எதற்கு?"

"எதற்கா? நீ தந்தை ஆகப்போகின்றாய் அல்லவா? அதற்கு! ஆமாம்" என்று அங்கிருந்து அனைவரும் தங்களின் வாழ்த்துக் களைத் தெரிவித்துக் கொண்டனர்.

"நன்றிகள்"

"என்ன மாதவா? கருணாவின் எந்த அரசியார் தாய் ஆகப் போகின்றார் என்று கூறவில்லையா?"

"அது அவனே நன்கு அறிவான் மூர்த்தி. நாம் கூறத் தேவை யில்லை" என்றான் மாதவன் – கருணாவை ஏறிட்ட படியே.

புன்னகையுடனேயே தலையசைத்தான் கருணா.

"மாதவா, மூர்த்தி யான் உடனடியாக சோழபுரம் செல்ல வேண்டும் வரட்டுமா."

"சென்று வா கருணா உண்மையில் நாங்களும் உன்னுடன் வந்து. உனது அரசியார் மற்றும் உன் குடும்பத் தினருக்கும், சக்கரவர்த்திகளின் குடும்பத்தினருக்கும் வாழ்த்து கூற வேண்டும் என ஆவலாக தான் உள்ளது. என்ன செய்வது? இங்கே அடுத்த திங்கள் நடைபெறப்போகும் திறைபொருள் சேவைக்கான ஏற்பாடுகளைக் கவனிக்க வேண்டும். திறை பொருள் செலுத்த வருபவர்களுக்கான உணவு, இருப்பிடம், உலா செய்வதற்கான ஏற்பாடுகள், நம் சக்கரவர்த்திகள் துவங்கி அனேக நாட்டு அரசர்கள், முக்கிய அமைச்சர்கள் என ஏராளமானோர் கலந்து கொள்வதால், பாதுகாப்பு, காஞ்சி நகர பராமரிப்பு, ஆலய சிறப்பு வழிபாடுகளுக்கான ஏற்பாடுகள் என்று அனைத்தையும் கவனித்தாக வேண்டும். அதுவும் குறைவான நாட்களே உள்ளன. நீ இந்நாட்டின்

சிற்றரசன் என்ற முறையிலும், தலைமை அமைச்சர்களுள் ஒருவன் என்ற வகையிலும் இந்த நிகழ்ச்சியில் பங்கேற்பாய் அல்லவா? அப்போது பார்த்துக் கொள்ளலாம். சரிதானே?"

"ஆகட்டும் மாதவா, யான் சென்று வருகின்றேன்" அங்கிருந்த அனைவரிடமும் விடைபெற்றுக் கொண்டு புறப்பட்டான் கருணா.

சுந்தரத்தை விடவும் விரைவாக சென்றது கருணாவின் உள்ளமானது சோழபுரத்தை நோக்கி. வீரநாராயணர் ஏரி அருகே ஒரு ஒற்றன் காத்துக் கொண்டு இருந்தான் கருணாவிற்காக. "வணங்குகின்றேன் பிரபு."

"கூறுங்கள்.

அரசியார் மண்டையாழ்வார் தங்களுக்கு ஓலை அனுப்பியிருக்கிறார்."

"ஆகட்டும்" என்று அதை வாங்கிக் கொண்ட கருணா, "என்ன எழுதியிருக்கிறாள் அதில்?" என்று பார்த்தான்.

"வணங்குகின்றேன் அத்தான்! நலமா? தாங்கள் சோழபுரம் செல்லுமுன் எம்மை வந்து சந்தித்து விட்டுச் செல்லுங்கள். இங்ஙனம் மலர்"

"சரி அதுவும் நல்லதற்கு தான்! தாய், தந்தையாரையும் பார்த்து விட்டுப் போகலாம்."

வண்டை நகர். ஏனைய மண்டலங்கள், நகரங்கள், ஊர்களை ஒப்பிடுகையில் கருணாகரன் வருகையானது வண்டை மக்களை வெகுவாக மகிழ்ச்சி கொள்ளச் செய்யும் என்பதைச் சொல்லத் தேவையில்லை. ஆரவாரம், உற்சாகம், என சிறப்பான வரவேற்பு அளிக்கப்பட்டது கருணாவிற்கு. தனது குடும்பத்தினர் அனைவரும் வழக்கம் போல கோட்டை வாயிலுக்கே வந்து வரவேற்றனர்.

"மகனே கருணா! எப்படி அப்பா இருக்கின்றாய்?"

"நலம் தாயே. தாங்கள் தாம் வாட்டமாகத் தென்படுகிறீர்கள்."

"அப்படியெல்லாம் ஒன்றுமில்லை அப்பா. இன்னும் கூறப் போனால், நாங்கள் அனைவரும் பெரும் மகிழ்ச்சியுடனே இருக்கின்றோம். காரணம், யாதென அறிவாயோ நீ?"

"யான் அறிவேன் தாயே" என்ற கருணா புன்முறுவலுடன் தலையசைத்தான்.

அந்த ஆடவல்லான் நம்மைக் கைவிட வில்லை. அப்புறம் கருணா, நீ உடனடியாக சோழபுரம் சென்று நிருதியை அழைத்து வந்துவிடு."

"ஆகட்டும் தாயே."

"தேவி, சற்றுப் பொறு; அதற்குள்ளாக அவசரம் கொள்ளலாகாது. இப்போது தானே வந்திருக்கின்றான். இன்னும் அவன் மலரைப் பார்க்கவில்லை. பயணக் களைப்பு தீரவில்லை அதற்குள்ளாக, சோழபுரம் செல்வது குறித்து பேசிக் கொண்டு இருக்கின்றாய்."

"அதுவும் சரி தான்."

"நீ முதலில் அரண்மனைக்குள் செல் மகனே." என்றார் அன்னவராயர்.

தொண்டை முதல் வண்டை வரையிலும், எமைக் காணும் பொருட்டு மக்கள் சாலைகளில் காத்திருந்தனர். அவர்களை எல்லாம் தவிர்த்து. நன் தேவியாரைக் காண ஓடிவந்தால். ஏன் இந்தப் பாராமுகம்.

"மலர் என்னவாயிற்று? யான் உன்னறைக்கு வந்து அரை நாழிகை கடந்து விட்டது. இருந்தும் கூட, ஏன் இந்த மௌனம்?"

"நிருதியின் வயிற்றில் வளரும் சிசு யாருடையது அத்தான்? சற்றே கோபத்துடனே.

மலர் உனது இந்தக் கேள்வியே முதலில் தவறு."

"அப்படியானால்?"

"அது நன் பிள்ளை"

"அப்படியானால், தாங்களும், நிருதியும் எமக்களித்த வாக்கு? என்பது அந்த ஆடவல்லாலின் மீதானது. அதைத் தவற விட்டீர்களா?"

"யான் ஒரு போதும் வாக்கு தவறவில்லை மலர்; நிருதியும்தான்."

"அப்படியானால், வானத்திலிருந்து நிருதியின் வயிற்றில் விழுந்ததா, என்ன தங்களின் பிள்ளை?"

"மலர் வார்த்தைகளில் நிதானத்தைக் கடைபிடிப்பது நல்லது."

இயல் 111

"அதைத் தாங்கள் கடைபிடிக்கத் தவறி விட்டீர்கள். ஏன் அவளும்தான், அத்தான்"

"ஓ... அப்படியா சரி. அன்று பொன்னி நதிக்கரையில் என்னிடம் எதனை வாக்குறுதியாகக் கேட்டுப் பெற்றுக் கொண்டாய்?"

"அது யான் கேட்டது ஒரு கணம்.

மலர் நீ அன்று கேட்டதை அடிபிறழாமல் திரும்பக் கூற வேண்டும்.

அந்த ஈசனின் ஆணையாக நமக்குத் திருமணமாகும் வரையிலும். நிருதியைத் தீண்டுவதில்லை என்று வாக்களித்தீர்கள்."

"அதற்கு நிருதி என்ன கூறினாள்?"

"அவரின் இந்த சத்தியத்தைக் கடைபிடிக்க அவருக்கு உறுதுணையாய் இருப்பேன் என்றாள்."

"என்னுடன் வா!" என்று மலரை தனது அறைக்கு அழைத்துச் சென்றான் கருணா. அங்கே நடராசர் சிலைக்குக் கீழ் இருந்த ஓலையை எடுத்தான் கருணா.

"இந்த ஓலையானது இரண்டரை ஆண்டுகளுக்கு முன்பு எமக்கும் நிருதிக்குமான கண்ணானத்தன்று இரவு எழுதி வைத்துக் கொண்டேன் – உனக்களித்த வாக்குறுதியைக் காக்கும் பொருட்டு. அவ்வப்போது இதை எடுத்துப் பார்த்துக் கொள்வேன். இதில் என்ன இருக்கிறது என்று உன் வாயால் படி, மலர்."

"நமக்குத் திருமணம் ஆகும் வரையிலும் எங்களது இல்வாழ்க்கையில் தாம்பத்யம் ஒன்று இராது. யான் அவளைத் தொடப்போவது இல்லை. இது அந்த ஆடவல்லான் மீது சத்தியம்."

"நீ அறிவு சார்ந்த பெண்தானே? கூறு – இதில் எங்கே உனக்களித்த வாக்கை மீறி இருக்கின்றேன் என்று. நமக்கு மணமாகும் வரையிலே என்று தான். வாக்களித்திருந்தேனே தவிர, நன் வாழ்நாள் வரையில் என்று உனக்கு யான் வாக்களிக்க வில்லை. தவிரவும், உங்கள் இருவரையும் சரி சமமாகப் பாவிப்பேன் என்றே நமது கண்ணானத்தன்று வாக்களித்தேன். அந்த பெரு ஆவுடையாரை சாட்சியாகக் கொண்டு அதையே தற்போதும் கடைபிடிக்கின்றேன். இன்னமும் உனக்கு ஏதும் விளக்கம் வேண்டுமா, மலர்?"

அமைதியானாள் அவள். உனது ஓலையைக் கண்டதுமே ஓடோடி வந்தேன் யான் – உனது வார்த்தைகளுக்கு மதிப்பளித்து ஆனால் நீயோ, யான் உனது கணவன் என்பதை விடுத்து ஏதோ குற்றவாளியை விசாரிப்பது போல் நடந்து கொள்கின்றாய். நான்கு திங்கள்களில் எமைக் கானாது துயரத்திலே ஆழ்ந்திருப்பாய் என்று எண்ணி இங்கு வந்தேன். ஆனால் நீயோ யான் அவளுடன் கலவி கொண்டதை முதளிக்க சொல்லக் காத்திருப்பாய் என்று யான் கனவிலும் நினைக்கவில்லை. எமைக் கண்டதும் ஓடிவந்து ஆரதழுவிக் கொள்வாய் என்று எண்ணினேன். அது தவறுதான். யான் தந்தை ஆனது குறித்து, நமது இல்லத்தில் முதல் வாழ்த்து உன்னுடையதாக இருக்கும் என்று எதிர்பார்த்தேன். காரணம், அது நிருதியின் வயிற்றில் வளர்ந்தாலும். நமது பிள்ளையே. அது உன்னையும் அன்னை என்றுதானே அழைக்கும்? உன்னிடம் இனியும் இது குறித்து பேசி பயனில்லை மலர். யான் சோழபுரம் புறப்படுகின்றேன் – நிருதியை அழைத்து வர" என்றவன், அவள் பதிலுக்காகக் காத்திராமல் அங்கிருந்து சென்றான்.

"கருணா உணவருந்தி விட்டு போ மகனே! களைப்பாக இருக்குமே?"

"வேண்டாம் தாயே. யான் சோழபுரம் புறப்படுகின்றேன்."

"தேவி அவனைவிடு; அவன் இத்துணை நேரம் இங்கிருந்ததே அரிது. அவன் சென்று வரட்டும். இது போன்ற தருணங்களை நாமும் கடந்துதானே வந்திருக்கின்றோம்?" என்றான் அன்னவராயன்.

"ஆம் சுவாமி, அது என்னவோ, உண்மை தான்."

சோழபுரம் கோட்டை. உற்சாகம் கரைபுரண்டோடியது. அங்கிருந்த குடிகளிடத்தில் கொம்பூதிய காவலன் ஒருவன். கருணாகரனுக்கான துதியைக் கூறினான். குலோத்துங்கன் புடை சூழ இன்முகத்துடன் வரவேற்றான் கருணாகரனை. அமைச்சர் பெருமக்கள் அனைவரும் தங்களின் வாழ்த்துக்களையும் வரவேற்பையும் தெரிவித்தனர். "வாருங்கள் வண்டையர் கோனே! தங்களின் வரவு நல்வரவாகட்டும்."

கருணாகரனின் வாழ்த்து

"**வ**ணங்குகின்றேன் இளவரசே" என்று இருவரும் ஆரத்தழுவிக் கொண்டனர்.

"சரி வாருங்கள் அரசே! தங்களுக்காக அனைவரும் காத்துக் கொண்டு இருக்கின்றனர்."

"எங்கே? எதற்கு?"

"இன்று ராசபோக விருத்திற்கும் தந்தையார் ஏற்பாடு செய்துள்ளார்."

"எதற்காக இளசவரசே?"

"அதை அங்கு வந்து தெரிந்து கொள்ளுங்கள் அரசே."

தொண்டை மண்டல முக்கிய அமைச்சர்கள் தவிர, சோழ தேசத்து முக்கியஸ்தர்கள் அனைவரையும் அந்த விருந்திற்கு அழைத்திருந்தான் குலோத்துங்கன். அவன் அருகே கருணாவிற்கு இருக்கை போடப்பட்டு இருந்தது. அனை வருக்கும் பந்தி பரிமாறப்பட்டது.

அனைவரும் அமர்ந்ததும் ஓலை நாயகம் அறிவித்தார்: "இந்த விருந்தானது எதன் பொருட்டு ஏற்பாடு செய்யப்பட்டுள்ளது என்பது அனைவரும் அறிந்ததே. இருந்தும், வண்டையர் கோன் அறியவேண்டி மீண்டும் ஒரு முறை தெரிவித்துக் கொள் கின்றோம். அவர் தந்தையானது குறித்து அவருக்கு வாழ்த்துக்கள் கூறவும், கலிங்கத்திலிருந்து மீண்டது குறித்து சோணாடு அறியவும், இந்த விருந்து ஏற்பாடுகள் என தெரிவித்துக் கொள்கின்றேன்.

வாழ்த்துக்கள், கருணாகரா!" என்று குலோத்துங்கன் கூறியதுமே அங்கிருந்த அனைவரும். தங்களின் வாழ்த்துக்களைத் தெரிவித்துக் கொண்டனர்.

"இளவரசே, எமக்கு ஒரு சிறு சந்தேகம்!"

"கூறுங்கள் அரசே?"

"இந்த ஏற்பாடுகள் எதற்காக?"

"அது தான் சற்று முன் ஓலை நாயகம் தெளிவாக சொன்னாரே அரசே."

"அதற்காக"

"தாங்கள் தந்தையாவது குறித்தும், யான் அம்மான் ஆவது குறித்தும் வாழ்த்துக்கள் தெரிவிக்க

அது சரி. இப்படி இங்கிருப் பவர்கள் வாழ்த்துக்கள் தெரிவிப்பதும் விருந்தளிப்பதுமாக இருந்தால். யான் எப்பொழுதுதான் என் மனையாளை காண்பது?

அதுவும் சரிதான், ஆனால் என்ன செய்வது அரசே? தற்போது தாங்கள் நிருதியைக் காண இயலாது.

"ஏன் எதற்கு?"

"இளவரசே. தாங்கள் தொலைதூர பயணம் சென்று திரும்பியதனால், அதனுடனே நிருதியைக் காண்பது அவள் வயிற்றில் வளரும் சிசுவிற்கு நல்லதல்ல என்பது பெரியோர்களின் எண்ணம்.

ஆகையால் என்ன?

தங்களின் பொருட்டு சோழகங்கம் ஏரியில் இருந்து நீர் எடுத்து வரப்பட்டுள்ளது. தாங்கள் எண்ணெய்க் குளியல் செய்து விட்டு பின்னரே அவளைக் காண இயலும்."

"சரி வாருங்கள் போகலாம்."

"இப்பொழுது தானே உணவருந்தினோம்; சற்றுப் பொறுங்கள். உச்சி வேளை வரட்டும்."

"என்ன வாயிற்று அமுதா? ஏன் இன்னும் அவர் என்னைக் காண வரவில்லை? சரி நாமாவது சென்று அவரைச் சந்திக்கலாம் என்றால், அதற்கும் இந்தத் தாயார் அனுமதி அளிக்க மறுக்கின்றார்.

"இது எல்லாம் அந்த நாராயணப் பட்டரால் தான் நிருதி அனைத்திற்கும் சாத்திரம் பார்ப்பார் அவர். அதனை அப்படியே கடைபிடிக்கின்றனர் உன் தந்தையும், தாயும். ஏதோ புண்ணிய நீராடிய பின்பே, உனைக் காண வேண்டும் என்பது அவரின் அறிவுரை"

"இதெல்லாம் எதற்காக அமுதா?"

"அதை அவரிடத்திலே தான் கேட்க வேண்டும். நிருதி நமது அரண்மனையின் ஆண்கள் நீராடும் தடாகத்தில் உன் கணவர் நீராட அனைத்து ஏற்பாடுகளையும், அவரே செய்து கொண்டிருக் கிறார். போகின்ற போக்கைப் பார்த்தால், உன் கணவரை அவரே நீராட்டி விடுவார் போல?"

இருவரும் நகைத்துக் கொண்டனர்.

ஒரு வழியாக நிருதியின் அறைக்குக் கருணா வருவதைக் காவலன் அறிவித்தான்.

"நிருதி, இதோ அரசர் வந்து கொண்டிருக்கின்றார். அவருக்கு வணக்கத்தைக் கூறிக்கொண்டு இங்கிருந்து சென்று விடுகின்றேன். இல்லையேல், அரசருக்கு கோபம் வரக்கூடும் – இங்கேயும் இடைஞ்சல் இருப்பதை எண்ணி" என்று அமுதா கூறி முடிக்க, அங்கு வந்தான் கருணா.

"வணங்குகின்றேன் அரசே. நலம் தானே?"

"வணக்கம், நலமே அமுதா."

கருணா அவ்வாறு கூறியதுமே, அந்த அறையின் கதவுகளைச் சார்த்திவிட்டு அங்கிருந்து சென்றாள் அமுதா.

"வணங்குகின்றேன் சுவாமி."

"எப்படி இருக்கின்றாய், நன் கண்மணியே?"

"நலமே!" என்றவள் ஓடிச் சென்று அவனை அணைத்துக் கொண்டாள். அதே நிலையில் சற்று நேரம் அங்கே அமைதி நிலவியது.

"நிருதி, கண்கலங்குகிறாயா, என்ன?"

"அப்படி ஒன்றுமில்லை சுவாமி. தாங்கள் எப்படி இருக்கின்றீர்கள்?"

உன் நினைவுகளே எம்மை நலமுடனே. உயிர்வாழ செய்யும், தேவி உண்மையில், நன் குறிப்பறிந்து நடந்து கொள்வது அமுதா மட்டுமே" என்றான் கருணா.

இதைக் கேட்டதும், நகைக்கத் துவங்கினாள் நிருதி.

"அது சரி, போகட்டும்; வாருங்கள் சுவாமி! வந்து அமருங்கள்"

"ஆகட்டும் நிருதி. நீ ஒன்றை அறிவாயா தேவி?"

"கலிங்கத்தில் இருந்து தொண்டை வரையிலும் ஏறக்குறைய ஒன்பது நதிகள் சிறிதும் பெரிதுமாய். ஆனால்

அவை எதுவுமே எமக்கு பெருந்தடையாகத் தெரியவில்லை – சோணாடு வருவதற்கு"

"சரி

இருப்பினும், கோட்டை வாயிலில் இருந்து உனது அறைக்கு வருவதற்கு எத்தனை தடைகள்? எவ்வளவு இடையூறுகள்?" என்றதும் மீண்டும் புன்னகைத்தாள் நிருதி.

"சுவாமி, என்ன இது, யான் தாங்கள் வேறு ஏதோ கூறப்போகின்றீர்கள் என நினைத்தேன்?"

அமைதி ஆனான் கருணா.

"நிருதி சற்று எழுந்து நிற்கின்றாயா?"

"ஆகட்டும் சுவாமி? என்றவள் எழுந்து நின்றாள்,

ஏன் எதற்கு என்று கேட்கமாட்டாயா தேவி?

எதற்கு கேட்க வேண்டும் சாமி? ஏதேனும் காரணம் குறித்து தானே இவ்வாறு கூறுவீர்கள்."

புன்முறுவலுடன் "அதுவும் சரி தான்" என்றபடி அவளை அணைத்தபடி "வாழ்த்துக்கள் தேவி வரம் கிட்டியதற்கு."

"தங்களுக்கும் நன் வாழ்த்துக்கள் சுவாமி."

"நிருதி எமக்கு ஒரு சந்தேகம்?"

"என்ன சுவாமி அது?

கற்பிணி பெண்களுக்கு வயிறு பருத்திருக்கும் அல்லவா? ஆனால், உனக்கு அப்படி ஒன்றும் தெரியவில்லையே தேவி, எதனால்?

புன்னகைத்தபடியே இல்லை சுவாமி தற்போது தானே நான்காவது திங்கள் துவங்கி யுள்ளது. ஐந்தின் துவக்கத்திலே தான் தெரியும் என்பார்கள். தற்பொழுது இடையே சற்று பெருக்கும் என்பார்கள்."

"அதை யான் வந்ததுமே கண்டுகொண்டேன் தேவி."

"எப்படி?"

"இடையில் நித்தில மேகலை முன்பு சற்றே தொய்வாக இருக்கின்றது என்றாய் அல்லவா? அதை தற்போது அணிந் திருப்பது கண்டு இடை பருத்ததை யூகித்தேன்."

புன்னகையுடனே அவன் கூறியதை ஆமோதித்தாள் நிருதி.

"எமக்கு ஒரு ஆசை."

"என்ன சுவாமி?"

"நாம் பொன்னி நதிக்கரை வரையிலும் சென்றுவரலாமா?"

"ஆகட்டும் சுவாமி. நனது விருப்பமும் அதுவே."

"அப்படியானால் வா! உடனே செல்லாம்."

அந்த அறையை விட்டு வெளிவந்தனர், கருணாவும் நிருதியும்.

"அமுதா, யான் அரசருடன் ஆற்றுப்படுகை சென்று வருகின்றேன்."

"ஆகட்டும் நிருதி, ஒரு கணம்!"

"என்ன அமுதா?"

ஒரு போர்வையை எடுத்து வந்தாள் அமுதா.

"இதை தேரிலே வைக்கின்றேன் நிருதி. பொழுது சாய்ந்ததும் போர்த்திக் கொள்; வாடைக் காற்று ஆகாது என்பார்கள்."

"நன்றிகள் அமுதா."

"ஏழிசை வல்லபியும், அமுதாவும் அவர்களை வழி அனுப்பி வைத்தனர். ஆற்றுப்படுகை காளிதேவி கோயில் வந்த கருணா நிருதி அங்கே வணங்கிய பின், படகிலே பயணித்தனர்.

இப்படி படகிலே பயணித்தவாறு உரையாடுவதே ஒரு அலாதி தான், இல்லையா நிருதி?"

"ஆம் சுவாமி. அதெல்லாம் சரி சுவாமி கலிங்கதேசம் எப்படி இருந்தது? அங்குள்ள சூழல், மக்கள் பற்றி தாங்கள் ஒன்றும் கூறவில்லையே?"

"கூறுகின்றேன் தேவி உன்னிடம் கூறாமல் வேறு யாரிடம் கூறப்போகின்றேன்?" என்றவன், அங்கு நடந்த அனைத்தையும் விவரித்தான் – சம்பையிடம் நிருதி குறித்து தனது எண்ணப் பாடுகளை விளக்கியதைத் தவிர்த்து.

"சுவாமி, அவர்கள் திறைசெலுத்தத் தவறினால் போர் மூளுமா என்ன?"

"அதில் என்ன சந்தேகம் தேவி? அப்படி போர் மூளுமானால், சோழ படைகளை யானே தலைமை தாங்கி அழைத்துச் செல்வேன்."

"என்ன இது சுவாமி?"

"ஆம் தேவி"

"இந்தப் போரின் விளைவானது எப்படி இருக்குமானால்?" காலமே என்னை மறந்தாலும் கலிங்கம் உள்ளளவும் இந்தக் கருணாகரனை மறவா வண்ணம் இருக்கும் அங்கு நிகழப்போகும் சம்பவங்கள்.

அவன் அப்படி கூறிய பொழுது அவனைக் காணவே நிருதிக்கு அச்சமாக இருந்தது. தன் மனைவியின் முகபாவத்தைக் கண்டதும், தேவி போர் செய்யும் யுக்தியை உண்மையில் எமக்குக் கற்றுக் கொடுத்தது யார் தெரியுமா?

யார்?

உனது இந்த கருவிழிகள் இரண்டும் தான். 'துருதுரு'வென பார்வையை செலுத்தி அது மார்பைத் துளைத்து மறுபுறம் வந்து விடுகின்றது." என்றதும் 'கலகல'வென சிரிக்கத் துவங்கினாள் நிருதி. நீண்ட பெருமூச்சுடனே, இனி ஒரு முறை அவள் அஞ்சும் படியாக பேசவே கூடாது என்று எண்ணிக் கொண்டான் கருணா.

"அதெல்லாம் இருக்கட்டும் சுவாமி. அவள் அந்தப் பெண்ணின் பெயர் என்ன கூறினீர்கள்?"

"சம்பை!"

"ம்ம்ம்... அவள் தங்களை ஆபத்தில் இருந்து காத்துள்ளாள். தாங்கள் இங்கே விரைவில் வந்தடைய வரைபடம் தந்து உதவி உள்ளாள். இவ்வளவு செய்த அவளை இப்படி தாங்கள் நிராகரித்து இருக்கக் கூடாது சுவாமி."

"நீ என்ன கூறுகின்றாய் நிருதி? அவள் தான் தன்னை மணந்து கொள்ளும்படி வெளிப்படையாய்க் கேட்டிருக்கின்றாளே? அதனை தாங்கள் அலட்சியம் செய்தது தகுமோ சுவாமி?"

"இதன் பொருள்?"

"அவளை தாங்கள்..."

"ம்ம்ம யான்?" என்ற கருணாவின் பார்வை அவளைப் பேசவிடாமல் தடுத்தது.

"மேலே ஆகாயத்தைப் பார், தேவி. விண்மீன்கள் தெரிகின்றனவா?"

'ஆம்' என்று தலையசைத்தாள்.

"அவற்றின் எண்ணிக்கை எத்தனை இருக்கும்?"

"அதனை எப்படி கூற முடியும் சுவாமி? எண்ணில் அடங்காதவை விண்மீன்கள்"

"சரி! மீண்டும் ஒருமுறை ஆகாயத்தைப் பார்த்து சந்திரன் எத்தனை என்று கூறு?"

அதை மேலே பார்ப்பதற்கோ, எண்ணுவதற்கோ என்ன இருக்கின்றது சுவாமி. ஒன்று தான் இருக்கும்."

"அந்த ஒன்றையும் நீ பகலிலே காண இயலாது. காரணம் அறிவாயா?"

"கதிரவனின் வெளிச்சம் ஆனது நிலவையும் விண்மீன் களையும் கண்களுக்கு புலப்படாமல் செய்துவிடும்."

"இப்பொழுது கூறு தேவி. வானுக்குப் பெருமை சேர்ப்பது எது? சிதறுண்டு கிடக்கும் பல கோடி விண்மீன்களா? அல்லது தேய்ந்து வளரும் சந்திரனா? இல்லை, வானைப் பெருமைப் படுத்தி வையத்து உயிரினங்களை வாழவைக்கும் கதிரவனா?"

"கதிரவனே சுவாமி."

மானுடன் வாழ்வியலும் கூட இந்த வானுடன் ஒத்துப் போகும் நிருதி. மானுடன் என்பவன் இந்த வான் போல. அதில் உதிக்கும் சூரியன் முதல் மனைவி. அவர்கள் பொருட்டு பிறக்கும் பிள்ளைகள், புவியில் வாழும் உயிரினங்கள். தன் முதல் மனைவியை அடுத்து அவன் மணந்து கொள்ளும் அத்துணை பெண்களுமே தேய்ந்து வளரும் சந்திரன், சிதறுண்டு கிடக்கும் விண்மீன்கள் போன்றவர்களே.

இரவுக்கு மட்டுமே அழகு சேர்க்கும், பகலில் அதன் மதிப்பிழக்கும், தேவி. அதை யான் என்றோ உணர்ந்து கொண்டேன் தேவி. இனி ஒரு முறை விளையாட்டாக கூட இன்னும் ஒரு பெண்ணை மணந்து கொள்ளும்படி கூறாதே. யான் வாழ் நாளில் செய்த பெரும் பிழை என்ன தெரியுமா? மலரை மறுமணம் புரிந்து கொண்டது தான்!

"சுவாமி, தங்கள் ஏன் இவ்வாறாகக் கூறுகின்றீர்கள்?"

"ஆம் தேவி, உங்கள் இருவரையும் சமமாக பாவிக்கின்றேன் என்று உறுதிப்படுத்துவதே எமக்கு ஒரு பணி போல் தொடர்ந்து கொண்டு இருக்கிறது"

"இது குறித்து தாங்கள் இத்துணை கவலை கொள்ளத் தேவையில்லை சுவாமி; காலப் போக்கில் தானே சரியாகிவிடும்."

"அதையேதான் யானும் எண்ணிக்கொண்டு இருக்கின்றேன். சரி புறப்படலாமா? வெகு நேரம் ஆகிப்போனது."

"ஆகட்டும் சுவாமி."

இருவரும் தேரிலே பயணிக்க, "நிருதி, நாளை மறுநாள் நாம் வண்டை புறப்பட வேண்டும். உனக்கு சம்மதம் தானே? இல்லையானால் ஓரிரு நாட்கள் கழித்துச் செல்லலாம். உனது விருப்பமே."

"இல்லை சுவாமி. தங்களின் சித்தப்படி நாளை மறுநாளே புறப்படலாம்."

"ஆகட்டும்."

அரண்மனை முகப்பில் அனைவரும் இருந்தனர்.

"வாருங்கள் வண்டையர் கோனே!"

"வணங்குகின்றேன், சக்கரவர்த்திகளே!"

வா மகளே.

அங்கே பாண்டியன் ஸ்ரீ வல்லபனும் வந்திருந்தனர். நிருதி அகத்தே செல்ல, ஆண்கள் அனைவரும் கலந்துரையாடிக் கொண்டிருந்தனர். கருணாவின் கலிங்கப் பயணம் குறித்து வெகு நேரம் கடந்திருக்கும். அது நாள் வரையிலும் சோழர்களின் அரண் மனையில் இரவு தங்கியது இல்லை கருணா. உண்மையில் அதில் அவனுக்கு விருப்பமும் இல்லை. ஆனால் இன்றைய இரவு இங்கிருந்தால் நன்றாகத்தான் இருக்கும் என்று எண்ணிக் கொண்டான். உண்மையில் அப்படி ஒன்று நடந்தால். அதை விட குலோத்துங்கன் மகிழ்ச்சி அடைய வேறேதும் இல்லை.

"என்ன செய்வது? அவளும் இங்கே வந்த பாடும் இல்லை. இங்கிருப்பவர்கள் சென்ற பாடுமில்லை. இந்த பாழாய்ப் போன காலம் மட்டும் ஏன் இப்படி ஓடிக்கொண்டு இருக்கின்றதோ தெரியவில்லை" என்று எண்ணிக் கொண்டான் கருணா. அவன் அப்படி எண்ணும்பொழுதே, அங்கிருந்து அனைவரும் சக்கரவர்த்திகளிடம் விடைபெற்றுச் சென்றனர்.

"இனியும் நாம் இங்கிருப்பது அழகல்ல. நாமும் நமது மாளிகைக்கே புறப்படலாம் என்ன செய்வது? வண்டைக்குச் சென்றால் மட்டுமே அவள் அருகே இருக்க இயலும் போல்? என்று எண்ணிக் கொண்ட கருணா எமக்கும் உத்தரவளியுங்கள் பிரபு" என்றதும், "தேவி, வண்டையர்கோன் புறப்படுகின்றார் என்று கூறி நிருதியை அழைத்துவா" என்றான் குலோத்துங்கன்.

"வழி அனுப்பவாவது வருகின்றாளே மகிழ்ச்சி!"

அங்கே வந்தாள் நிருதி.

"அரசர் புறப்பட்டு விட்டார் அம்மா. அகத்தே என்ன செய்து கொண்டு இருந்தாய்? நீயும் புறப்படு!" என்று குலோத்துங்கன் கூறியதுமே அளவு கடந்த ஆனந்தம் கருணாவிற்கு. இருவரும் அங்கிருந்தவர்களிடம் விடை பெற்றுக் கொண்டு தேரிலே அமர "கருணா!" என்றழைத்தான் பாண்டியன்.

"கூறு பாண்டியா!" என அவன் அருகே செல்ல "அரசியாருக்கு இது நான்காவது திங்களாம்." என்று கூறினான் பாண்டியன்.

"தெரியும், பாண்டியா"

"சற்றே இடைவெளியைக் கடைபிடிக்க வைத்தியர் பரிந்துரைத்துள்ளாராம். இதனை எப்படி உன்னிடம் கூறுவது என்று சக்கரவர்த்திகளின் குடும்பத்தினர் தயக்கம் காட்டு கின்றனர். அதனை உன்னிடம் கூறும்படி இளவரசர் என்னிடம் கூறினார்."

"புரிகிறது பாண்டியா யான் பார்த்துக் கொள்கின்றேன்."

"நல்லது கருணா. சென்று வா."

"ஆகட்டும் நண்பா!" என்றவன் வண்டையர் மாளிகைக்குப் புறப்பட்டான்.

"அக்கையார் கூறி அனுப்பியதை அவரிடம் எப்படி கூறுவது? ஏதும் நினைப்பாரா? பாண்டியன் கூறியதை நிருதியிடம் கூறலாமா, வேண்டாமா? நனது ஆசைகள் அனைத்துமே நிராசை ஆகிவிடுகின்றன. இது எப்படி என்று தான் தெரியவில்லை. இருந்தாலும், பரவாயில்லை நன் பிள்ளையின் பொருட்டே. இந்தக் கட்டுப்பாடு இதுவும் நன்றாகத் தான் இருக்கிறது"

"நிருதி, மாளிகை வந்துவிட்டது; அகத்தே செல்லலாமா?"

தலை அசைத்தாள் அவள்.

வெகுநேரம் எதிரெதிரே அமர்ந்திருந்தனர் மௌனமாகக் கழிந்தன சில நாழிகைகள்.

"தேவி உனக்கு உள்ளார்ந்து எதுவும் தெரிகின்றதா?"

"ஒன்றும் தெரியவில்லையே சுவாமி."

"எமக்குத் தெரிகிறதா என்று தொட்டுணர்ந்து பார்க்கட்டுமா?"

நிருதி தலை அசைத்தாள் அவள்.

"பூவினைத் தொடுவது போல் மிக மென்மையாக. அவள் வயிற்றிலே தனது கரத்தை வைத்தான் கருணா."

"தேவி, உனக்கு ஏதும் நனது கரம் அழுத்துவது போல் தோன்றவில்லையே?"

"இல்லை சுவாமி."

"என்ன இது நிருதி ஒன்றையும் என்னால் உணர முடியுவில்லையே?"

புன்னகைத்தபடியே, "என்னுள்ளே இருந்தும் என்னாலேயே உணர முடியவில்லை. தங்களால் எப்படி முடியும் சுவாமி?"

"ஆனால்..."

"என்ன நிருதி?"

"இருதினங்களுக்கு முன்பு, அமுதா எனது வயிற்றிலே, அவளின் செவிதனை வைத்து ஏதோ துடிப்பது போன்று தென்படுகிறது என்றாள்.

"உண்மையாகவா?"

"ஆம் சுவாமி. வேண்டுமானால், நாளை அமுதாவை அழைத்துக் கேளுங்கள் – எப்படி இருந்தது என்று" அவள் கூறியதுமே நகைக்க தொடங்கினான் கருணா.

"ஏன் சுவாமி நகைக்கின்றீர்கள்?"

"பின் என்ன, நிருதி? நீயே எனதருகில் இருக்கையில், இதை நாளை யான் அமுதாவிடம் கேட்டுத் தெரிந்துகொள்ள வேண்டுமா என்ன?"

"அதைக் கேட்டு அவள் சிரிக்கமாட்டாளா?"

அமைதியானாள் நிருதி. அவள் வயிற்றில் செவியை வைத்த கருணா, "ஆம் நிருதி. அமுதா கூறியது உண்மை தான். ஏதோ துடிப்பது போன்று தெரிகின்றது. நிருதி உனக்கு உறக்கம் வருகின்றதா?"

"இல்லை சுவாமி.

அப்படியானால், நான் உனது மடியில் தலைவைத்துக் கொள்கின்றேன்; நீ நாவுக்கரசர் பதிகம் பாடு."

"ஆகட்டும் சுவாமி."

வழக்கம் போல் நான்கு பதிகங்கள் கடக்கும் முன்பே உறங்கிப்போனான் கருணா.

வண்டைக்குப் புறப்பட்டனர் கருணாவும் நிருதியும் அமுதாவை அழைத்துக் கொண்டு. இம்முறை குலோத்துங்கன் உள்பட அனைவருக்குமே நிருதியை அனுப்புவதில் விருப்பமே யில்லை. இருப்பினும், அவள் கணவன்

அழைத்ததால் அவனுடன் அனுப்புவதே முறை என்பதை அவர்கள் அனைவரும் மறுக்கவும் இல்லை. வண்டையில் குடிகள் துவங்கி, குடும்ப உறுப்பினர், பணியாட்கள் என அனைவரிடமும் அனேக மாறுதல்களை உணர்ந்தாள் நிருதி. அவள் மீது புதுவித அன்பும், அக்கறையும் தென்பட்டன அங்கிருந்த அனைவரிடமும். என்றும் ஒன்று போல் இருப்பவர் அன்னவராயர் மட்டுமே. பெற்ற மகளுக்கு ஒப்பாக எண்ணுவார் எந்நாளுமே.

"எப்படி இருக்கின்றாய் நிருதி?"

"நலமுடனே இருக்கின்றேன்."

"கேள்விப்பட்டேன் மிக்க மகிழ்ச்சி."

மலர் ஒப்புக்குத் தழுவிக் கொண்டதை உணர முடிந்தது நிருதியினால். புறத்தே பணி இருப்பதாகக் கூறி கருணா சென்றான். வெகு நாட்களுக்குப் பின் சமையல் வளாகத்திற்குச் சென்றாள் நிருதி.

"மகளே, இனி இங்கெல்லாம் நீ வரலாகாது. அனல் ஒவ்வாது அம்மா. நீ சென்று ஓய்வெடுத்துக் கொள்" என்றாள் உத்தமவல்லி வாஞ்சையுடனே.

"ஆகட்டும் அத்தை அவர்களே."

குடந்தை பொற்கொல்லன் சோகி நாதன் இல்லம்.

"வரவேண்டும்."

"வாருங்கள், பெருமா. வணங்குகின்றேன்."

"தாங்கள் இந்த எளியேன் குடிலுக்கா. கட்டளை இட்டிருந் தால் அடியேன் வண்டைக்கே வந்திருப்பேனே."

"அதனால் ஒன்றுமில்லை, கொல்லரே. எம்பொருட்டு தாம் ஒரு பணி மேற்கொள்ள வேண்டும்."

"உத்தரவிடுங்கள் பிரபு."

"பன்னிரு முத்துக்களின் வகை கொண்டு ஆபரணங்கள் செய்யவேணும். அதுவும் உச்சி முதல் பாதம் வரையிலும். அவை மிக நேர்த்தியான முறையில் இருக்க வேண்டும். அதுவும் விரைவாக"

"தங்களின் சித்தப்படியே பிரபு."

சோகிநாதனின் உதவியாளன் கருணாவிற்கு அருந்த மோர் கொண்டு வந்து கொடுத்தான். அதை வாங்கிக் கொண்ட கருணா 'நன்றி' என்று கூறி. மேலும் நனது நம்பிக்கைக்

குரியவர் ஒருவரை அனுப்பி வைக்கின்றேன். அவரிடம் கொடுத்தனுப்புங்கள்."

"ஆகட்டும் பிரபு."

"இதற்கான கூலி?"

"பிரபு கடந்த சில நாட்களுக்கு முன்பு புதிய ஆபரணங்கள் செய்து தரும்படி பெரிய நாச்சியார் கூறி சென்றார். அவற்றை எடுத்துக் கொண்டு அடுத்த வாரம் வண்டை வருகையில் இதற்கான கூலியையும் சேர்த்து வாங்கிக் கொள்கின்றேன்."

"இல்லை வேண்டாம். இதற்கானதை தற்போதே வாங்கிக் கொள்ளுங்கள்; தவிரவும், யான் இங்கு வந்து செல்வது குறித்து தாயாருக்கு தெரிய வேண்டாம்."

"தங்களின் உத்தரவு பிரபு."

நிருதியின் அறைக்குச் சென்ற கருணா, "உணவருந்தினாயா தேவி?" என்று கேட்டான்.

ஆம் என்று தலையசைத்தாள். சற்று நேரம் அவளுடன் உரையாடி விட்டு சரி நீ ஓய்வெடுத்துக் கொள் என்றவன் மலரைக்காணச் சென்றான்.

அவள் கட்டிலிலே உறங்கிக் கொண்டு இருந்தாள். தனது அறைக்கு வந்த கருணா அங்கிருந்த பெரிய மேசையில் சம்பை கொடுத்த வரைபடங்களை விரித்துப் பார்த்துக் கொண்டிருந்தான். கலிங்கத்திற்கு எளிதில் செல்லும் அற்புதமான வழிகாட்டி. அவனை பின் நின்று யாரோ அணைப்பது போல இருந்தது.

"மலர், நீ இன்னும் உறங்க வில்லையா?"

"இல்லை. தங்களுக்கு இன்னும் கோபம் தணியவில்லையா, அத்தான்?"

"கோபமா? எமக்கா? நீ தான் நாங்கள் இன்று காலை வந்த போது பாராமுகம் காட்டினாய். உனது அறைக்குச் சற்று முன்பு வந்தேன். நீயோ உறங்கிக் கொண்டிருந்தாய். அதனால் நனது அறைக்கு வந்து விட்டேன்."

"சரி, அன்று என்னையும் அறியாமல் ஏதேதோ பேசி விட்டேன். மன்னியுங்கள்"

"பரவாயில்லை மலர்."

"பிள்ளைப் பேறு என்பது நிருதிக்கு மட்டும் தான் கிட்டுமா? எனக்குக் கிட்டாதா அத்தான்?"

"யார் சொன்னது?"

"யார் சொல்ல வேண்டும்? தங்களின் செயல்பாடுகளைக் காணும் போது எமக்கு அப்படி தோன்றுகிறது"

"நீ நினைப்பது போன்று இல்லை என நிரூபிக்கின்றேன், வா மலர்" என்றவன், 'இந்த போலித்தனம் என்னுள் எப்படி வந்து ஒட்டிக்கொண்டது என்று எமக்கே தெரியவில்லையே? எம் இறைவா உள்ளத்தே அவளை நினைத்துக் கொண்டு இவளுடன் கூடி களிப்பதா? இந்த கொடுமையை யாரிடம் கூறி ஆற்றிக் கொள்வேன் பரம்பொருளே?' என்று மனத்துள் புலம்பினான்.

அப்பொழுதும் தொடர்ந்து கொண்டு தான் இருந்தது கருணா நிருதியின் அறைக்குச் சென்று வருவது.

இளவேனில் தன் பிள்ளையுடன் வந்திருந்தாள் வண்டைக்கு – நிருதியைக் காண வேண்டி. மிக உற்சாகமாக பொழுது கழிந்தது வண்டையில் இருந்தவர்களுக்கு – இளவேனிலின் மகள் இரண்டாம் உத்தம வல்லியினால். குடந்தை பொற்கொல்லன் சோகிநாதன் வந்திருந்தான் வண்டைக்கு – உத்தமவல்லி செய்ய சொல்லியிருந்த ஆபரணங்களை எடுத்துக் கொண்டு ஆபரணங்களை அரண்மனை வளாகத்திலே கடை விரித்தான் கொல்லன். அப்பொழுது அவர்களைக் கடந்து சென்ற கருணாவை, "தம்பி நீயும் வா மகனே. நம் பெண்டு பிள்ளைகள் அணிவதற்கு ஆபரணங்கள் செய்ய சொல்லி இருந்தேன். இதில் இருந்து அவர்களுக்குப் பொருத்தமானதை முடிவு செய் என்றால்.

யானா பெண்டுகள் அணிபவை குறித்து எமக்கு என்ன தெரியும், தாயே?"

"ஏனப்பா அதுதான் வெளி தேசம், நகரங்களுக்கு சென்று வருகையில் ஆபரணங்கள் வாங்கி வருகின்றாயே? பின் என்ன?"

"அது வியாபாரிகள் சிறந்தது என்று கூறுவதை வாங்கி வருவேன் அவ்வளவே. மற்றபடி இதில் அவ்வளவு அனுபவம் இல்லை தாயே. தவிரவும், எமக்கு முக்கிய பணிகள் சில உண்டு" என்று அங்கிருந்து நகர்ந்தான் கருணா. பொற்கொல்லன் சோகிநாதனும், அவன் உதவியாளனும் ஒருவரை ஒருவர் பார்த்துக் கொண்டனர்.

"பொன்னா இங்கே வா."

"கூறுங்கள் அரசியாரே." மணவாளினியையும், அமுதாவையும் அழைத்துவா.

உத்தரவு அரசியாரே.

"என்ன தமையா பணிகள் உள்ளதாக கூறினீர்கள்? இப்பொழுது இங்கு வந்தமர்கிறீர்களே?"

"நமக்கு எப்பொழுது தான் பணி இல்லை தங்காய்? நீங்கள் ஆபரணங்களை எவ்வாறு தேர்வு செய்கிறீர்கள் என்பதைக் காணவே இங்கு அமர்கின்றேன்" என்ற கருணா. அங்கு போடப்பட்டு இருந்த இருக்கையில் அமர்ந்தான். கருணா. அவன் தாய், சிற்றன்னை, தங்கை மற்றும் மலர் அங்கே இருந்தனர்.

"வா மகளே. அமுதா நீயும் வா அம்மா. உங்களுக்குப் பிடித்த ஆபரணங்களை எடுத்து கொள்ளுங்கள்."

"தாயே இப்பொழுது நிருதிக்கு எதற்கு ஆபரணம்? அவளிடம் தான் அதிகமாக உள்ளதே?"

"எவ்வளவு இருந்தால்தான் என்ன, அணிகலன் வேண்டாம் என்பாளா பெண்? மகளே, தவிரவும்" கர்ப்பமாக வேறு இருக்கின்றாள். அவளுக்குப் பிடித்தமான ஆபரணங்களை செய்யச் சொல்லி இருந்தேன்.

"வணங்குகின்றேன் பிரபு."

"வா குமரா. இதனை நனது அரையில் வைத்துவிடு."

"உத்தரவு அரசே."

"நிருதி இதில் இருக்கும் ஆபரணங்கள் உனக்கு வேண்டுமா என்ன?"

"அப்படியெல்லாம் ஒன்றுமில்லை அரசே."

"அப்படியானால் சரி. உனது அறைக்குச் சென்று ஓய்வெடுத்துக் கொள்."

"உத்தரவு அரசே."

"தமையா, தாங்கள் ஏன் இவ்வாறாக நடந்து கொள்கின்றீர்கள். அண்ணியாருக்கு பிடித்த ஆபரணங்களைத் தான் எடுத்துக் கொள்ளட்டுமே."

"பரவாயில்லை, இளவேனில் அவர்களே. சரி எமக்காவது தேர்வு செய்து கொடுத்து பின் செல்லுங்கள் அண்ணி அவர்களே"

"ஆகட்டும்" என்ற நிருதி, ஆர்வத்துடனே தேர்வு செய்தாள்.

"மலர் நீ என்ன பார்த்துக் கொண்டு இருக்கின்றாய்? உனக்கு வேண்டிய ஆபரணங்களை வாங்கிக் கொள்."

"உண்மையாகவா அத்தான்?"

ஆம் தேவி. உனக்கு ஆபரணங்களே தனி... அழகைக் கொடுக்கும்: ஆகையால் வாங்கிக் கொள்"

ஆகட்டும் அத்தான்.

"அமுதா நீ எங்கே செல்கின்றாய்?"

"இல்லை அரசே. எமக்கும் ஆபரணங்கள் ஏதும் வேண்டா"

"அப்படி கூறலாகாது அமுதா. நீயும் இளவேனில் போல் நனது அன்புத் தங்கையே உனக்கு வேண்டிய ஆபரணங்களை எடுத்துக் கொள். அது இந்தத் தமையனின் கண்ணான சீராக இருக்கட்டும்."

"கண்களில் இருந்து அருவியாய் வழிந்தது அமுதாவிற்கு. தனக்கு உடன் பிறந்தான் இல்லை என்ற வருத்தம் அன்றே அவளுக்குத் தோன்றியது."

"ஆமாம் நன்மகன் கூறுவதும் சரிதான்; அமுதாவின் கண்ணான ஆபரணங்கள் முதலில் நாம் வாங்கியதாகவே இருக்கட்டும்" என்றால் கருணாவின் தாய் உத்தமவல்லி. அவர்களின் அன்பானது எத்தனை உள்ளார்ந்தது என அன்றே அமுதா உணர்ந்தாள்.

"சரி, நீங்கள் அனைவரும் பொறுமையாகத் தேர்வு செய்து வாங்கிக் கொள்ளுங்கள்; யான் சென்று நனது பணியைத் துவங்குகின்றேன். நிருதி நீயும் உனதறைக்குச் செல் இளவேனிலுக்குத் தேர்வு செய்து கொடுத்து விட்டு."

"ஆகட்டும் அரசே."

"குமரா."

"இதோ வந்து விட்டேன் அரசே."

"இவர்கள் அனைவரும் ஆபரணங்கள் வாங்கிக் கொண்டதும், அதற்கான கூலியைப் பொற்கொல்லரிடம் கொடுத்தனுப்பு.

"உத்தரவு அரசே!" அங்கிருந்து சென்றான் கருணா.

சோகி நாதனின் உதவியாளன்.

"அய்யா, இவர்தானே அன்று நம் உலைக்கு வந்தார் நித்தில ஆபரணம் செய்ய சொல்லி?"

"ஆமாம்."

"இங்கிருக்கும் இருவரும் அவருடைய மனைவிகள் தானே?"

"ஆமாம்."

"அப்படியானால், ஒருவரை ஆபரணம் வாங்க வேண்டாம் என்கிறார்; ஒருவரையோ எவ்வளவு வேண்டுமானாலும் வாங்கிக் கொள் என்கிறார். இவர்கள் இருவருக்குமே, அந்த நித்தில ஆபரணங்களைத் தரவில்லை என்றால், பின் யாருக்காக அவற்றைச் செய்ய சொல்லியிருப்பார், அய்யா?"

"இது என்ன கேள்வி உடும்பா? உனக்கு எத்துணை மனைவியர்?"

"இரண்டு."

"வெறும் பொன்னுலையில் எமக்கு உதவியாளனாக இருக்கும் உனக்கே இரண்டு மனையாள்கள் என்றால், வண்டையின் அரசர் அவர். அரசின் பல உயர் பதவிகள் வேறு வகிக்கின்றார். ஈழம் முதல் கலிங்கம் வரை வேறு சென்று வந்திருக்கின்றார். அவருக்கு எத்தனையோ? யாருக்கு தெரியும்?"

"அப்படியில்லை ஐய்யா வண்டை மன்னர்கள் ராமபிரானைப் பின்பற்றி வாழ்பவர்கள் என்பார்களே? அதற்கு தானே விதிவிலக்கென்று தான் காட்டிவிட்டாரே இரண்டாவது கண்ணானம் செய்து. இன்னும் என்ன?"

"அதுவும் அப்படியோ?"

நமக்கெதற்கு? அரச காரியங்களில் மூக்கை நுழைப்பானேன்?

"அதுவும் சரிதான்."

தனதறைக்குச் சென்றாள் நிருதி.

"சுவாமி இங்கு என்ன செய்து கொண்டிருக்கின்றீர்கள்?

அதை பிறகு கூறுகின்றேன் கதவை தாழிட்டுவா நிருதி.

ஆகட்டும் என்றவள், "அங்கே தங்களுக்குப் பணிகள் இருப்பதாக கூறினீர்களே? அப்படி இருக்க, இங்கே என்ன செய்து கொண்டு இருக்கின்றீர்கள்?" என்று கேட்டாள்.

"ஆமாம் தேவி, ஒரு முக்கிய பணிக்காகவே இங்கு வந்தேன். முதலில் உனது ஆபரணங்களை அவிழ்த்து வை."

"ஆகட்டும் சுவாமி."

அவனும் அவளுக்கு உதவி செய்தான்.

"கண்களை மூடு தேவி."

"எதற்கு சுவாமி?"

"காரணமாகத்தான். ஆகட்டும் இப்பொழுது பார். நித்தில ஆபரணங்கள் எப்படி இருக்கின்றன தேவி? நீ கூறிய பனிரெண்டு வகை முத்துக்களால் செய்யப்பட்டது."

"அற்புதம்! சுவாமி, மிக அற்புதம்!"

"அப்படியானால், உடனடியாக அணிந்து கொள், நிருதி."

"இதோ..."

அவனும் உதவி செய்தான்.

"கண்ணாடியிலே சென்று பார்க்கலாம், வா நிருதி. இந்த நித்தில ஆபரணத்தில் மிகவும் அழகாக இருக்கின்றாய். நிருதி"

"நன்றிகள் சுவாமி!"

"வெறும் நன்றியா?"

"ஏன் சுவாமி?"

"நன்றாகப் பார் தேவி. உன்னை அகமும், புறமும் நல் முத்தினாலே அழகுபடுத்தி இருக்கின்றேன்."

அவள் வயிற்றில் தனது கரம் வைத்து, "உண்மை தான் சுவாமி" என்றவள், அவன் நெற்றியில் முத்தமிட்டாள். சற்றே அங்கு அமைதி நிலவியது.

"அய்யோ, சுவாமி அமுதா வந்து விடப்போகின்றாள்!"

"அவள் மட்டும் அல்ல தேவி தற்சமயம் யாரும் இங்கு வரமாட்டார்கள்.

எதனால் சுவாமி? ஆபரணங்களை அவ்வளவு சுலபத்தில் தேர்வு செய்ய மாட்டார்கள், நம் வீட்டு பெண்டுகள். எப்படியும் இன்றைய இரவு வரையிலும் நீளும் அவர்களின் தேர்வானது. அனேகமாக, நாளை காலை தான் பொற்கொல்லர் இங்கிருந்து செல்வார். ஆகையால், யான் இன்றைய இரவு வரையிலும் உன்னுடன் தான் இருக்கப் போகின்றேன் – எதையாவது பேசிக்கொண்டு அல்லது இப்படியே பார்த்துக் கொண்டு, நேரம் போவது தெரியாமல்".

புன்னகையுடன் தலையசைத்தாள் நிருதி.

கருணா கூறியது போல் இரவு நெருங்கியது – அவர்கள் ஆபரணங்களைத் தேர்வு செய்து முடிக்க.

"சுவாமி, இந்த ஆபரணங்களை யான் வேறொரு நாளில் அணிந்து கொள்ளட்டுமா?"

"தாராளமாக!"

"இப்பொழுது அவிழ்த்து விடுகின்றேன்."

"ஆகட்டும்" அவற்றை அவிழ்த்து வைத்து விட்டு முன்பு அணிந்திருந்த ஆபரணங்களை அணிந்து கொண்டாள் நிருதி.

"தேவி, குமரனிடம் சில பணிகள் குறித்துப் பேச வேண்டி உள்ளது. யான் சென்று வரட்டுமா?"

"ஆகட்டும் சுவாமி."

"கருணா அங்கிருந்து சென்ற சற்று நேரத்திற்கெல்லாம் அங்கு வந்தாள் அமுதா."

"என்ன நிருதி, எப்பொழுதும் நல் இரவிலே வந்து செல்லும் உன் நாதன். தற்போது வந்து சென்றிருக்கிறார் போல தெரிகிறதே?"

"ஆம் அமுதா."

"சரி போகட்டும், இதோ பார் நிருதி, எமக்கான ஆபரணங்கள்" என்றாள் அமுதா – ஒரு பேழையைக் காட்டி.

"அனைத்துமே அற்புதமாக உள்ளது அமுதா!"

"நன்றிகள் நிருதி. காஞ்சனத்தின் சிறப்பிது தான்; தன்னை வருத்தி இத்துணை அழகான ஆபரணங்களைத் தருகின்றது"

"உண்மைதான் நிருதி.

-65-
திரை பொருளும் சித்திர மண்டபமும்

திரை பொருளும் சித்திர மண்டபமும்

"இதன் பொருட்டு உனக்கு மகிழ்ச்சி தானே அமுதா?"

"மகிழ்ச்சி தான் நிருதி. ஆனால் இதன் பொருட்டு அல்ல."

"வேறு"

"நம் அரசரின் மேல் வேறு விதமாக அபிப்பிராயம் கொண்டிருந்தேன் இது நாள் வரையும். நீ எத்துணையோ முறைகள் அவர் குறித்துக் கூறியும் அதனை யான் பொருள் படுத்தவில்லை. ஆனால் இன்று யானே ஒப்புக் கொள்கின்றேன் நிருதி. உன் நாதன் உத்தமன் என்பதை"

"நல்லது அமுதா."

"வணங்குகின்றேன் தந்தையே!"

"வா மகனே! அனைவரும் வந்தாகி விட்டார்களா."

"நிதி அமைச்சர் வளவன் இன்னும் வரவில்லை பிரபு." என்றார் கருவூல அமைச்சர் வைத்தியநாதன்.

"இதோ வந்து விட்டார். சபை நடவடிக்கைகள் தொடரலாம்" என்று கருணா கூற, வண்டையின் ஓலை நாயகம் சபையினரை வணங்கி, "நேற்றைய முன்தினம் சோழ அரசபையில் இருந்து சம்பிரதாய ஓலை வந்துள்ளது. இந்த ஆண்டிற்கான திரை பொருள் செலுத்தும்படி. மேற்படி திரை பொருளை. காஞ்சியில் உள்ள சோழர்களின் அரண்மனை சித்திர மண்டபத்திற்கு வருகை தந்து செலுத்தும் படி தெரிவிக்கப்பட்டுள்ளது. இங்ஙனம் சோழ சக்கரவர்த்தி ராசகேசரி குலோத்துங்கன்"

"அமைச்சர் அவர்களே வண்டையின் ஆண்டு திரை பொருள் செலுத்துவது தங்களின் பொறுப்பில் தானே உள்ளது?" என்றான் கருணா.

"ஆம் தேவரே, அதற்கான நிதி எடுத்து அவற்றை ஆவணத்திலே பதிவும் செய்து விட்டேன்."

"நல்லது இதனுடன் நம் வண்டை நகர் அரசரின் அன்புப் பரிசாக ரத்தினக் குவியல் அடங்கிய பெட்டகம் ஒன்றும், மலை மண்டல களிறு இரண்டு (ஆண் யானை) அரபு புரவிகள் ஐந்து பூட்டிய தேர் ஒன்று, வெண் குடை ஒன்று.[1] சாமரை ஐந்து, மணிமுடி ஒன்று.

---

1. சாமரையின் – கவரிமான் மயிரை பொன் இழையினால் தைத்து விசிறி நவமணி மூடி ஒன்று.

"நல்லது, அனைத்தையும் காஞ்சி எடுத்து செல்ல ஏற்பாடு செய்யுங்கள் அமைச்சரே."

"தங்களின் உத்தரவுப்படியே அரசே."

"மகனே இம்முறை அரசர் என்ற முறையில் தாங்கள் தானே காஞ்சி செல்ல வேண்டும்?"

இல்லை தந்தையே இம்முறை நனது பிரதிநிதியாக சிறிய தந்தையார் எம்முடன் வர வேண்டுகின்றேன்"

"எதனால் மகனே? யான் சோணாட்டு அமைச்சன் என்ற வகையில் எமக்கு அங்கே பலதரப்பட்ட பணிகள் இருக்கக் கூடும். அப்பணியானது அரண்மனையின் அகத்திலும் இருக்கலாம்; புறத்திலும் இருக்கலாம். அத்தருணங்களில் வண்டையர்கள் முறை வாசிக்கப்பட்டால் நன் பொருட்டு சிறிய தந்தையார் செலுத்த எமக்கு உதவியாக இருக்கும்."

அதனால் என்ன? தமையா, நன் மகனுடன் காஞ்சி சென்றுவர எமக்கு அனுமதியளியுங்கள்."

"நல்லபடியாக சென்றுவா ஆவுடையா."

"பிரபு, அவ்விழாவிற்கு இன்னும் பத்து தினங்களே உள்ளன. நாம் நாளை மறுநாள் புறப்பட சரியாக இருக்கும்."

"ஆகட்டும் அமைச்சரே. அங்கே நமது அரண்மனையில் தானே தங்க உள்ளீர்கள்? அல்லது அரசின் விருந்தினர் மாளிகையிலா?"

"நமது அரண்மனையில் தான் தந்தையே"

"நல்லது அப்படியானால், புறப்படுவதற்கான ஏற்பாடுகளைச் செய்யுங்கள். தென்னாடுடையான் பொற்பாதம், போற்றி போற்றி! சபை கலையலாம்" என்றதும் அங்கிருந்து அனைவரும் சென்றனர்.

"அத்தான் தாங்கள் நாளை மறுநாளே காஞ்சி புறப்படத்தான் வேண்டுமா?"

"ஆம் மலர். சபை நடவடிக்ககைகளை மேல் தளத்தில் இருந்து அனைவரும் பார்த்து கொண்டு தானே இருந்தீர்கள்?"

"அது தான் சிறிய அம்மான் செல்கின்றாரே? தாங்கள் சற்று பொறுத்துத் செல்லக் கூடாதா?"

புன்னகைத்த கருணா, "இதுவே யான் தாமதமாகத் தான் செல்கின்றேன் மலர். நன் பணிகளை அங்கே நன் நண்பர்கள் பகிர்ந்து பார்த்துக் கொண்டு இருக்கின்றனர். யான் புறப்பட

வேண்டும் எமக்கான பணிகள் முடிந்த பின்னே அங்கே எமக்கென்ன வேலை? வண்டைக்கு வந்துவிடப் போகின்றேன். சரியா?"

"ஆகட்டும் அத்தான்!"

தனது குடும்பத்தினரிடம் விடைபெற்றுக் கொண்ட கருணா அவன் சிற்றப்பன், இன்னும் சில வண்டை அமைச்சர்களுடன் திறை பொருட்களை எடுத்துக் கொண்டு புறப்பட்டான். சோழனுக்கு திறை செலுத்தும் அனைத்து நாட்டு அரசர்களும் காஞ்சி நோக்கி புறப்பட்டனர். அவரவர் தம் திறை பொருட்களை எடுத்துக்கொண்டு. குலோத்துங்கனும் தன் மனைவிகளுடன் காஞ்சி நகர் சென்றான்.

காஞ்சி நகரே விழாக் கோலம் பூண்டிருந்தது. ஆலயம் முதல் அரண்மனை வரை அனைத்து இடங்களிலும் பந்தல்கள் அமைக்கப்பட்டு பூக்கள், இலைகள், கனிகள், திரைச் சீலைகளாலும் அலங்கரிக்கப்பட்டிருந்தது. காஞ்சி கடைத் தெருவைச் சொல்ல வேண்டியதே இல்லை. வெளிநாட்டு வியாபாரிகள் துவங்கி, உள் நாட்டு வியாபாரிகள் வரை அனைவரும் அரசின் அனுமதியுடன் கடைகள் அமைத்து, தங்களின் வியாபாரத்தைத் தொடங்கினர். அந்தக் கடைத் தெருவில் இல்லாத பொருட்களே இல்லை எனலாம். பல நாடுகளின் அரசர்கள், அமைச்சர்கள், வேறு தேசங்களில் இருந்து வந்திருந்த சுற்றுலா பயணிகள் என அனைவரும் அந்த கடைத் தெருவில் தங்களுக்குத் தேவையானவற்றை வாங்கிச் சென்றனர்.

சித்திரமண்டபத்தில் தன் அமைச்சர்களுடன் அமர்ந்திருந்த குலோத்துங்கன், "சபை நடவடிக்கைகள் துவங்கட்டும்" என்றான். திருமந்திர ஓலை நாயகம் அறிவுறுத்தியதன் பெயரில். ஓலைநாயகம் எழுந்து சபையோரை வணங்கினான்.

ஸ்வஸ்தி ஸ்ரீ கோ இராசகேசரிவன்மரான திரிபுவன சக்கரவர்த்திகள் ஸ்ரீ குலோத்துங்க, விஷ்ணுவர்த்தன, அபயன், சயதரன், சயதுங்கன், விருதராசபயங்கன், கரிகாலன், ராசநாராயணன், உலகுய்ய வந்தான், திருநீற்றுச் சோழன், மனுகுலதீபன், உபயகுலோத்துங்க சோழ தேவர்க்கு திறை பொருள் செலுத்த வேண்டி இவ்விடம் வந்த அரசர்களின் பட்டியல் பின்வருமாறு:

தென்னவர், வில்லவர், கூவகர், சாவகர், சேதியர், யாதவரே, கன்னயர், பல்லவர், கைதவர், காடவர், காரியர், கோசலரே,

கங்கர், கடாரர், களந்தர், கடம்பர், துவிந்தர், நுளும்பர்களே,
வெங்கர், இலாடர், மராடர், மவிராடர், பிந்தர், கயிந்தர்களே,
சிங்களர், வங்களர், சேகுளர், சேவணர், செய்யவர் ஐயனரே,
கொங்கணர், கொங்கர், குயிங்கர், வந்தியர், குச்சரர், கச்சியரே,
வந்தவர், மந்திரர், மானுவர், மாததர், மச்சர், மிலேச்சர்களே,
குத்தர், திகத்தர், வடக்கர், துருக்கர், குருக்கர், விபத்தர்களே"
என்று கூறி முடித்தார் ஓலை நாயகம்.

அவர் கூறியதும் அங்கிருந்த அனைத்து மன்னர்களும்
ஓலை நாயகம் வாசித்த வரிசையின் படி தங்களின் திறை
பொருளைச் செலுத்தினர். பல்லவர் பிரிவில் மாதவனும்,
கருணாவும், தங்களின் திறை பொருட்களைச் செலுத்தினர்.
மற்ற மன்னர்களால் குலோத்துங்கனுக்குத் திறையாகச்
செலுத்தப்பட்ட பொருட்கள். ஆரம் (மாலை), பொன்கலம்
(பொன் அணிகள்), அடல்அயம் (வலிய குதிரை), முடி (கிரீடம்),
பெட்டகம், ஈர நித்திலம் (குளிச்சியான முத்துக்கள்), நவமணி
குவியல், ஏகவடம் (ஒற்றைச் சரமாலை), கனகம், காஞ்சனம்
(பொன்) குழை (காதணி), பிடிகள் (பெண் யானைகள்),
பகடுகள் (ஆண் யானைகள்), அரிவையர் (பெண்கள்), பட்டம்
(நெற்றிப்பட்டம்) இன்னும் பல வகையானவை.

"இவர்களில் திறை கொடாதார் இன்னும் உளரோ?"
என்றான் குலோத்துங்கன்.

அப்போது வடகலிங்கத்தரசன் இரு முறை திறை
கொணரவில்லை பிரபு என்றனர் அமைச்சர் அதனை கேட்ட
குலோத்துங்கன் வெகுண்டு அந்நுழைவாயில் அவனது
வலிய குன்றரனை கடிய வென்று அவனையும் அவனது
களிற்றினங் களையும் பற்றி ஈண்டுக் கொணர்வீர்" என்றான்.

குலோத்துங்கன் அவ்வாறு கூற, அவன் அருகே
அமர்ந்திருந்த கருணாகரன், "அடியேன் கலிங்க மெரிது
வருவல் அடியேனுக்கு விடை கொடுங்கள்" என்றான்.

"அங்ஙனமே செய்க!" என்றான் குலோத்துங்கன்.

சபை நடவடிக்கை கலைந்தது. அங்கு வந்த அனைவரும்
அவரவர் இருப்பிடங்களுக்குத் திரும்பிக் கொண்டு இருந்தனர்.
கருணாவிற்கு இருபத்தொரு நாட்கள் கால அவகாசம்
கொடுத்திருந்தான் குலோத்துங்கன் – கலிங்கம் புறப்பட.

வண்டைக்குத் திரும்பிய கருணாவை வரவேற்றவர்கள்
முகங்களில் சோகம் குடிகொண்டு இருந்தது. ஆனால்

அவனோ உணவு, உறக்கத்தைத் தவிர்த்துப் போருக்கான ஆயத்தப் பணிகளை மேற்கொண்டான்.

"நிருதி, அத்தானை நீ தடுத்து நிறுத்தக் கூடாதா? இந்த போரில் அவர் கலந்து கொள்வது அவசியம் தானா? எமக்கு இதிலே சிறிதும் உடன்பாடு இல்லை. இதுபற்றி அத்தானிடம் பேசு, இல்லையேல் சக்கரவர்த்திகளிடம் பேசு இருவருமே உன் வார்த்தைகளுக்கு, மதிப்பளிப்பவர்கள். உனக்காக இல்லா விடினும் எனக்காகவாவது பேசு நிருதி."

"முயற்சி செய்கின்றேன் மலர்."

"வணங்குகின்றேன் சுவாமி. ஏதும் முக்கிய பணியாக உள்ளீரா? யான் பிறகு வரட்டுமா?"

"இல்லை நிருதி. பணிகள் முக்கியமே ஆனால் உன்னைவிட அல்ல. உனக்கு என்ன வேண்டும்?"

"யான் கேட்பதைத் தவறாக எண்ண வேண்டாம் சுவாமி."

"முதலில் கேள் தேவி. அது தவறா இல்லையா என்பது குறித்து பிறகு பேசலாம்."

"இந்தப் போர் என்பது அவசியம் தானா பிரபு? எங்கோ இருக்கும் கலிங்கர்களால் தான் நமக்கு ஆவதென்ன சுவாமி?"

"இதில் தவறு என்பதற்கில்லை. உனது கேள்வி நல்ல கேள்வி தான். என்னுடன் வா நிருதி" என்றவன் அவளை அரண்மனையின் பின்புறம் உள்ள குதிரைக் கொட்டடிக்கு அழைத்துச் சென்றான்.

"இங்கிருக்கும் புரவிகளில் உன்னை வெகுவாகக் கவர்ந்தது எது தேவி?"

சற்றும் தாமதிக்காமல் சுந்தரத்தைக் கைகாட்டினாள் நிருதி அதை அடுத்து கட்டி வைக்கப்பட்டிருந்த கருணாவின் மற்ற நான்கு புரவிகளையும் காட்டினாள்.

இவற்றை உனக்குப் பிடிக்க என்ன காரணம் நிருதி?"

"இவற்றின் ஆற்றல், அறிவு மற்றும் அழகு சுவாமி."

"இவற்றின் முன்னோர்கள் எந்த தேசம் என்று உனக்குத் தெரியும் அல்லவா?"

"நன்றாகவே சுவாமி! அரபு தேசம் இவற்றின் தாயகம்!"

"உன்னைப் போலவே தான் யானும் இதன் தனித்துவத்தின் பால் ஈர்க்கப்பட்டு இவற்றின் தாயகமான அரபு தேசத்திற்கு நனது வாழ்நாளில் ஒருமுறையேனும் சென்றுவர வேண்டும்

என்று எண்ணி இருக்கின்றேன். அந்நாட்டின் மீது போர் தொடுக்க அல்ல; சுற்றுப் பயணம் மேற்கொள்ள. ஆனால் அந்நாட்டினரோ, ஆயிரம் ஆண்டுகளுக்கு முன் இங்கே இந்தப் புரவிகளை வியாபாரம் செய்யவந்தனர். நாம் சுந்தரத்தின் பால் ஈர்க்கப்பட்டது போல். அவர்கள் வடபுலத்தின் பால் ஈர்க்கப் பட்டு அதன் விளைவானது, இரு நூறு ஆண்டுகளுக்கு முன்பு அரபு தேசத்து கஜினி முகமது என்பான் வடபுலத்தில் பதினொரு முறைகள் படையெடுத்து வந்து தோற்றோடினான்.

"அதை யானும் அறிவேன் சுவாமி. நனது கொள்ளுப்பாட்டன் ராசேந்திர சோழன் படைத் தலைவர்களுள் ஒருவரான ராசாதி ராசன் என்பார் படைத் தலைமையேற்று அவர்களை இருமுறைகள் விரட்டி அடித்ததாகவும் பிற்பாடு அங்கிருந்து வரும் போதே கங்கையில் இருந்து நீர் எடுத்து வந்ததாகவும் மதுராந்தகி தாயார் கூறியுள்ளார்.

"அப்படியானால், உன் அன்னை இதைக் கூறவில்லையா தேவி? பதினோராவது முறையாக வடபுலத்தின் மேல் போர்தொடுத்து வெற்றி பெற்றான் என்பதை"

அமைதியானாள் நிருதி.

ஒரு தேசத்தின் அளவற்ற பலமே. அதன் அதீத பலவீனம் ஆகின்றது. இந்த பரந்த விரிந்த பாரதக் கண்டத்தின் அளவுகடந்த பலமே அதன் செழுமை தான். அதுவே அதன் அதீத பலவீனமும் ஆகியது அன்னியன் படை எடுக்க. இப்பொழுது நாம் கலிங்கத்தின் பால் போர் தொடுப்பது அதன் வளமையைக் கருத்தில் கொண்டு அல்ல, தேவி; மாறாக, அயலோரின் படை எடுப்பிற்கு நம் சோணாடு இலக்காகக் கூடாது என்பதற்காக தான். நாம் கலிங்கத்தின் மீது போர் தொடுக்க, அதனால் உண்டாகும் விளைவுகளால் அன்னியன் ஒருவன் நம் தேசத்தில் கால் பதிக்க அஞ்ச வேண்டும். அப்படி எவரேனும் நம் நாட்டின் மீது போர் தொடுக்க முயன்றானேயானால், அவனிடத்தே சென்று கூறுவான் – இந்தக் கலிங்கன் சோணாட்டைப் பகைத்துக் கொள்வது என்பது எத்தகைய பேராபத்தை விளைவிக்கும் என்று சோணாட்டின் பாதுகாப்பு என்பது எல்லைக் காவலைப் பலப்படுத்துவதால் மட்டும் இயலா காரியம், தேவி நம் பகைவன் யார் என அறிந்து அவனிடத்தே சென்று அங்கே அவனை அவன் குடிகளுக்கு மத்தியில் கொல்வதும், சிறை வைப்பதுமே சோணாட்டின் பலத்தை பிறர் அறியவும். நம் நாட்டின்

பாதுகாப்பை நம் குடிகள் உணரவும். சாதகமான சூழல்களை உருவாக்கும். இன்னும் பலதரப்பட்ட காரணங்களுக்காகவும் கலிங்கத்தின் மீது போர் தொடுப்பது என்பது அவசியமான ஒன்றாகிறது தேவி."

புன்னகைத்தவள், "தங்களிடம் எம்மால் தர்க்கம் செய்ய இயலாது சுவாமி. ஒப்புக்கொள்கின்றேன். தங்களின் இந்தப் போரின் செயல்பாடு சரி என்று."

"நல்லது தேவி."

"ஆமாம் இந்த பலம், பலவீனம் என்பது தேசங்களுக்கு மட்டும்தானா? அல்லது தனிமனித வாழ்வியலுக்கும் பொருந்துமா, சுவாமி?"

"அனைத்திற்கும் பொருந்தும் நிருதி."

"அப்படியானால், தங்களின் அதீத பலம், பலவீனம் என்று எதைக் குறிப்பிடுவீர்கள், சுவாமி? வண்டையின் அரசர் என்பதா? இல்லை சோணாட்டின் அமைச்சர் என்பதா?"

"இரண்டுமே இல்லை."

"பிறகு எது சுவாமி?"

"கட்டாயம் அறியத்தான் வேண்டுமா நிருதி?"

"ஆமாம்."

"நனது அதீத பலமானது வாய் பேசும்; கண் சிமிட்டும்; கரு சுமக்கும். இது குறித்து வேறேதும் விளக்கம் தேவையா தேவி?"

"இல்லை" என்று தலையசைத்தாள்.

"சரி அரண்மனைக்குச் செல்லலாம்."

"ஆகட்டும் சுவாமி."

அரண்மனைக்குள் வந்த கருணா, "உனது அறைக்குச் சென்று ஒய்வெடுத்துக் கொள், நிருதி. எமக்கு சில பணிகள் உள்ளன பிறகு உனைச் சந்திக்கின்றேன்." என்றான்.

"ஆகட்டும் சுவாமி."

"வா நிருதி! இன்று என்ன கற்பித்தார் உன் நாதன்?"

அமுதா கூறியது நிருதியின் செவிகளில் விழுந்தது போல் தெரியவில்லை. அவளின் உள்ளக்களிப்பானது முகத்திலே பிரதிபலித்தது. புன்னகையாய் பூத்தது. எப்போதும் நிருதியிடம் உரையாடும் பொழுது, உள்அர்த்தம் வைத்துப் பேசும்

கருணாவின் பாங்கு, வேடிக்கையையும் வெட்கத்தையும் உணரச் செய்யும் அவளை.

"என்ன வாயிற்று இன்று நிருதி அரசியாருக்கு? அரசர் என்ன கூறினார்? இல்லை என்ன செய்தார்?"

"அமுதா."

பேசக் கூடாது அது தானே? விடு நிருதி யான் பேசவில்லை. அரசர் என்ன பேசினார் என்பதை மட்டும் கூறு"

"கலிங்கத்தின் மேல் தொடுக்கும்..."

"அய்யோ வேண்டாம் நிருதி, தெரியாது கேட்டுவிட்டேன் என்னை விட்டுவிடு" என்றாள் அமுதா.

"யான் கூறவில்லை அமுதா. வீணாக நீ பயம் கொள்ளாதே."

ஒரு மாலைப் பொழுதில் நிருதியின் அறைக்குவந்தாள் மலர்.

"என்ன நிருதி, அத்தானிடம் பேசினாயா?"

"பேசி விட்டேன் மலர். இருந்தும், கலிங்கம் செல்வதில் உறுதியாக இருக்கின்றார் அவர். யான் என்ன செய்வது மலர்? இருப்பினும், நீ கவலை கொள்ள இதில் ஒன்றுமில்லை மலர்? எப்படியும் இப்போரில் நம் நாதனுக்கே வெற்றிகிட்டப் போகின்றது; பிறகு என்ன?"

நீ என்ன கூறுகின்றாய் நிருதி? அவரைச் செல்லவிடாமல் தடுத்து நிறுத்து என்றால் நீயே அவரை போகும்படி கூறியிருப்பாய் போல் தெரிகின்றதே?

அவரின் முடிவை யாரால் மாற்ற இயலும் மலர்?"

"உனது இந்தப் பொறுப்பற்ற பேச்சு எனக்கு வருத்தத்தை அளிக்கின்றது நிருதி."

இல்லை யான்...

"நீ எதுவும் கூற வேண்டாம். உனக்கு மதிப்பளித்துது அவரிடம் பேசும்படி கூறியது நன் தவறே. இது குறித்து யானே அவரிடம் பேசி இருந்திருக்க வேண்டும். அவர் மீதான அன்பும் அக்கறையும் அவரைக் காதலித்து மணந்து கொண்ட எமக்கே அதிகம். ஆனால் நீயோ உன் தந்தையாருக்குப் புகழ் சேர்க்க அவரை கலிங்கம் அனுப்பத் துணிந்து விட்டாய்."

"மலர், நீ என்ன கூறுகின்றாய்?"

"அவரின் இதுபோன்ற தேவையயற்ற செயல்பாடுகளை நீ ஊக்குவிப்பதாலும்" யான் எதிர்ப்பதாலும் தான், அவர் உன்னை

உயர்த்தியும், என்னைத் தாழ்த்தியும் எண்ணுகின்றார். இதில் இங்கிருப்பவர்களால், நீ சோழரின் மகள், யான் வாணரின் மகள் என்ற பாரபட்சம் வேறு! இது போன்ற காரணங்கள் என்னை எரிச்சலூட்டியால் தான் உன்னை சோழபுரத்திலே இருக்கும்படி கூறினேன். ஆனால் நீயோ மீண்டும் இங்கு வந்துவிட்டாய். நன் நிம்மதியைக் கெடுக்க என்று.

"மலர்!" என்ற கருணாவின் குரல், நிருதியின் உள்ளிருக்கும் சிசுவை அதிரச் செய்தது.

"நீ என்ன உளறிக் கொண்டு இருக்கின்றாய்?"

அங்கே கருணாவின் வருகையை மலர் எதிர்பார்க்கவில்லை. அவன் அங்கு வந்ததும், அங்கிருந்து வெளியேற முயன்ற நிருதியின் கரத்தைப் பிடித்த கருணா, "நில் நிருதி! எங்கே செல்கின்றாய்?"

"தாங்கள் பேசிக்கொண்டு..."

ஒவ்வொரு முறையும் உனக்குக் கூறிக்கொண்டே இருக்க வேண்டுமா – நீயும் நன் மனைவி என்பதை? யான் கூறும் வரையிலும் நீ இங்கிருந்து செல்லக்கூடாது. மலர் உனக்கு என்ன தான் வேண்டும் இப்போது? இன்னும் எத்துனை முறைகள் யான் கூறுவது நீங்கள் இருவரும் எனக்கு சமம் என்று. பகைவனின் ஆயுதத்தை விடவும் கொடிய வேதனை தருவது, எது தெரியுமா மலர்? நமைச் சார்ந்தவர்களே நம்மீது உதிர்க்கும் வெறுப்புணர்வு. நீ அவளை உன் தோழியாக என்ன வேண்டா, நன் மனைவியாக கூட என்ன வேண்டா. ஒரு பிள்ளையைச் சுமப்பவள் என்ற மனுதர்மத்துடனேனும் அவளை அணுகலாம் இல்லையா? அது கூட இயலவில்லையானால், நீ உயர் குலத்தின் பிறந்தென்ன பயன்? இதைக் கேள் மலர். நிருதி என்பவள் என் எண்ணங்களைப் பிரதிபலிக்கும் கண்ணாடி போன்றவள். நன் எண்ணத்தின் மறு பரிமாணம் என்று கூட கூறலாம். நீயோ நனது நிழல் போன்றவள். ஒரு மனிதன் அகத்தே எண்ணங்கள் இன்றியும் புறத்தே நிழல் இன்றும் வாழ இயலுமோ? அப்படி தான் நீங்கள் இருவரும் எமக்கு. நீங்கள் இன்றி நன் வாழ்வு பூரணம் அடையாது என்பதை நினைவில் கொள். நன் குடும்பத்தார் நன் மனைவியையயும் அவள் வயிற்றுப் பிள்ளையையயும் நல்ல முறையில் பார்த்துக் கொள்வார்கள் என்றே இங்கு அழைத்துச் வந்தேன். இல்லையானால், அவள் பெற்றோர்களுடன் சோழபுரத்தில் இருக்கும்படி

கூறியிருப்பேன். தற்போது நடக்கும் சூழ்நிலைகள் எதுவும் எமக்கு சரியாகப்பட வில்லை. ஆகையால் என்னுடனே நிருதியை அழைத்து செல்கின்றேன். பெண்கள் போர்க்களம் காணக்கூடாது என்பதை யான் அறிவேன். ஆயினும், அவளுக்கு எதிராக நன் அகத்தினிலே போர் கொண்டிருப்பதை யான் அறியேன். இனி அவளை எங்கே, எவ்விதம், எங்ஙனம் பாதுகாப்பது என்பது எமக்குத் தெரியும். நனது நிலைப்பாட்டை இதற்குமேல் என்னால் விவரிக்க இயலாது" என்று கருணா அங்கிருந்து சென்றான். மலரும் நிருதியின் அறையை விட்டு வெளியேற, இருக்கையில் அமர்ந்தாள் நிருதி.

"நிருதி என்னவாயிற்று உனக்கு? இரு தினங்களாக ஏதோ போல தெரிகின்றாயே? மலரும் அப்படி தான் இருக்கின்றாள். என்ன நடந்தது உங்களுக்குள்?"

"ஒன்றுமில்லை அமுதா; யான் இயல்புடனே இருக்கின்றேன்."

"உனது இயல்பு என்ன என்பது எனக்குத் தெரியாதா? கர்ப்பிணி பெண்கள் இது போல் இருக்கக்கூடாது என்பார்கள் நிருதி. என்னுடன் வா" என்று அமுதா, நிருதியை நந்தவனத் திற்கு அழைத்துச் சென்றாள்.

அங்கிருந்த அரசமரத்தில் பெரிய ஊஞ்சல் கட்டப்பட்டு இருந்தது. அதிலே நிருதியை அமர வைத்து பைய ஊஞ்சலை ஆட்டினாள் அமுதா. வருத்தம் மெள்ள தேய்ந்து மகிழ்ச்சி நிருதியை ஆட்கொண்டது. தனது அறையின் சாளரத்தின் வழியே. மரத்தின் கிளை அசைவதைக் கண்ட கருணா, அங்கே நிருதி ஊஞ்சலில் ஆடுவதைக் கண்டதும், மகிழ்ச்சி ஆனது அவனையும் ஆட்கொண்டது.

"வா மலர்."

"அமுதா நீ சற்று விலகி கொள். யான் ஊஞ்சலை ஆட்டுகின்றேன்."

"வேண்டாம் மலர்"

"பரவாயில்லை நிருதி. நீ அமரு. யான் ஆட்டுவிக்கின்றேன் நிருதி. என்னை மன்னித்துவிடு. உணர்ச்சி மிகுதியினால் உன்னிடம் ஏதேதோ பேசிவிட்டேன். அத்தான் கூறுவதும் சரி தான்; யான் உன்னிடம் அப்படி நடந்து கொண்டது முறையல்ல என்பதை உணர்ந்தேன். இனி நீ நம் பிள்ளையைப் பெற்றெடுக்கும் வரையிலும் உன்னைப் பத்திரமாகப் பார்த்துக் கொள்வேன்" என்றாள் மலர்.

இதைக் கேட்ட நிருதி ஊஞ்சலில் இருந்து இறங்கி மலரை ஆரத்தழுவிக் கொண்டாள்.

இதைக் கண்டதும் நந்தவனத்திற்கு விரைந்தான் கருணா. இனி நம் கணவர், நமது பிள்ளை என்றே வாழ்வோம், சரியா நிருதி!"

"ஆகட்டும் மலர். தற்போதே நனது பழைய தோழிகள் எமக்குத் திரும்ப கிடைத்ததாய் உணர்ந்தேன்" என்றாள் அமுதா.

மூவரும் தழுவிக்கொண்டனர்.

"சரி சரி, வண்டையர் கோனி தேவிமார் இருவருமே ஊஞ்சலில் அமருங்கள். யான் ஆட்டி விடுகின்றேன்." என்றாள் மலர்.

உற்சாகமாக நிருதியும், மலரும் அமர்ந்து கொண்டனர்.

"அமுதா, நாங்கள் அமர்ந்து விட்டோம்; நீ ஆட்டிவிடு." என்றாள் மலர். சற்று நேரம் கழிந்திருக்கும்.

"நன் மகனுக்கு சேவகம் செய்ய உங்களை அவனுக்குக் கண்ணானம் செய்து வைத்தால், அவன் உங்கள் இருவருக்கும் சேவைகள் செய்ய பணித்திருக்கின்றீர்கள்?" என்று கூறி அங்கு வந்தாள் உத்தமவல்லி. அப்பொழுதுதான் இருவரும் கவனித்தனர் – தங்களுக்கு பின் கருணா இருப்பதை.

"தாங்கள் எப்பொழுது வந்தீர்கள், தேவரே?"

"நீ ஆட்டிவிட சொல்லும் போதே வந்துவிட்டார் மலர்" என்றாள் அமுதா.

கருணாவின் தாயைக் கண்டதும் இருவரும் ஊஞ்சலில் இருந்து இறங்கினர்.

"பரவாயில்லை, யான் விளையாட்டிற்கே கூறினேன். இருவரும் அமர்ந்து கொள்ளுங்கள். யான் வேண்டுமானாலும் அசைத்து விடுகின்றேன்."

"அய்யோ வேண்டாம் அத்தை அவர்களே" என்று அங்கேயே அனைவரும் உரையாடிக் கொண்டிருந்தனர்.

"மலர் தற்போதுதான் நன்மனம் அமைதி உற்றது" என்றான் கருணா.

புன்னகைத்தாள் மலர்.

இரவு பொழுது. நிருதியின் அறை நிலா முற்றத்தில் கருணாவும் நிருதியும் அமர்ந்திருந்தனர்.

"சுவாமி, யான் இன்று மிகவும் மகிழ்ச்சியாக இருக்கின்றேன்."

"யானும் தான் தேவி. மலரின் இந்த மனமாற்றம் எமக்கு ஆறுதலை அளித்துள்ளது, நிருதி"

"ஆம் சுவாமி. இனி எல்லாம் சுபமாகவே இருக்கும். சுவாமி எமக்கொரு ஆசை. அதை நிறைவேற்றித் தருவீர்களா?"

நிருதி நமக்கு மணமாகிய இத்துணை நாட்களில் இன்றே உனது ஆசையைக் கூற கேட்கின்றேன்.

எதுவாயினும் கூறு தேவி உடனடியாக நிறைவேற்றித் தருகின்றேன். வருகின்ற சிவராத்திரி யோடு ஐந்தாவது திங்கள் துவங்கவுள்ளது."

"ஆமாம் ஐந்தாவது திங்களின் துவக்கத்தில் தான் பிள்ளைக்கு செவிகள் முளைக்கும் என்பார்கள்."

அட... இது நல்ல செய்தியாக இருக்கின்றதே..."

"ஆம் சுவாமி. அப்படி முளைக்கையில், பிள்ளைக்கு நல்லவையே செவிகளில் விழவேண்டும் என்பது நனது ஆசை. தவிரவும் ஐந்து திங்கள் துவங்கி பிரசவிக்கும் வரையிலும் நல்லவற்றை அதற்கு வயிற்றில் இருந்தபடியே போதித்து அல்லனவற்றைத் தவிர்த்தால், பிள்ளையின் வருங்காலமானது ஒளிமயமாகும் என்பது நனது கருத்து."

"அற்புதம், தேவி! அப்படியே ஆகட்டும். இது என்ன சோழ குல பெண்கள் பின்பற்றும் வறிமுறைகளில் ஒன்றா?"

"இல்லை சுவாமி. வருமுன் காப்பதும், வருமுன் விழித்துக் கொள்வதும் தங்களிடம் கற்றதே."

"அப்படியானால், நீ உள்ளதை ஒப்புக்கொள்ளப் போவதில்லை"

"அப்படி இல்லை சுவாமி. தங்களின் மனைவி என்றே உலகத் தாரால் அறியப்படவேண்டும் என்பது தங்களின் விருப்பம். அப்படி இருக்க, தாங்களே அதை மறந்து அவ்வப்போது இது போல் இயம்புவது தகுமோ?"

"ஐயோ ஆம், நிருதி. மறந்தே போனேன். சரி உன் ஆசை என்ன என்பதை இன்னும் கூறவில்லையே."

"திருநாராயணப் பட்டர். மிக அழகாக ராம காவியத்தைத் தமிழிலே எடுத்துரைப்பார். அவர் போல வண்டையில் யாரேனும் புலவர்கள் இருந்தால், அவர்களை நம் அரண் மனைக்கு வரவழைத்து, ராம காவியத்தைப் படிக்கச்

சொல்லுங்கள், சுவாமி – ஐந்தாவது திங்கள் துவக்கத்தின் போது.

"அதற்கெதற்கு வண்டையில் தேடுவானேன்? அந்த நாராயணபட்டரையே அழைத்து வந்துவிடுகின்றேன், தேவி."

"வேண்டாம் சுவாமி. இங்கு எவரேனும் இருந்தால் பாருங்கள்; தங்களுக்கு ஏன் வீண் சிரமம்?"

"இல்லை தேவி, நீ முதன் முதலில் ஆசை கொண்டு கேட்கின்றாய். ஆகையால் யான் அவரையே அழைத்து வருகின்றேன். தவிரவும், அவர் உனக்குக் கல்வி போதித்த ஆசான் வேறு. அவரே நம் பிள்ளைக்கும் போதிப்பது எமக்கு மகிழ்ச்சியே. உண்மையில், இதைப் பட்டரும் மறுக்கமாட்டார் உடனே வந்து விடுவார். என்ன ஒன்று..."

"என்ன வாயிற்று சுவாமி?"

"இன்னும் ஏழு தினங்களே உள்ளன – யான் கலிங்கம் புறப்பட. இங்கிருந்து பட்டரின் கதாகாலட்சேபத்தை யான் காண இயலாது. அதுதான் ஒரு குறை; மற்றடி ஒன்றுமில்லை. அதனால் என்ன? யான் கலிங்கத்தின் இருந்து மீண்டதும் தாயும் மகனும், பட்டர் கூறிய ராமனின் கதையை எமக்குக் கூறுங்கள். சரியா?"

"ஆகட்டும் சுவாமி."

"சரி நிருதி, நீ ஓய்வெடுத்துக் கொள். யானும் செல்கின்றேன். நாளை விடிகாலையே சோழபுரம் புறப்பட வேண்டும். அங்கிருந்து வருவதற்கு மூன்று திங்கள்கள் ஆகிவிடும்" என்று கூறி அங்கிருந்து சென்றான் கருணா.

அவசரப்பட்டுவிட்டோமா என்ன? ஏழுதினங்களில் மூன்று தினங்கள் சோழபுரத்தில் கழிந்துவிடும் – அவருக்கு ராமனின் கதை கேட்பதை விடவும் நம் நாதன் அருகே இருப்பதே எமக்கு மகிழ்ச்சி என்பதை அவருக்கு எப்படி புரியவைப்பேன்?"

மறுநாள் காலை. அன்னவராயரும், உத்தம வல்லியும் பூசை அறையைவிட்டு வெளியே வந்தனர்.

"வணங்குகின்றேன், தாயே, தந்தையே"

"வா மகனே, என்ன இது?"

"யான் சோழபுரம் வரையிலும் சென்று வருகின்றேன் தந்தையே."

"எதற்காக மகனே?"

தன்னிடம் நிருதி கூறியவற்றைக் கூறினான் கருணா.

"உண்மையில், இது நல்ல காரியமே மகனே! ஆனால், நீ எதற்காக செல்கின்றாய் அப்பா?"

"ஆம் தந்தையே வேறு எவரையேனும் அனுப்பி அழைத்து வரச் சொன்னால் அது அவ்வளவு மரியாதையாக இருக்காது என்பது நனது எண்ணம், தந்தையே."

"வேறு எவரேனும் எதற்கு அப்பா? யான் எதற்காக இருக்கின்றேன் இங்கு? யானே சென்று வருகின்றேன், மகனே! அதைவிடவும் எமக்கு என்ன வேலை இங்கு? தவிரவும், இன்னும் ஆறு தினங்களே உள்ளன நீ கலிங்கம் புறப்பட. அது வரையில் நீ இங்கேயே இரு; வேறு எங்கும் செல்ல வேண்டாம். புரிகிறதா?"

"ஆமாம் மகனே உனது தந்தையார் கூறுவதே சரி. சுவாமி பட்டரை அழைத்து வருகையில் அப்படியே அங்கு இருக்கும் நம் உறவினர்களுக்கும் அழைப்பு விடுத்து வாருங்கள்."

"ஏன் தேவி?

இதை நம் அரண்மனை ஆலயத்தில் பட்டரை சேமம் செய்யச் சொல்லி. குடிகளுக்கும், உறவினர்களுக்கும் நம் அரண்மனையில் விருந்தளிக்கலாம். கதாகாலட்சேபம் முடியும் வரையில்.

இதுவும் நல்ல யோசனை தான், தேவி. உன் விருப்பப்படியே. அது சரி தேவி நீ உடனே சென்று, நிருதியிடம் என்றில் இருந்து துவங்க வேண்டும் என்று அறிந்துவா; பட்டரிடமும் மற்றவர்களிடமும் தெரிவிக்க ஏதுவாக இருக்கும்."

"இந்த மாத சிவராத்திரியில் இருந்தே ஐந்தாம் திங்கள் துவங்கும் தந்தையே" என்றான் கருணா.

அன்னவராயனும், உத்தமவல்லியும் ஒருவரை ஒருவர் பார்த்துக் கொண்டு கருணாவை ஏறிட்டனர்.

"இல்லை தாயே! அப்படி தான் அவள் கூறினாள் என்று சொல்ல வந்தேன்."

"ஆகட்டும் மகனே" என்றார் அன்னவராயர். அவர் சோழபுரம் புறப்பட, உத்தமவல்லி தன் மகனையே பார்த்த வண்ணம் இருந்தாள்.

"தாயே, தாங்களும் சென்று தங்களுக்கான பணியினைத் துவங்குங்கள்."

"தாயாரின் கண்பார்வையில் இருந்து மட்டும் தப்பவே இயலாது போலும்? அந்தப் பரம்பொருளுக்கு நன்றி. அவளை மூன்று தினங்கள் பிரியவேண்டுமே என்று எண்ணிக் கொண்டேன். அந்த ஆடவல்லான் கைகொடுத்தார் – நன் தந்தையின் மூலம், என்று எண்ணிக் கொண்டான் கருணா.

"அத்தான், தாங்கள் சோழபுரம் செல்வதாகக் கூறினீர்களே. புறப்படவில்லையா?"

"இல்லை மலர்" என்ற கருணா, சற்று முன் நடந்த உரையாடல்களை மலரிடம் கூறினான்.

"நல்லது" என்ற மலர், தான் நிருதியின் நலன் குறித்தும், கருணாவின் பயணம் குறித்தும், பிரார்த்திக்க ஆலயம் சென்று வருவதாகக் கூறிச் சென்றாள்.

"வணங்குகின்றேன் அரசே!"

"வணக்கம் வா குமரா"

"சோழபுரத்தில் இருந்து தங்களுக்கு ஓலை வந்துள்ளது."

"அப்படியா? எது குறித்து?

இதோ. போர் புறப்பாட்டிற்காக. செந்தலை (வல்லம்) காளி தேவி கோயிலில் விசேட பூசைக்கான ஏற்பாடுகள் செய்யப்பட்டு உள்ளன. அதைத் தொடர்ந்து அங்கிருந்து தங்களின் கலிங்கத்தின் மீதான பயணம் தொடர உள்ளதாக அறியப்படுகிறது பிரபு."

"ஆகட்டும் குமரா. இன்னும் மூன்று தினங்கள் உள்ளனவே. யான் நாளைய இரவு செந்தலை செல்வதற்கான ஏற்பாடுகளைக் கவனி."

"உத்தரவு அரசே.

"வணங்குகின்றேன் சுவாமி."

"வா நிருதி."

"தாங்கள் செந்தலை புறப்படுகின்றீர்களா என்ன?"

"ஆம் தேவி. போருக்குச் செல்லும் முன். காளி வழிபாடு என்பது நமது மரபு தானே?"

"ஆம் சுவாமி"

"அதற்காகத்தான் செந்தலை புறப்படுகின்றேன் தேவி. தவிரவும், அங்கே பூசையில் கலந்து கொண்டால் மீண்டும் யான் இங்கு வர இயலாது. கோயிலில் இருந்தபடியே காஞ்சி புறப்பட வேண்டும். அங்கே காலிங்கராயரின் மேற்பார்வையில்

நால்வகை படைகளை அணிவகுத்து, யுத்தத்திற்குத் தயார் நிலையில் வைத்துக் கொண்டு இருக்கிறார்கள் தொண்டை மண்டல அமைச்சர்கள்"

"சுவாமி, தங்களுடன் கலிங்கம் வருவது யார்?"

"வேறு யார்? வாணகோ வரையன் தான். அவனாகவே முன்வந்து, தான் கலிங்கம் வருவதாக தெரிவித்தான். மாதவன், இன்னும் சில முக்கிய அமைச்சர்கள் கூட இப்போரிலே தாங்கள் கலந்து கொள்வதாக விருப்பம் தெரிவித்தனர். இருந்தும், சக்கரவர்த்திகள் மற்றும் உடன் கூட்டத்ததிகாரிகளின் பரிந்துரை என்பது வாணகோவரையனையே. ஆகையினால் அவனும், இன்னும் ஐந்து பேர்களும் என்னுடன் வருகின்றனர், தேவி."

"நல்லது சுவாமி. தமையனார் பத்திரம். தாங்கள் அவர்களுடன் இருப்பதனாலேயே இளவேனில் இப்போருக்கு அவர்களை இன்முகத்துடன் அனுப்பி வைக்கிறார்கள்."

"ஆம் தேவி. அதை யான் மறக்கவில்லை. வாண கோவன் மட்டுமல்ல. நம் படையிலே இருக்கும் யாதொரு வீரனுக்கோ பரி, களிறுக்கோ கூட எவ்விதத் தீங்கும் இல்லாமல் அவர்களைத் திரும்ப அழைத்து வரவேண்டும். இதுவே நனது தற்போதைய வேண்டுதல் – அந்தப் பரம்பொருளிடம்."

"நிச்சயம் பலிக்க யானும் வணங்குகின்றேன் பிரபு."

"நல்லது தேவி. நன்றிகள். யான் புறவேலையாகச் சென்று வந்து விடுகின்றேன்."

"ஆகட்டும் சுவாமி!" சென்று வாருங்கள்.

"என்ன இது தங்களின் அறை முழுதும் மூலிகை நறுமணமாக உள்ளது அத்தான்? அதன் பொருட்டு தான் புறத்தே சென்று வருவதாகக் கூறினீர்களா, சுவாமி?"

"என்ன இது, இன்று நன் அன்பு தேவிமார்கள் ஒன்றாக வந்துள்ளீர்கள்."

"நாங்களாக வரவில்லை அத்தான்; இதோ, இந்த இலைகளின் நறுமணம் எங்களை இங்கே வரவழைத்தது. எதற்காக இவை சுவாமி?"

"போர்க்களத்திற்கு ஆயுதங்கள் என்பது எத்துனை முக்கியமோ, அதே போல் அவற்றினால் உண்டாகும் காயங்களை குணப்படுத்த இது போன்ற மூலிகைகளே பெரிதும் கைகொடுக்கும், தேவி."

இவற்றின் பயன்பாடு என்ன சுவாமி? மூர்ச்சையைத் தெளிய வைப்பது, காய்ச்சல், காயம் ஆற்றுவது, ஒவ்வாமை போன்ற அனைத்திற்குமே இங்கிருக்கும் மூலிகைகள் பயன்படும் தேவி. இது என்ன இலைகள் இத்துணை உலர்ந்து உள்ளன சுவாமி? இந்த இலைகள் எதற்குப் பயன்படும்?

இவை வெட்டுக் காயத்தினால் உண்டாகும் உதிரப் போக்கைக் கட்டுப்படுத்தும் தேவி."

"அது எப்படி அத்தான்?"

அருகே இருந்த வாளை எடுத்து தனது கரத்தில் கீறிக்கொண்டான் கருணா.

மலரும் நிருதியும் பதறிப்போயினர் – அவன் செயலைக் கண்டு.

அந்த இலையின் பொடியை அந்த வெட்டுக்காயத்தின் மீது வைத்துக் கட்டி விட சொன்னான் கருணா. வெகு இயல்பாக அவன் கூறியபடி உடனடியாக செய்தாள் மலர்.

ஆச்சர்யம் இருவருக்குமே. குருதி வழிவது உடனடியாக நின்றது – கருணாவிற்கு ஆர்வத்துடனே, நிருதி, "சுவாமி இந்த இலையின் பெயர் என்ன? இதன் முழுமையான வைத்திய குணம் பற்றிக் கூறுங்களேன்?"

"ஆகட்டும் நிருதி."

அவன் மனைவியர் இருவருமே ஆர்வமாகக் கேட்டனர் – கருணா கூறியதை.

"இந்த இலையின் பயன்பாடு பலவாகும் தேவி. இதன் மரமானது அடர்ந்த வனத்திலே தான் இருக்கும் இதன் பெயர் "உறை வஞ்சி" என்பதாகும். இதன் வேர் துவங்கி, இலை வரையிலும் அனைத்தும் அளவுடன் பயன்படுத்த ஒளசத பொருள் ஆகும். அளவுகடந்தால் இதன் விளைவுகள் எதிர்மறை ஆகும்."

"தாங்கள் கூறுவது புரியவில்லையே சுவாமி. இதன் பயன்பாடு இரு விதம் ஒன்று ஒளசதம், மற்றொன்று, பாசானம்,

நிருதியும் மலரும் ஒருவரை ஒருவர் பார்த்துக் கொண்டனர்."

"அது எப்படி அத்தான்? ஒரே இலை எப்படி எதிர்மறையான இரண்டு வித இயல்புகளைத் தாங்கும்?"

"அளவிற்கு மிஞ்சினால் அமிழ்தமும் நஞ்சு" என்பார்களே, அந்த முதுமொழி இதற்கே பொருந்தும் மலர்."

"அது எப்படி சுவாமி?

ஆம் நிருதி. நம் தேகம் அதில் எங்கு காயம் ஆயினும் அதனால் உண்டாகும் உதிரப் போக்கை இப்படி இந்த இலைப் பொடியை வைத்துக்கட்ட, உடனடியாகக் கட்டுப்படுத்தும். அதே இந்தப் பொடியை ஒருவருக்கு ஆகாரத்திலே கலந்து கொடுக்க இந்த இலையின் தன்மையானது அவரின் உடலைக் குளிரூட்டி குருதியை உறைய வைத்து மரணம் வரை கொண்டு விடும்."

"அத்தான், இதனை யாருக்கு இப்படி கொடுப்பார்கள்?"

"நம்மிடம் அகப்பட்டுக் கொள்ளும் அன்னிய விசமிகளுக்கு இது போன்ற தொரு தண்டனை கொடுப்பது வழக்கமே."

"அப்படியானால், இதனை அவர்களுக்குக் கட்டாயப்படுத்திப் புகட்டி விடுவார்களா, என்ன? அப்படி செய்வதால் தான் உண்டாகும் பலன் என்ன சுவாமி?"

"இருக்கிறது தேவி. இதனைக் கட்டாயப்படுத்திப் புகட்ட வேண்டிய அவசியம் இல்லை. ஏனெனில் இதற்கு நிறம், சுவை, மணம், இது எதுவுமே கிடையாது. இதனை எதனோடு கலந்து வைத்தாலும் அதன் பாங்கிற்கு மாறுவதே இதன் தனிச்சிறப்பு. ஆகையால் இது ஆகாரத்தில் கலந்திருப்பது தெரியாமலே உண்டு விடுவர். இதன் விளைவாக உடலில் பைய குளிர்ச்சி வரும். குருதி மெள்ள உறையத் துவங்கும். இதன் அறிகுறிகளாக கால் பெருவிரல்கள் துவங்கி குளிர்ச்சி ஆனது பைய தலைவரையிலும் மேல் எழும்பும். உறுப்புகளை செயலிழக்கச் செய்து இறுதியில் சுவாசத்தைத் தடை செய்து உயிரைப் பறிக்கும்."

"அய்யோ... அப்படியானால், இது உள்ளுக்குச் சென்றால் பிழைக்க வழியே இல்லையா அத்தான்?"

"ஏன் இல்லாமல்? நன்றாகவே இருக்கின்றது மலர். இதனை உட்கொண்டு இரண்டே முக்கால் நாழிகைக்குப் பிறகே மரணம் ஆனது சம்பவிக்கும் மரணிக்கும் தருணம் வரையிலும் இவர்களால் பேச இயலும் மலர்."

"அப்படியா?"

ஆமாம். இந்த இரண்டே முக்கால் நாழிகைக்குள் நாம் அவர்களிடம் தெரிந்துகொள்ள வேண்டியவற்றைத் தெரிந்து

கொண்டு அதன் பின் நெல் உமியை வறுத்து வேதிட, குளிர்ச்சியானது பைய தணியும். அதனோடு இந்தப் பொடியைத் தேனிலே குழைத்து நெற்றியில் பற்றிட நஞ்சின் தாக்கம் குறைந்து, அது காய்ச்சலாக உருமாறி, மூன்று, நான்கு தினங்களில் பைய இயல்புக்குத் திரும்புவர். இந்த பண்டுதங்களையுமே, ஒரு நாழிகைக்குள்ளாக துவங்க வேண்டும். இல்லையானால், இதுவும் பயன் அற்றதே."

"அது சரி நல்ல வேடிக்கையான தாவரம் தான். இல்லையா மலர்?"

"ஆமாம் நிருதி" நகைத்துக் கொண்டனர் – மலரும், நிருதியும்.

"இதைவிடவும் வினோதமான எண்ணிலடங்கா தாவரங்கள் இவ்வுலகில் இருக்கவே செய்கின்றன தேவி."

உண்மைதான் சுவாமி. இருப்பினும் நல்லவற்றுக்கு மட்டுமே பயன்படுத்தி, அல்லனவற்றைத் தவிர்த்தலே உத்தமம்."

"நிருதியின் கூற்றே நனது அபிப்பிராயமும் அத்தான்."

"யானும் இதனை ஆமோதிக்கின்றேன் மலர். உண்மையிலேயே தாங்கள் இன்று பயனுள்ள தகவல்களை தந்துள்ளீர்கள் சுவாமி. மிக்க நன்றி. தங்களின் பணிகளைத் தொடருங்கள், எனக்கு உத்தரவு கொடுத்து" என்று நிருதி அங்கிருந்து சென்றாள்.

"நிருதி, நில், யானும் உன்னுடனே வருகின்றேன்" என்று மலரும் அவள் பின்னே சென்றாள்.

கருணா அந்தப் பரம்பொருளிடம் நெடுநாளாக வைத்த ஒரே கோரிக்கை மலர் – நிருதி ஒற்றுமை. அது பைய பலிப்பதை எண்ணி மகிழ்ந்தான்.

தனது தந்தையிடமும், மலரிடமும் நிருதியின் நலனில் அக்கறை கொள்ளும்படி கூறிய கருணா, தனது குடும்பத் தாரிடமும் தன் குடிகளிடமும் விடைபெற்றுக் கொண்டு செந்தலை புறப்பட்டான். அவனுக்கு ஆரத்தி எடுத்த அவன் வீட்டுப் பெண்டுகள் அவனை இன்முகத்துடனே வழி அனுப்பி வைத்தனர். தனது மகனுடைய வீரமும், பராக்கிரமமும் நன்கறிந்த உத்தமவல்லிக்கு, உள்ளளவில் சற்றே கவலை இருந்தது உண்மையே. அது அவன் தற்போதைய பிரிவு மற்றும் அவன் மீண்டும் வரும் நாளை எண்ணி. இந்தப்

போரின் அறிவிப்பிற்குப் பின் பெரும்பாலான பொழுதுகள் கருணா வண்டையில் இருந்திருந்தாலும் அதிலே அனேக வேளைகள் நிருதியுடனும் மலருடனும், பொழுதுகள் கழிந்திருந்தாலும் இன்னமும் ஏதோ ஒன்று அவனை. உறுத்திக்கொண்டே இருந்தது. அது அவன் செந்தலை நோக்கி செல்ல பெருந்தடையாக இருந்தது. தனக்கு உண்டாகும் இடையூறுகள், தடைகளை உடனடியாக நிவர்த்தி செய்ய எண்ணுபவன் கருணா. அந்த வகையில் தற்போது தனது பயணத்தின் இந்தத் தடையைக் களைய எண்ணி அன்றைய இரவே நிருதியைக் காண வந்தான். அவனுடைய இந்த வருகை நிருதி எதிர்பார்த்ததே. ஏனெனில், அவனுக்கு உண்டான அதே உணர்வு அவளையும் ஆட்கொண்டு இருந்தது.

"வாருங்கள், சுவாமி தாங்கள் வருவீர்கள் என்பதை யான் நன்கறிவேன்."

புன்னகைத்த கருணா, "எப்படி நிருதி?" என்று கேட்டான்.

"யான் தங்களைக் காண வேண்டும் என்று எண்ணினேனே. யானால், தாங்கள் தானாகவே வந்து விடுவீர்கள் - எமைக் காண."

"காரணம் தேவி?

தாங்கள் தானே கூறினீர்கள் சுவாமி? தங்களின் எண்ணமதைப் பிரதிபலிக்கும் கண்ணாடி நான் என்று அதனால்"

அவளைத் தழுவிக் கொண்ட கருணா,

உண்மைதான் நிருதி. அப்படியானால் உண்மையில் நனது எண்ணங்களை நீ அறிவாயா, நிருதி?" என்று கேட்டான்.

தலை அசைத்தாள்.

"உன்னிடம் தெரிவிக்கத் தூண்டும் நனது ஆசைகள், ஏராளம் இருந்தும் ஏதோ ஓர் தயக்கம் எந்நாளும் இது எதனால் என்று இன்று வரை எமக்கே தெரியவில்லை தேவி."

"புரிகிறது சுவாமி." எனது இந்த தவிப்பும், பதற்றமும் என்று தணியும் நிருதி சுவாமி?

இந்தத் தவிப்பும், ஏக்கமும் தங்களுக்கு மட்டுமே இருந்தால், ஒரு பக்க பாரம்போல் துன்பத்தைத் தரும். ஆனால் இவ்வுணர்வுகள் என்னையும் பற்றி உள்ளதால், காவடியின்

பாரம் போல் இருபக்கமாகவும் ஒத்திருப்பது இன்பத்தையே அளிக்கும், சுவாமி."

"உனது இந்த வாய்மொழிகள் மேலும் எம்மை நிலைகுலையச் செய்கின்றது. நெய்யினால் நெருப்பை அணைக்க முயல்வதைப் போன்று உள்ளது தேவி."

அவள் கண்களில் நீர் பெருக. பதறிய கருணா, "தேவி, நீ இவ்வாறாகக் கண்கலங்குவது தகுமோ? கர்ப்பிணிகள் இப்படி கலங்குதல் உள்ளிருக்கும் பிள்ளையைப் பாதிக்கும் என்பார்களே? அதை நீ அறியவில்லையா தேவி? என்றவன் அவள் விழிகளைத் துடைத்து அவள் கண்களில் முத்தமிட்டான் – கருணா. உனது நினைவாக நாம் ஒன்று கலந்த அந்தத் தருணங்களை நனது உரம் சுமக்கும் நன் நினைவாக நமது பிள்ளையதுவை உன் கருவறை சுமக்கும். நமக்கு இடையே யான இப்பிரிவானது, இதுவே இறுதியாக இருக்கும் நிருதி. இதையே தான் அந்த ஈசனை யான் வேண்டிக் கொள்கின்றேன்."

"சுவாமி மகிழ்ச்சி"

"தேவி, சரி வெகு நேரம் ஆகிப்போனது. யான் புறப்படட்டுமா."

"வெற்றியுடனே திரும்ப வாழ்த்துக்கள் சுவாமி!"

"நன்றி, நிருதி!" என்று அங்கிருந்து நிலா முற்றம் வரையில் சென்றவன், அவள் அருகே மீண்டும் வந்தான்.

"என்ன வாயிற்று, சுவாமி?"

"ஏனோ தெரியவில்லை தேவி. இம்முறை உனைப் பிரிந்து செல்ல மனம் இல்லை."

"அப்படியானால் சரி, எம்மையும் தங்களுடன் அழைத்துச் செல்லுங்கள்"

"அய்யோ. வேண்டாம், தாயே. இதோ புறப்பட்டு விட்டேன். யான் வரும்வரையில் தாயும் மகனும் பத்திரமாக இருங்கள்."

"ஆகட்டும் சுவாமி"

அவளைப் பிரிய மனம் இல்லாமல் சென்றான் கருணா. அவன் சென்று மறையும் வரை கண்டு கொண்டு இருந்தாள் நிருதி.

செந்தலை காளி கோயில் பூசைக்கான ஏற்பாடுகள் சிறந்த முறையில் நடைபெற்றன. குலோத்துங்கன் காஞ்சியில் இருந்த படியால். அவனைத் தவிர்த்து, பெரும்பாலான

சிற்றரசர்களும் முக்கிய அரசு அதிகாரிகளும் அதிலே கலந்து கொண்டு கருணாவையும், வானகோவரையனையும் வழியனுப்ப வந்திருந்தனர். அக்கோயிலின் அந்தணர், சற்றே அமைதியுடன் அவரவர் வேண்டுதல்களைத் தெரிவிக்கும் படி கூறினார். அங்கிருந்த அனைவரின் வேண்டுதலுமே கலிங்கப் போரில் சோழர்களின் வெற்றி குறித்தே இருந்தது – ஒருவனைத் தவிர. கருணாகரன், 'யான் சோழ மண்டலம் மீளும் வரையிலும், நன் மனையாளுக்கோ நனது பிள்ளைக்கோ யாதொரு தீங்கும் நேரா' வண்ணம் அவர்களைக் காத்தருள வேண்டும், தாயே! இது நனது பணிவான வேண்டுகோள்." என்று எண்ணிக்கொண்டான்.

ஒரு வழியாக படை, சோழர்களின் கொடி தாங்கிய புரவி வீரர்கள் முன்னே அணிவகுத்துச் செல்ல, காஞ்சியை நோக்கி பயணித்தன. கருணாகரனின் பரிவாரங்கள் – அங்கு வந்த அனைவரிடத்திலும் விடைபெற்றுக் கொண்டு.

வடகலிங்க பயணம் (போர்)

சோழ மண்டலம் துவங்கி தொண்டை மண்டலம் வரையிலும், சாலைகளின் இருமருங்கிலும், குடிமக்கள் கோசங்களை எழுப்பி உற்சாகத்துடனே வழியனுப்பி வைத்தனர் – கருணாகரனையும், அவன் உடன் சென்றவர்களையும். அவர்கள் காஞ்சியின் ராசபாட்டையை அடைய, அங்கே தொண்டை மண்டல அமைச்சர்கள், அதிகாரிகளால் பூரண அரசு மரியாதையுடன் வரவேற்கப்பட்டனர். எங்கு பார்த்தாலும், தோரணங்களால் அலங்கரிக்கப்பட்டு பறைகள் முரசு, கொம்பு என போர்ப் படைகளை ஊக்குவிக்கும் விதமாக ஒலி எழுப்பப் பட்டது. காஞ்சியின் தோரண வாயிலை அடைந்தான் கருணாகரன். அங்கே அவனது நண்பர்களான மாதவனும், மூர்த்தியும் உற்சாக வரவேற்பு அளித்தனர். அவர்களுடனே. கருணாவின் அம்மான் வானதிராயர் அமைச்சர் காலிங்க ராயர் முதலானோர் உட்பட அனைவரும் அங்கு வந்து தங்களின் வரவேற்பையும் வாழ்த்துக்களையும் தெரிவித்துக் கொண்டனர். அன்றைய

இரவே சித்திர மண்டபத்தில் முக்கிய அமைச்சர் களுடன் குலோத்துங்கன் பங்குபெறும் ஆலோசனைக் கூட்டத்திற்கு ஏற்பாடு செய்யப்பட்டு இருந்தது.

காஞ்சி அரண்மனை சித்திரமண்டபம் ஆலோசனை கூட்டத்தில் கலந்து கொண்ட அதிகாரிகள், அமைச்சர்கள் வண்டையர் கோன் கருணாகரத் தொண்டைமான், சுத்தமல்லன் வானகோ வரையன், அரையன் மதுராந்தகனான குலோத்துங்க சோழ கேரளராசன், அரும்பாக் கிழான் மணவிற் கூத்தனான கலிங்கராயன், கஞ்சாறன் பஞ்சநதி, முடிகொண்டானான வந்தராயன், வேளான் மாதவனாகிய இராச வல்லபப் பல்லவரையன், சோனாதிபதி ஞானமூர்த்திப் பண்டிதன் ஆகிய மதுராந்தக பிரமாதி ராஜன், அதிகாரி வீரசிகாமணி மூவேந்த வேளான், அமைச்சர் சீயகங்கன், பாண்டியன் ஸ்ரீ வல்லபன், கேரள கேசரி அதிராசாதிராச தேவன், மகா மண்டலேசுவரன் சூரப்ப ராஜன் – இவர்களுடனே குலோத்துங்கச் சோழனும், அவன் இளயமகன் வீரசோழனும் உடன் இருந்தனர்.

குலோத்துங்கன் சித்திர மண்டபம் எழுந்தருள அனைவரும் எழுந்து நின்று தங்களின் வணக்கத்தைத் தெரிவித்துக் கொண்டனர். சபை நடவடிக்கைகள் துவங்கும்படி கூறினான் குலோத்துங்கன். ஓலை நாயகம் அங்கிருந்தவர்களை வணங்கி, "இந்த ஆலோசனைக் கூட்டம் எதன் பொருட்டு கூட்டப்பட்டது என்று அனைவரும் அறிந்ததே. நம் சக்கரவர்த்திகளின் பிரதிநிதியாக, வண்டையர் கோன் கருணாகர தொண்டைமான் அவர்கள் படையெடுத்துச் செல்கின்றார். வடகலிங்கத்தின் மேல் போர் தொடுக்க அன்னாரை வாழ்த்தி வழி அனுப்பவும், பயண ஏற்பாடுகளை விவரிக்கவும் இக்கூட்டம் கூட்டப்பட்டு உள்ளது. கலிங்கமேற் செல்லும் தலைவர்கள், படைகளின் விவரம் குறித்து அமைச்சர் பெருமகனார் காலிங்க ராயர் விவரிப்பார்" என்று கூறி அமர்ந்தார் ஓலை நாயகம்.

சபையினரை வணங்கி காலிங்கராயர், "நாற்பெரும் படைகளைத் தலைமைதாங்கி வழி நடத்திச் செல்பவர் அமைச்சர் வண்டையர்கோன் கருணாகரத் தொண்டைமான் ஆவர். அன்னார் சக்கரவர்த்திகள் குலோத்துங்க சோழ தேவரின் பிரதிநிதியாக அறிவிக்கப்படுவதால், கலிங்கம் சென்று மீளும் வரையிலும், அவர் வழிநடத்தலின் பேரிலேயே படைத் தலைவர்களும் வீரர்களும் செயல்பட வேண்டி உத்தரவிடப்படு கின்றது. மேலும் களிறு படையும்,

தேர்படையும், புரவி படையும், சோழ வீரர் படையையும் ஒருங்கிணைந்த தலைமையும் அவரையே சேரும். அவருக்குத் துணையாகவும், உப படை; தலைவர்களாலும், பல்லவ வேந்தன் சுரவி வழிவந்தானும் உறவின் முறையில் நமது வண்டையர் கோனுக்கு சோதரன் என்ற முறையில் அன்னாருக்குத் துணையாக உதவிப் படைத் தலைவராகப் பொறுப்பேற்றுள்ளார். அவரை அடுத்து வாணர் குலதிலகம் வானகோ வரையனும், அவர்களுடனே அரையன் மதுராந்தகனான குலோத்துங்க சோழனும் வண்டையர் கோனுடன் உடன் செல்லும் தலைவர்கள் எனத் தெரிவித்துக் கொள்கின்றோம். மேற்படி புறப்பாட்டிற்கான ஏற்பாடுகள் மற்ற விபரங்களை வண்டையர் கோனே சபையினருக்கு எடுத்துரைப்பார்" என்று கூறி அமர்ந்தார் காலிங்கராயர்.

தனது வணக்கத்தைத் தெரிவித்து நின்று கருணாகரனை அனைவரும் வாழ்த்திக் கோசமிட்டனர். அவர்களின் அன்பான வாழ்த்துகளைக் கனிவுடனே ஏற்றுக் கொண்ட கருணாகரன் பேசலானான்; நாளை மறுநாள் சூரிய உதயத்திற்கு முன்னதாக காஞ்சி நகரில் இருந்து நம் படைகள் வடபுலம் புறப்படும். நம் சோழபடைகள், முன்னேறத் தடையாக இருக்கும் அனைத்து வழிகளையும் முன்னமே சரிசெய்தாகி விட்டமையால், எந்த ஒரு ஊறும் இல்லாமல் நம் படைகள் முன்னேறிச் செல்லும். கடந்த முறை பயணத்தின் போது முறையான தகவல் பரிமாற்றங்கள் இல்லாமல் போனதால், உண்டான கசடுகள் இம்முறை இராது.

அதற்கான ஏற்பாடுகள் என்னவோ வண்டையர் கோனே?" என்றான் குலோத்துங்கன்.

"உள்ளது சக்கரவர்த்திகளே, சோழ மண்டல தோரணவாயில் துவங்கி, கலிங்க தேசத்தின் மிக அருகே உள்ள கோடி பலி எனும் ஆறு வரையிலும் அதிவேகமாகப் பரியைச் செலுத்தும் வீரர்களை, ஆங்காங்கே பணி நிறுத்தி வைக்க ஏற்பாடு செய்யப்பட்டுள்ளது. இதன் பலனாக, கலிங்கத்தின் போர் செயல்கள் அனைத்தும் பன்னிரு நாழிகைகளில்*2 தங்களின் கரத்தில் ஓலை தாங்கி நிற்கும்.

"எத்துணை வீரர்கள், அப்பணியில் ஈடுபடுத்தப்பட்டுள்ளனர் வண்டையர் கோனே?" என்றார் காலிங்கராயர்.

"நூறு வீரர்கள் அமைச்சர் அவர்களே!"

2. பன்னிரு நாழிகை, 4.40 நிமிடம்

"நல்லது கருணாகரா."

"இவர்கள் தகவல் பரிமாற்றம் அல்லாது இன்னபிற பணிகளுக்காகவும் பயன்படுவர்."

"எதன் பொருட்டுப் பயன்படுவர், வண்டையர் கோனே?" என்றார் அவனின் அம்மான் ஆகிய வானதி ராயர்.

"மன்னிக்கவும் நாயகம் அவர்களே. அதனை தற்போது கூற இயலாது."

ஆகட்டும் கருணாகரா, தங்களின் விருப்பப்படியே மேற்படி விவரங்களை கட்டளைகளாக தொகுத்து, வீரர்கள், பகடுகள்*3, பரிகளின் எண்ணிக்கைகளையும் அதிலே இணைத்து காஞ்சி நகர் தோரணவாயிலிலும், சோழபுர வாயிலிலும் பலகை நிமிர்த்தப்படும் என்று தெரிவித்துக் கொள்ளப்படுகிறது" என்றார் திருமந்திர ஓலை நாயகமான வானதி ராயர்.

குலோத்துங்கன் சமிக்கை செய்ய வானதி ராயர், சபை களைவதாக அறிவித்தார். அங்கிருந்த அனைவரும் களைந்து செல்ல, குலோத்துங்கன் வீரசோழன் மற்றும் கருணாகரன் மட்டுமே அங்கிருந்தனர்.

"தங்களின் அறிவுத்திறன், செயல்பாடுகள் அனைத்துமே. எம்மை வெகுவாகக் கவர்ந்தன வண்டையர் கோனே. அந்த வெற்றித் திருமகள் தங்களை எந்நாளும் பற்றியிருக்கட்டும் அரசே."

"நன்றிகள் பிரபு."

"நங்களின் பலமே தாங்கள் தான் ஆகையால் உடல் நலனில் அக்கறை கொள்ளுங்கள், அரசே."

"நிச்சயமாக பிரபு. தங்களின் வழிகாட்டுதல் படியே நனது பயணம் இருக்கும்."

"நல்லது மகனே."

"எமக்கு உத்தரவளியுங்கள் பிரபு நனது பணியினைத் தொடர."

"ஆகட்டும் அரசே, சென்றுவாருங்கள்."

"மைத்துனரே ஒருகணம், தந்தையே என்ன இது?"

"கூறுங்கள் இளவரசே" என்று திரும்பினான் கருணாகரன்.

"நம் விருப்பத்தை அரசரிடம் தெரிவியுங்கள், தந்தையே"

"என்ன விருப்பம் அது? தாங்கள் தாம் கூறுங்கள் இளவரசே."

____

3. பகடு – ஆண்யானை

"நாங்கள் சோழபுரம் திரும்புகையில் வண்டைக்குச் சென்று நிருதியை அழைத்துச் செல்லலாம் என்று விரும்புகின்றோம் அரசே. அவள் கர்ப்பவதியாக உள்ளதால். நனது, தாயார் தன்னுடன் வைத்துப் பார்த்துக் கொள்ள விருப்பப்படுகின்றார். அதனை தங்களிடம் தெரிவிக்கக் கூறினார்கள் அரசே."

தங்களுக்கு சாதகமான பதிலையே கருணா கூறுவான் என்று ஆர்வமாக எதிர்நோக்கினான் வீரசோழன், "மன்னியுங்கள் இளவரசே. நிருதியை தங்களுடன் அனுப்ப இயலாது. அவளை தன்னுடன் வைத்துப் பார்த்துக் கொள்ள நனது தாயார் விருப்பப்படுகின்றார். அதனை யான் மறுக்க இயலாது. அவள் அவளது இல்லத்தில் இருப்பதையே பெரிதும் விரும்புவாள். இதைத் தாங்களும் மறுக்க இயலாது."

"இல்லை யான் கூற."

"மகனே சற்று அமைதியாய் இரு!" என்றான் குலோத்துங்கன்.

"மன்னியுங்கள் அரசே. அவன் ஏதோ. தன் தங்கையின் மேல் கொண்ட அளவற்ற பற்றுதலால் அவ்வாறு கேட்டுவிட்டான். தங்களின் மனையாள் தங்களின் இல்லத்திலேயே இருக்கட்டும். தாங்கள் சென்று தங்களின் பணிகளைத் தொடருங்கள்.

யான் ஏதும் தவறுதலாகப் பேசியிருந்தால். எம்மை மன்னியுங்கள், பிரபு."

"அதனால் ஒன்றுமில்லை. அரசே தாங்கள் செல்லலாம்."

"நல்லது வருகின்றேன்" என்ற கருணா அங்கிருந்து சென்றான். அன்றைய இரவே கருணாவைக் காண வீரசோழன் தண்டு நிறுத்தம் இடத்திற்கு வந்தான். அவனைக் கண்டதும் வணங்கியதும், கருணாவுடன் இருந்த அதிகாரிகள் அங்கிருந்து சென்றனர்.

"வணங்குகின்றேன் இளவரசே! இவ்வேளையில் தாங்கள் இங்கே? அழைத்திருந்தால் யானே வந்திருப்பேனே."

"இல்லை அரசே. யான் தங்களை இந்நாட்டின் அதிகாரியாகச் சந்திக்க வரவில்லை. நனது மைத்துனர் என்ற வகையிலே தான் சந்திக்க வந்தோம்."

"கூறுங்கள் மைத்துனரே. தாங்கள் வந்ததன் நோக்கம்?"

"தாங்கள் நிருதியை அனுப்ப மறுப்பது முறையா அரசே?"

"இதிலே முறை, முறை அற்றது என்று ஏதும் இல்லை இளவரசே. அவள் எங்கே எப்போது இருக்க வேண்டும்

என்பது நனது விருப்பமே. இதில் மாற்றுக் கருத்து என்பது எப்போதுமே எமக்கு இருக்கப்போவதுமில்லை."

சற்றே அமைதி ஆனான் வீரசோழன்.

"யான் கடந்த முறை கலிங்கம் சென்ற போது தாங்கள் எமக்கு செய்த பேருதவியை என்றும் மறவேன் இளவரசே. தாங்கள் தங்களின் தங்கையின் மீதுகொண்ட அதித பாசமும், பற்றுமே அதிலே பிரதிபலித்தன. இருப்பினும், தற்போது தங்களின் ஆசையினை எம்மால் பூர்த்தி செய்ய இயலாது. நிருதி நனது குடும்பத்தாருடன் இருப்பதிலே எமக்கு மகிழ்வும், நிறைவும் ஏற்படுகின்றன."

"புரிகின்றது அரசே. தங்கள் விருப்பப்படி அவள் அங்கேயே இருக்கட்டும். இருப்பினும், தலைப்பிரசவம் என்பது தாய்வீட்டில் என்பதனை. யான் நன்கறிவேன். ஆகையால் கலிங்கத்தில் இருந்து மீண்டதும் நிருதியை யானே சோழபுரத்தில் கொண்டு சேர்க்கின்றேன்."

"மிக்க மகிழ்ச்சி அரசே. தற்போது தாங்கள் போருக்கான ஆயத்தப் பணிகளில் ஈடுபட்டு இருப்பீர்கள். அதனை யானை கெடுக்கலாகாது" என்ற வீரசோழன் கருணாவிடம் விடைபெற்று அங்கிருந்து சென்றான்.

வடபுலப் புறப்பாடு மட்டுமே எஞ்சி இருந்தது. மற்ற அனைத்துக் காரியங்களும் நிறைவு பெற்று இருந்தன. ஒருபுறம், தனது குரோதமதைத் தீர்த்துக் கொள்ளும் காலமது இத்துனை விரைவாக வந்ததை எண்ணி மகிழ்ச்சியும், மீண்டும் நீண்ட நெடுங்காலம் நிருதியைப் பிரிய வேண்டிய சூழல் உருவானதை எண்ணி வருத்தமும் அவனை ஒருசேர ஆட்கொண்டு துயில விடாமல் தடுத்தது. காமத்தால் துன்புற்று வருந்தினவர்க்கும் காவல், மடலூர்தல் அல்லாமல் வலிமையான துணை வேறொன்றும் இல்லை என்பார்கள். அது நம் பொருட்டும் உண்மையாகிப் போனதே. நனது நாணமும் நல்ல ஆண்மையுமாகிய தோணிகளை அவள் பால் யான் கொண்ட காமம் என்னும் கடுமையான வெள்ளம் அடித்துக் கொண்டு போய்விட்டது. என்பதை யான் நன்கு அறிகின்றேன். இருந்தும் கடல்போன்ற காம நோயால் வருந்தியும், மடலேறாமல் துன்பத்தைப் பொறுத்துக் கொண்டிருக்கும் பெண் பிறப்பைப் போல் பெருமையுடைய பிறவி இல்லை என்பதை உன் பொருட்டே உணர்ந்து கொண்டேன் நிருதி. பிரிய முடியாத பிரிவிற்கு உடன்பட்டுப்

பிரியும் போது துன்பத்தால் கலங்கு வதையும் விட்டு. பிரிந்தபின் பொறுத்திருந்து பின்னும் இணைபிரியா சேர்ந்து வாழ்ந்தோர் உலகில் யார் நிருதி? அவர்களில் நாமும் இடம் பெறுவோம் என்று நம்பிக்கை கொள் – என்னைப் போல" என்று எண்ணிக் கொண்டே கருணா பைய உறங்கினான்.

சயங்கொண்டாரின் கலிங்கத்து பரணி உருவாகக் காலம் அடிகோலிய நாளும் பிறந்தது – காஞ்சி நகரை மையப்படுத்தி குலோத்துங்கனின் நால்வகைப் படைகளும் பிரளய காலத்து வெள்ளம் போல் போருக்குத் திரண்டெழுந்தன. படை எழுச்சியைக் கண்டவர்கள். இந்தப் படையின் கருத்துக் கடல்களைக் கலக்குவதோ, மலைகளை இடித்து எரிவதோ, ஆதிசேடன் என்னும் பாம்பின் கழுத்தை முறிப்பதோ வேறு என்னவாக இருக்குமோ? என்று பேசிக் கொண்டனர் குடிகள். படை புறப்பட்ட பொழுது சங்குகள் ஒலித்தன. முரசுகள் முழங்கின. போர்ப் பறைகள் இரட்டித்தன. கொம்புகள் ஒலித்தன. வீரர்கள் அணிந்திருந்த பொன்னாலாகிய வேலைப்பாடு உடைய அணிகலன்கள் ஒளிவீசின. அவர்கள் கரத்தில் இருந்த போர்க்கருவிகள் ஒன்றுடன் ஒன்று உராய்ந்து தீப்பொறிகளைச் சிதறவிட்டன. பெரிய உருவமும் வலிமையும் உடைய மலைகள் பகடுகளாகவும், மிக்க விரிவுடைய காற்று பரிகளாகவும். மேகங்களே தேர்களாகவும், பரந்த வலிய கடலே போர்வீரர்களாகவும் அமைந்தனவோ? என்று கண்டவர்கள் வியந்தனர். இந்த உலகம் சிறியதாயிருந்ததால் குலோத்துங்கன் படை பெரியதாயிற்றோ? அல்லது அவன் படை பெரிதாயிருந்த தால், இந்த உலகம் சிறிதாயிற்றோ? என்று சொல்ல முடியாதபடி இருந்தது. களிறுகள், புரவிகள், தேர்கள், வீரர்கள் என இவ்வாறு நால்வகைப் படைகளும் போருக்குப் புறப்பட்டனர். அந்தப் படைகளின் சுமையானது. பொறுக்க முடியாமல் நிலத்தின் முதுகு முறிந்தது. படைகள் செல்லும் வேகத்தினால் காடுகளும் மலைகளும் அதிர்ந்தன. புழுதியின் கூட்டம் மிகுதியாக உண்டாயிற்று.

சயங்கொண்ட புலவரால் வருணிக்கப்பெற்ற திருமாலின் சக்கராயுதம் போன்றவனும், சோழர் படைக்குக் கண் போன்ற வனுமான கருணாகரத் தொண்டைமான், பகடு மீது ஏறிப் போர்க்குச் சென்றான். அவனுடனேயே பல்லவ தோன்றல் சுரவி வந்தான். தன் தம்பி கருணாகரத் தொண்டைமானுக்குத் துணையாக களிரின் மீதேறிச் சென்றான். இவனுடனும், வானகோ வரையனும், அரையன் மதுராந்தகனும் பகடு

மீதேறி சென்றனர். சிறந்த பொன்னால் ஆன நெற்றிப் பட்டத்தையும், சிறந்த நடையையும் உடைய அணுக்கை*4 மீது ஏறிக் கொண்டு, வீரமும் வலிமையும் மிக்க, பசியோடு கூடிய புலி இரையை விரும்பிச் செல்வதைப் போலக் கலிங்க நாட்டின் மேல் போருக்குச் சென்றான் கருணாகரன். தனது அரசனிடமும் தன் குடிகளிடமும் விடைபெற்றுக் கொண்டு. பாலாற்றையும் குசைத் தலை ஆற்றையும், பொன் முகவரியையும், கொல்லி ஆற்றையும் கடந்து, ஒப்பற்ற வட பெண்ணை ஆற்றையும், தாண்டிச் சென்றனர்; மேலும் சோழனின் படைகள் வயல்களின் வழியாக, மண்ணாறு, மழை நீரால் பெருகி வளப்பம் நிறைந்த குன்றி என்னும் ஆறு, நீர் நிறைந்து பெருகி வருகின்ற, கிருஷ்ணை யாறு ஆகியவற்றையும் கடந்து கோதாவரி, பம்பா நதி, கோடிபலி ஆறு ஆகியவற்றையும் கடந்து கோடி பலி நதிக்கரையில் தண்டு நிறுத்தப்பட்டு இருந்தது. சோழர் படை. நதியின் அருகே ஊர்வன ஒருங்கிணைந்து கடல் போலக் காட்சி அளித்தது. பெரும் தலைவர்களுக்கு மட்டும் கொட்டகாரமும், ஏனையவர்களுக்குக் கூடாரமும் அமைக்கப்பட்டிருந்தன. போரிலே பங்கு பெற வந்தவர்களைக் கணக்கெடுக்க வீர்கள், ஊர்வன என அனைவரையும் எண்ணும் கால் இலட்சத்தைத் தொட்டது எண்ணிக்கை. இவர்களுக்கான ஆகாரங்களைப் படைப்பதற்காகவே ஒரு குழு வந்திருந்தது சோணாட்டிலிருந்து. மலைமலையாய்ப் போர்க்கருவிகள் குவித்து வைக்கப் பட்டிருந்தன. நதிக்கரையில் வாழ்ந்து வந்த அவ்வூர்க்குடிகள் இவர்களைக் கண்டு அஞ்சி நடுங்கி, அங்கிருந்து வேறோர் இடம் பெயர்ந்தனர். அவர்கள் அவ்வாறு இடம் பெயர சோழ படையினரை நோக்கி, பெண் ஒருத்தி வந்தாள். அவளை தடுத்தனர் அங்கிருந்த வீர்கள். "யார் அம்மா நீ? இங்கு எங்கு வந்தாய்?" என்று கேட்டனர்.

"மன்னியுங்கள் அய்யா" என்று அப்பெண் உரைத்ததும், அவர்கள் ஒருவரையொருவர் பார்த்தவாறே, "நீ தமிழ் அறிவாயா பெண்ணே?" என்றனர்.

"ஆம் அய்யா."

"சரி, நீ அறிந்தாலும், அறியாவிடினும், பெண்கள் இங்கு எல்லாம் வரலாகாது; இங்கிருந்து செல்" என்றனர் வீர்கள்.

---

4. அணுக்கை - ஆண் யானை

"இல்லை அய்யா. யான் ஒருவரைச் சந்திக்க வேண்டும். அவரைக் கண்டுவிட்டு சென்று விடுகிறேன்."

"யாரை?"

"கருணாகரன் அவர்களை" என்று அப்பெண் கூறியதுமே வீரர்கள் அவள் கண்டகத்திலே வாளை வைத்தனர் – "உனக்கு என்ன துணிச்சல் இருந்தால் அரசரை பெயர் சொல்லி அழைப்பாய்?" என்று.

"இதனைச் சற்றும் எதிர்பாராதவள், மன்னித்தருளுங்கள் அய்யா." என்றாள்.

"மன்னிப்பா? இவளை உடனடியாக சிறையில் அடையுங்கள்" என்றான் அங்கு நின்றவர்களில் ஒருவன்.

"அய்யா! ஐயா தயவு கூர்ந்து எம்மை ஒரே ஒரு முறை அரசரைச் சந்திக்க அனுமதியளியுங்கள். அதன் பின் எம்மை தாராளமாக சிறையில் அடையுங்கள்" என்று மன்றாடினாள் அப்பெண்.

அவர்களிடத்தே வந்தான் வானக்கோவரைய்யன் அவனைக் கண்டதும், "வணங்குகின்றோம் அரசே" என்றார்.

"வணக்கம். யார் இந்தப் பெண்மணி? இங்கே என்ன செய்து கொண்டிருக்கின்றாள்?" என்றதுமே என்ன இது? இவரா கருணாகரன்? இவர் அரசர் என்றால். அப்போது அவர்... அவர் எங்கே?" என்று எண்ணிக் கொண்டாள்.

"இப்பெண்ணிற்கு வண்டையர் கோனைக் காண வேண்டுமாம் அரசே."

"யார் அம்மா நீ? எதற்காக அவரைக் காண வேண்டும்?" என்றான் வானகோவன்.

"ஓ! அப்படியானால் இவர் வேறொரு அரசக் குடும்பத்தை சேர்ந்தவரோ?

யான் கேட்டதற்கு இன்னும் பதில் கூறவில்லையே? அய்யா யான் அரசரைக் காண ஒரு முறை அனுமதியுங்கள்."

"உனது பெயர் என்ன?" என்றான் வானக்கோவன்.

"நனது பெயர் சம்பை" என்றதும் அங்கு சற்று விலகி சக வீரர் உடன் உரையாடிக் கொண்டிருந்த சோமன், "இடை மறிப்பதற்கு மன்னியுங்கள், அரசே" என்றவன், "தாயே. தாங்களா? நலமா? எப்படி இருக்கின்றீர்கள்? தங்களின் அம்மான் எப்படி இருக்கின்றார்? என்று கேட்டான் சோமனை அங்குக் கண்டதில் சம்பைக்குப் பெரும் மகிழ்ச்சி.

"வணங்குகின்றேன் அய்யா. யானும், அவரும் நலமே."

"சோமா உனக்கு இந்த அம்மையாரை முன்னமே தெரியுமா?"

"ஆம் பிரபு. நம் அரசர் இங்கு வந்த போது, இந்த அம்மையார் பேருதவி புரிந்திருக்கின்றார்."

"அப்படியா? தாங்கள் இதனை முன்னமே கூறியிருக்கலாமே அம்மா?" என்ற வானக்கோவேன் சற்றும் தாமதிக்காமல் மிக்க மரியாதையுடனே, கருணாவிடம் அழைத்துச் சென்றான். வழி நெடுகிலும் அரசப் பரிவாரங்கள் அணிவகுத்து ஒத்திகை பார்க்க, ஏதோ பிரளயக் காலத்துக்குள் இடற் விழுந்ததோய் எண்ணிக்கொண்டாள் சம்பை. கொட்டகாரத்திற்கு அவளை அழைத்துச் சென்று வணங்குகின்றேன் கருணாகரா." என்றான் வானக்கோவரையன்.

"வணக்கம் வானககோவா." தங்களைக் காண வேண்டி வந்துள்ளார் இந்த அம்மையார்" என்றதுமே, "வணங்கு கின்றேன் சம்பை அவர்களே நலமா?" என்றான் அவளுக்கு முன்னதாக.

"வணங்குகின்றேன் அரசே என்றாள் சம்பை இன்முகத்துடனே."

"வானக்கோவா முன்பு ஒரு சமயம் கலிங்கனின் சூழ்ச்சியில் யான் சிக்கிய போது, ஒரு பெண்மணி எமக்கு உதவிக்கரம் நீட்டினார் என்றேனே, அவர்கள் இவர் தாம்."

"ஆம் கருணா. சற்று முன்பே சோமன் கூறக் கேட்டேன். நன்றிகள் தாயே. வண்டையர் கோனுக்கு உதவிப் புரிந்ததற்கு."

"அய்யா! நன்றிகள் எதற்கு அரசே? இது நன் கடமையே" என்றாள்.

"சம்பை அவர்களே, வானக்குல அரசர் வானக்கோவரைய்யன். நனது மைத்துனர்; நன் தங்கையின் கணவர். நன் மனையாளின் தமையனும் ஆவார்."

"அப்படியா? தங்களைக் கண்டது மிக்க மகிழ்ச்சி அரசே."

தலையசைத்தான் வானக்கோவேன்.

"இடையூறுக்கு மன்னியுங்கள், அரசப் பெருமா! அரசர் மதுராந்தகர் தங்களைச் சந்திக்க விரும்புகின்றார்."

"இதோ... வருகின்றேன்" என்று கூறு.

"கருணா, யான் இதோ வந்துவிடுகின்றேன்" என்று கூறி, வானக்கோவேன் அங்கிருந்து சென்றான்.

"இருக்கையில் அமருங்கள் தாயே" என்ற கருணா தானும் அமர்ந்தான். சம்பை வாயடைத்துப் போனாள் கருணாவின் கோலம் கண்டு. நவமணிகள் பதித்த முடியும், நெற்றியிலே நீறும், சாந்தும், உரத்தினிலே நேர் சங்கிலி, இரட்டை சங்கிலி, நவமணிகள் அணிவகுத்த ஆண்கள் அணியும் ஏக வடம், நித்தில மாலை என அவன் தொப்புள் வரை நீண்டிருக்க, இடையிலே காஞ்சியும், கரத்திலே காப்பும், விரல்களில் கணையாழியும், கால்களில் சிலம்பும், மெட்டியும், இடையிலே வெண்பட்டு டுத்தி, அவன் தோளிலே பாதியும், தரையிலே மீதியும் புரண்டுக் கிடந்தது அங்கத்துணி.

என்னவாயிற்று சம்பை? ஏன் அப்படி பார்க்கின்றீர்கள்?

அப்பொழுதே சுயத்திற்கு வந்தவளாய், "ஒன்றும் இல்லை அரசே. தங்களை கடந்த முறை கண்டதற்கும், இம்முறை காண்பதற்கும், அநேக வேறுபாடுகளை உணர்கின்றேன்."

"ஓ... அதுவா? கடந்த முறை சோணாட்டுத் தூதுவனாய் வந்திருந்தோம். தூதிற்கு உண்டான நடைமுறையில் வருவதே பொருத்தமாக இருக்கும். ஆனால் தற்போது போர் தொடுக்க வந்துள்ளோம் – சோணாட்டு அரசர்களுள் ஒருவனாக. அரச விதிப்படி, நடைமுறையைப் பின்பற்றி அவ்வளவே."

"அப்படியானால் இதுவே தங்களின் இயல்பு நிலை அப்படித்தானே?"

"ஆம் தாயே"

"தங்களின் இந்தத் தன்னடக்கமே எம்மை வெகுவாகக் கவர்ந்தது அரசே."

"எதனால் அப்படி கூறுகின்றீர்கள் தாயே?"

"அன்று இரவு பாதாளச் சிறையில் இருந்து யானே தங்களை இரட்சித்தாக கர்வம் கொண்டேன். ஆனால் அது எத்துணை அபத்தம் என்று இன்று உணர்ந்து கொண்டேன் பிரபு. இது தங்களின் பெருந்தன்மையே. உண்மை என்னவென்றால் யான் அல்ல. மற்ற யார் தயவும் இன்றி அச்சிறையிலிருந்து வெளி வந்திருப்பீர்கள்."

மௌனம் ஆனான் கருணா.

"சோழனின் பிரதிநிதி என்ற பெயருடன் போர் செய்ய வந்துள்ளீர்கள் ஆனால் தங்களின் அரசியல் சேவை எவ்வளவு மகத்துவம் ஆனது, பெருமா! சற்று முன் தங்களின் நாமத்தை உரைத்ததற்கே நனது நாவை அறுக்க வந்தார் ஒரு வீரர்."

"அய்யோ... தாங்கள் என்ன கூறுகின்றீர்கள், தாயே"

"பதறவேண்டாம் அரசே. தக்க சமயத்தில் தங்களின் மைத்துனர் அங்கு வந்துவிட்டார்."

"நல்லது தாயே. அவ்வீரனின் அச்செயலினால் யான் நன்குணர்ந்து கொண்டேன் – சோணாட்டுக் குடிகள் தங்களின் மேல் கொண்ட பேரன்பையும், பெரும் மதிப்பையும். இதோ புறத்தே இலட்சத்தைத் தொட்டு நிற்கும் சோழனின் படை. தமது தலைமையில் இதைக் காணும் கால் சோழன் தம் மீது கொண்ட மதிப்பு எத்தகையது என்று நன்கு விளங்குகிறது. அரசே"

அதனை ஆமோதித்து தலையசைத்தான் கருணா.

"சரி, அதெல்லாம் இருக்கட்டும். யானே தங்களைக் காண வேண்டும் என்று எண்ணியிருந்தேன். அதற்குள் எமைக் காண தாங்களே வந்துவிட்டீர்கள். மிக்க நன்றி."

"தாங்கள் கலிங்கம் வந்ததை வேங்கி மரத்திலே அம்பு செலுத்தி அறிவித்து இருந்தீர்கள். அதனை இன்று காலையே கண்டேன், அரசே. ஆதலினால் தங்களைக் காண ஓடோடி வந்தேன்."

"ஆகட்டும் அம்மா. நன்றிகள்!"

"எம்மால் தங்களுக்கு ஆகும் காரியங்கள் இருப்பின், ஆணையிடுங்கள், அரசே. அதனைச் செவ்வனே செய்து முடிப்பேன்."

"நன்றிகள் தாயே. தங்களின் உதவி கட்டாயம் தேவைப்படுகிறது. இருப்பினும், தற்சமயம் தங்களைக் காணும் எண்ணத்தினாலே ஓலை அனுப்பினேன். தங்களுக்கு நன்றி கூறும் பொருட்டு."

"நன்றியா? எதற்கு அரசே?"

"தாங்கள் எமக்கு அளித்த வரைபடமே நன் படைகள் துரித முறையில் இங்கு வர உறுதுணையாய் இருந்தது தாயே."

"நல்லது அரசே. யான் வந்து வெகுநேரம் ஆகின்றது. தங்களின் பணிக்கு இடையூறாக இருப்பதா?"

"அப்படியெல்லாம் ஒன்றும் இல்லை சம்பை அவர்களே. தாங்கள் இருந்து உணவருந்தி செல்லுங்கள்."

"இல்லை; வேண்டாம், அரசே. இன்னும் ஒரு முறை வருகையில்..."

என்றவளை "இல்லை தாயே. எமக்கு உதவி செய்து, உணவளித்து உவகையுடன் தங்க இடமும் அளித்த தங்களை இப்படியே அனுப்ப இயலாது." என்றான்.

"அமைதியானாள் சம்பை. சிற்றரசர்கள் மத்தியில் அவளுக்கு உணவு பரிமாறப்பட்டது. மிகுந்த தயக்கத்துடனே உணவருந்தினாள் அவள். விருந்து உபச்சாரங்கள் முடிந்து அவள் அங்கிருந்து செல்ல, அவள் சென்று மறையும் வரை அவளையே கண்டு கொண்டிருந்தான் கருணா. பாசறை மறையும் வரை விரைவாக பரியைச் செலுத்திய சம்பை, அது மறைந்ததும் பரியின் வேகத்தைக் குறைத்தாள். அந்த அடர்ந்த கானகத்தில் பைய சென்றது சம்பையின் புரவி.

"இப்படியொரு மாண்பாளனை இதுவரையிலும் யான் கண்டதே இல்லை. இப்பெரும் படையை இவர் பொருட்டு அனுப்பிய சோழன் தன் மகளை இந்நேருக்கு மணம் முடித்து வைத்தது என்பது வெகு இயல்பே. கண்ட மாத்திரத்திலே காதல் கொள்ளத் தூண்டும் பேரழகன். ஐயோ என்ன இது? மீண்டும் இந்த எண்ணம் தலையெடுக்கின்றதே. இது தவறு. அவர் பார்வையிலும், பழகும் விதத்திலும் பிழை இல்லை. நனது இந்த எண்ணமானது தலையெடுத்தால் அனைத்தும் கெட்டு விடும். அவரின் தூய்மையான நட்பு முறையே எமக்குப் போதுமானது. அதன் பொருட்டே அவருக்கென்று எதையும் செய்வேன் யான்" என்று எண்ணிக்கொண்ட சம்பை தனது குடிலுக்கு விரைந்தாள்.

கருணா கலிங்கனுடன் பேச்சுவார்த்தைக்கு இடம் உண்டோ? என்றான் சுரவி பல்லவன். கருணாவின் நெருங்கிய உறவினன் சோதரன் ஆவான்.

"இல்லை தமையா. அதற்கு வாய்ப்பே இல்லை. நாளை ஆதித்தன் உதித்த பொழுதே ஏழு கலிங்கமும் எரியூட்டப்பட வேண்டும். அதனைத் தொடர்ந்து கலிங்கனை களத்திலே சந்திக்க வேண்டும்."

"ஆகட்டும் அப்பா. கருணா நாம் கோடிபலியிலே தண்டு நிறுத்தி இருக்கும் தகவலை அனந்தவன்மன் இந்நேரம் அறிந்திருப்பான் இல்லையா?" என்றான் மதுராந்தகன்.

"ஆம் மதுரா" அதில் என்ன சந்தேகம் இந்நேரம் மதிகெட்ட அரசனும், முறை கெட்ட அமைச்சருமாக பிதற்றி கொண்டிருப்பார்கள். அதிலே ஒருவன் மட்டும் ஒருவராக அமைச்சன் நியதியைக் கடைப்பிடிப்பான். அவனே அறிவுரை

கூற இயலும் அந்த அனந்தவன்மனுக்கு. அதனை ஏற்று நம்மை சரணடைந்தால் கலிங்கம் தப்பிப் பிழைக்கும். இல்லையேல். நன் கரத்தினாலே கலிங்கம் அழிவது உறுதி" என்றான் கருணா. அங்கே அமைதி நிலவியது.

"எங்கே? அப்படியொரு நல்ல விதி கலிங்கனுக்கு இருந்திருந்தால், நாம் ஏன் இங்கே வந்து தண்டு நிறுத்தப் போகின்றோம்."

வானக்கோவன் கூறுவதும் சரியே. இனி இங்கு நடக்கப் போகும் அசம்பாவிதங்களுக்கு அனந்தவன்மனே பொறுப்பு. நாம் என்ன செய்வது?" என்றான் சுரபி பல்லவன். அதனை அங்கிருந்த அனைவரும் ஏற்றனர்.

67

கதாகாலட்சேபம்

எண் திசைகளிலும் தன் ஆட்சியைச் செலுத்தும் குலோத்துங்கன் அல்லாமல், அவன் விடுத்த படைகளுக்கு நான் வலிமையற்றவனோ? என்று கோபம் அடைந்த அனந்தவன்மன் கலிங்க நாடாவது, கான் அரணும், மலை அரணும், கடல் அரணும் சூழ்ந்து தக்க பாதுகாப்புடன் இருப்பதைச் சிறிதும் சிந்தியாமல், அந்தப் படைகள் நம்மை எதிர்க்க வருகின்றன போலும்? என்றான்.

வண்டையாரின் அரண்மனை. அன்னவராயன் அழைத்து இருந்தவர்களில் அனைவரும் கலந்து கொண்டனர். நாராயண பட்டரின் கதாகாலட்சேபத்தில், ராம சரிதை வாசித்த முதல் நாள் இரவு மாசி சிவராத்திரி நாள் அன்று நிருதியின் வயிற்றில் இருந்த சிசுவிற்கு ஐந்தாவது திங்கள் துவக்க நாள் அது. தனது அரண்மனை பூசை அறையில் அமர்ந்து தனது பிள்ளையின் நல்லொழுக்கம், நல் ஆரோக்கியம் குறித்து தனது வேண்டுதலை அந்த ஆடவல்லானிடம் தெரிவித்தாள் நிருதி.

"மகளே நிருதி. வா அம்மா ஆலயம் செல்லலாம். பட்டர் அவர்கள் உனது வருகைக்காக அங்கே காத்திருக்கின்றார்." என்றாள் பெரிய நாயகி.

"இதோ வந்து விட்டேன், அத்தை அவர்களே" என்று கூறி வெளியே வந்தாள் நிருதி.

குலோத்துங்க சோழனின் இல்லத்தார் சார்பாக ஏழிசை வல்லபியும், தனது மனைவியுடன் நாராயண பட்டரும் வந்திருந்தனர். இவர்களைத் தவிர வானதிராயரின் மனைவியும், அன்னவராயரின் தங்கையுமான வடிவுடையாளும், அன்ன வராயரின் மகளும், வானகோவ ராயரின் மனைவியுமான இளவேனிலும் அதிலே கலந்து கொண்டனர். இவர்கள்

அல்லாது ஏராளமானோர் அந்நிகழ்ச்சியிலே கலந்து கொண்டனர். ஆலயம் அருகே பந்தல் அமைத்து அதனை அலங்கரித்து, அந்த ராம இலக்குமண சீதையின் சிலைகளை அதிலே பிரதிஸ்டை செய்து இருந்தனர். திரு நாராயணப் பட்டர் தனது பணியைத் துவங்கினார். ஸ்ரீ ராமனை வேண்டி, ஐங்கரனை வணங்கி இனிதே துவங்கியது ராமா பாராயணம். வண்டையர் கோனின் உறவினர்கள், அரசு அதிகாரிகள் அவர் தம் குடும்பத்தினர், வண்டை நகர் குடிகள் என்று ஏராளமானோர் கலந்து கொண்டனர். அந்நிகழ்சியில் மிக சிறப்புடனே ராம காவியத்தை எடுத்துரைத்தார் நாராயணப் பட்டர். தனது அரண்மனையில் இப்படி ஒரு சிறப்பு மிக்க நிகழ்ச்சியை ஏற்பாடு செய்ததில் அன்னவராயருக்கும் உத்தம வல்லிக்கும் பெருமிதம். இருந்தும், தங்களின் அன்பு மகன் இல்லாதது அவர்களுக்கு வருத்தத்தை அளித்தது. அதே நிலைமை தான் அங்கிருந்த அவர்களின் குடும்ப, உறுப்பினர்களுக்கும். இருப்பினும், அங்கிருந்தவர்களில் மற்ற எந்த நினைவுகளையும் தன்னை அண்டவிடாமல் தனது பிள்ளையின் தலைசிறந்த எதிர்காலத்தைக் கருத்தில் கொண்டு பட்டரின் சேவையில் கவனத்தை வைத்தாள் நிருதி. அவளைப் போலவே அவளது மாமன்கள் ஆன, அன்னவராயனும், ஆவுடையானும். அந்தப் பாராயணத்தில் இலயித்துப் போய் இருந்தனர்.

காவலன் ஒருவன் அக்கூட்டத்தாரில் இருந்த குமரனிடம் ஏதோ கூறி சென்றான். உடனடியாக அங்கிருந்து சென்றான் கருணாகரனின் நம்பகத் தன்மையுடைய ஒற்றன், இன்னும் சில பணிகளையும், பொறுப்புகளையும் வகிக்கும் குமரன். அவன் அங்கிருந்து சென்றதைக் கவனித்த மலர், அவனைப் பின் தொடர்ந்தாள். அரண்மனை முகப்பில் ஒருவனுடன் பேசிக் கொண்டு இருந்தான் குமரன். அவனைக் கண்ட மாத்திரத் திலேயே அவன் கருணாகரனால் அனுப்பப்பட்டவன் என்பது நன்கு விளங்கியது.

"குமரன் அவர்களே!" அந்நேரத்தில் அங்கே மலர் வந்ததை குமரன் எதிர்பார்க்கவில்லை.

"வணங்குகின்றேன், அரசியாரே. வணக்கம் யார் இவர் இவ்வேளையில்? அவனை அங்கிருந்து அனுப்பிய குமரன், நமது அரசரே இவனை அனுப்பி உள்ளார்கள் தாயே."

"எதற்காக?"

"இதோ இந்த ஓலைக்காக!"

"இது என்ன மூன்று ஓலைகள்?"

"ஆம் அம்மா, ஒன்று நன் பொருட்டு. மற்றும் ஒன்று தங்களின் குடும்பத்தார் சேமம் குறித்து"

"அப்படியானால் இன்னும் ஒன்று?"

"இந்த ஓலை பட்டத்தரசியாருக்கு, தாயே!"

"சரி, இரண்டையும் கொடுங்கள் யானே. அம்மானிடமும் மணவாளினியிடமும் கொடுத்து விடுகின்றேன்."

"இல்லை தாயே மன்னியுங்கள். யானே அவர்களிடம் கொடுக்க வேண்டும் என்பது அரசரின் கட்டளை"

"அதனால் என்ன குமரா? தாங்கள் கொடுத்ததாகவே யான் அவர்களிடம் கொடுத்து விடுகின்றேன்."

சற்றே தயங்கினான் குமரன்.

"இந்நாட்டின் அரசியைக் கூடவா தங்களின் அரசர் நம்பக்கூடாது என்றார்?"

"அய்யோ அப்படியெல்லாம் ஒன்றுமில்லை தாயே! இதோ தாங்களே கொடுத்துவிடுங்கள்"

"நல்லது" என்ற மலர் அதனைப் பெற்றுக்கொண்டாள்.

குமரனிடம் கூறியபடியே கருணா அனுப்பிய ஓலையை அன்னவராயரிடம் கொடுத்தாள் மலர். நிருதியின் அருகே சென்று அமர்ந்த மலர் சற்று நேரத்தில் அங்கிருந்து எழுந்தாள்.

"மலர், அதற்குள்ளாக எங்கே செல்கின்றாய்? இன்னும் நிகழ்ச்சி முடிவடையவில்லையே?"

"இல்லை நிருதி, எனக்கு உறக்கம் வருவது போல் உள்ளது."

"அப்படியானால் சரி, ஓய்வெடுத்துக் கொள்."

"ஆகட்டும்" என்ற மலர் அங்கிருந்து சென்றாள். தனது அறையில் இருந்த விளக்கு வெளிச்சத்தில் கருணா நிருதிக்கு அனுப்பிய ஓலையை வாசிக்கலானாள் மலர். "நன் ஆருயிர் நிருதிக்கு எப்படி இருக்கின்றாய் தேவி? நலம் தானே? இங்கே யான் உனது நிலையாகவே இருக்கின்றேன். இன்று ஐந்தாம் திங்கள் துவக்க நாள் ஆயிற்றே? நிகழ்ச்சிக்கான ஏற்பாடுகள் எப்படி இருக்கின்றன? உனக்கு அதில் மகிழ்ச்சி தானே? உனதருகே யானும் இருக்க இயலவில்லையே என்ற வருத்தம் ஒன்று மட்டுமே. இருப்பினும், உன்னை

என்று முதன் முதலில் ஆலயத்தில் கண்டேனோ அன்று முதல் இன்று வரை நீ எனதருகே இருப்பதாய் தான் யான் உணருகின்றேன் தேவி. உனக்கு அனுப்பிய இந்த ஓலை பொன் முகரி ஆற்றங்கரையில் இருந்து எழுதினேன். மிகவும் ரம்யமான சூழல் உனது நினைவை அதிகப்படுத்தி உள்ளது. நாம் படகிலே பயணித்த அந்தப் பொன்னான தருணங்களை நினைவூட்டுகிறது, தேவி. சரி இதற்கான பதில் ஓலை அனுப்புவாய் என்று ஆவலுடன் காத்துக் கொண்டு இருக்கின்றேன். இங்ஙனம், நிருதியின் கருணாகரன்."

மலரின் கண்ணீர் அந்தப் பட்டுத் துணியை நனைத்தது. இருவரையும் சமமாகப் பாவிப்பதாகக் கூறினாரே அவர், பின் ஏன் இந்த ஏற்றத்தாழ்வு? நிருதி கருவுற்று இருப்பதால் இந்தக் கரிசனமா? இல்லை அவளை ஆலயத்தில் பார்த்த நாள் முதலாய் என்று எழுதி இருக்கின்றாரே? அப்படியானால், சோழனின் மகள் என்று தனிச்சிறப்பளிக்கின்றாரா? இருக்கட்டும், பார்ப்போம்.

அன்று நள்ளிரவைக் கடந்து மூன்றாம் சாமத்தை நெருங்கியது. காலம் அன்றைய நிகழ்ச்சி நிறைவு பெற்றதாகவும், நாளை இரவு இதன் தொடர்ச்சி இருக்கும் என்றும் பட்டர் கூறி நிறைவு செய்தார். அங்கிருந்த அனைவரும் அவரவர் இருப்பிடத்திற்கு கலைந்து சென்றனர். தங்களின் அறைக்கு வந்தனர் அமுதாவும், நிருதியும்.

"அமுதா இன்றைய துவக்கமே மிக சிறப்பாக இருந்தது பார்த்தாயா?"

ஆம் நிருதி, அருமையாக இருந்தது. தசரத சக்கரவர்த்தி தனக்குப் பிள்ளைப்பேறு வேண்டி செய்த வேள்வியின் பயனாக தனது மனைவியர் கற்பம் அடைந்ததுடன் நிறைவு செய்து விட்டார் பட்டர். நல்ல சுவாரஸ்மாகவே இருந்தது. அதற்குள் நிறுத்தி விட்டார் இந்தப் பட்டர்."

"அதுதான் நாளை தொடரப் போகின்றதே. பிறகென்ன?"

"அதுவும் சரிதான் நிருதி. இன்னும் இருபது நாட்கள் இருக்கும் அல்லவா இந்தக் கதையின் தொடர்ச்சி?"

"ஆம் அமுதா."

"நல்லது. மிக சிறந்த பொழுதாக கழியப்போகின்றது இந்த இருபது நாள் பொழுதும்."

"உண்மை தான் அமுதா."

"அது இருக்கட்டும். என்ன கூறுகின்றான் எனது மருமகன்? செவிகள் முளைத்திருக்குமே? எப்படி இருந்தது கதை? என்றாள் அமுதா – நிருதியின் வயிற்றின் அருகே சென்று.

"கதை கேட்டு உறங்கிப் போனார் போல – வண்டையின் புதிய அரசர்?"

"இருக்கலாம் அமுதா. எனக்குமே உறக்கம் வருகின்றது."

"அப்படியானால், உறங்கு நிருதி. இது போன்ற காலத்திலே உனக்கு உறக்கமும், ஓய்வும் மிக அவசியம்"

மறுநாள் காலை அன்னவராயன், தனது மகன் அனுப்பி இருந்து ஓலையை வாசித்தான். அதிலே நிருதி உட்பட, தனது குடும்பத்தாரின் சேமத்தைக் கேட்டிருந்தான் கருணா. தான் தற்போது பொன்முகரி ஆற்றங்கரையில் தண்டு நிறுத்தி இருப்பதாக அதிலே தெரிவித்து இருந்தான். இதனை அவன் குடும்பத்தார் அனைவரையும் வரவழைத்து வாசித்தார் அன்னவ ராயர். இதற்கான பதில் ஓலையை ராயர் எழுதி குமரனிடம் கொடுக்க, அதை அவன் வந்த ஒற்றனிடம் கொடுத்து அனுப்பினான் கருணாவிற்கு. பணி ரீதியாக குமரனுக்கும், தனது குடும்பத்தாரின் நலம் குறித்து தனது தந்தைக்கும், தனிப்பட்ட முறையில் நிருதிக்கும் கருணா ஓலை அவ்வப்போது அனுப்புவது தொடர்ந்தது. இருந்தும் நிருதியிடம் இருந்து மட்டும் பதில் ஓலை வராதது கருணாவிற்கு வருத்தத்தை அளித்தது. அவனுடைய எதிர்பார்ப்பு நியாயம் தான் என்றாலும் அவன் அனுப்பிய ஓலை ஒன்றைக் கூட அவள் காணவில்லை என்பதே உண்மை. இருப்பினும், அவளுக்காக ஓலை எழுதுவதை அவன் நிறுத்தவும் இல்லை. என்றேனும் ஒரு நாள் பதில் வரும் என்ற நம்பிக்கையில் தொடர்ந்தான் கருணாகரன்.

கலிங்கம். அவ்வாறாக சோழனின் படைகளை அலட்சியம் செய்த அனந்தவன்மனை நோக்கி, அமைச்சன் எங்கராயன், "அரசே ஒன்று கூறுகின்றேன். மன்னர்கள் கோபிப்பார் களானாலும் அவர்கட்கு அடியவர்களாகிய அமைச்சர் முதலியோர் நன்மை விளைவிக்கும் சொற்களைச் சொல்லாமல் நீங்க மாட்டார்கள். மேலும் குலோத்துங்கன் அல்லாமல், ஏனைய எல்லா அரசர்களையும் அழிப்பதற்கு அவன் படையே போதுமானதாகும். சோழனே நேரில் வரவேண்டும் என்பது இல்லை. இதற்கு உதாரணமாக பல போர் நிகழ்வுகளைக் கூறலாம் வேந்தே. சோழன் ஏவிய

படையால் பாண்டிய மன்னர்கள் ஐந்து பேரும் அழிந்த அழிவை தாங்கள் நினைய வில்லையா? சேர தேசத்தின் கடற்படையைக் கைப்பற்றிக் கொண்டு திருவனந்தபுரத்திற்குத் தெற்கேயுள்ள விழிஞும் என்னும் ஊரை அழித்ததும், அதனைச் சார்ந்த காந்தளூர் சாலையைக் கைப்பற்றியதும் சோழனின் படையைக் கொண்டே ஆகும். சக்கரக் கோட்டத்தில் உள்ளே வந்த நாட்டை ஆண்ட தாராவர்ஷன் என்னும் வேந்தனின் நிலையும், இதற்கு முன் கூறியபடியே ஆனது. சோழப் படை சென்றதும் மைதூர் நாட்டைச் சேர்ந்த அளத்தி என்னும் ஊரில் உள்ளவர் அடைந்த துன்பத்தையும் தாங்கள் அறியவில்லையா? படைத்தலைவர் களையும் தாக்கி அழிக்கப்பட்ட நவிலை என்னும் ஊரில் சோழனின் படைகள் வென்று ஒராயிரம் யானைகளைக் காப்பாற்றினவே? தாம் வருந்திப் பெற்ற இந்த நிலையை, சோழப் படையினால் இழந்துபோன அரசர்கள் இவ்வளவு பேர் என்று கணக்கிட்டுச் சொல்ல முடியாது. குலோத்துங்க சோழனுடைய சக்கரம் போன்றவன் படைத் தலைவன் கருணாகரத் தொண்டை மான். அவன் பல போர்களில் வெற்றி பெற்ற குலோத்துங் கனுடைய படைகளை எல்லாம் ஒன்று திரட்டி சேர்த்துக் கொண்டு வந்து விட்டான் இப்பொழுது யான் கூறுவனவற்றில் தங்களுடைய அய்யம் இருந்தால் தாங்கள் கருணாகரனோடு போர் செய்து, தங்களின் ஆற்றலை உணர்ந்து கொள்ளுங்கள்"

"இவ்வாறு எங்கராயன் சோழனின் படையின் வீரத்தையும், வெற்றியையும் எடுத்துரைத்தான். நீதியை அனந்தவன்மனுக்கு எடுத்து கூறினான். ஆனால் அனந்தவன் மனோ, மிக்க கோபம் கொண்டான். அதற்கு எங்கராயன்.

நாளை சோழபடையுடன். முன்னே நின்று போர் புரியும் காலத்தில் யான் கூறியது உண்மை என்றுணர்வீர்கள் அரசே" என்றான்.

"நீ தவறு உண்டாகும்படி என்னிடம் பேசினாய் எங்கராயா. இவ்வாறு நீ பேசியும் உயிர்தப்பினாய். அரசனுக்கு நன்மை உண்டாகும்படியாகச் சொல்வது, பெருமை கெடும்படியாகவா இருப்பது? குகையில் வாழும் இளஞ் சிங்கக்குட்டி முகத்திற்கு எதிரில் நெருங்கி அதனைத் தாக்குவதற்கு களிறு வருமோ? சில எளியவர்களைப் போல எண்ணிப் பேசிவிட்டாய். நினைக்கும் நொடிப்பொழுதில் இந்தப் படையை வெல்லுதல் எமக்கு அருமையான காரியமோ?"

இவ்வாறு ஆத்திரத்தோடு பேசிய அனந்தவன்மன் யானை, தேர், குதிரை, கொடிய படைவீரர் என்ற நால்வகைப் படைகளும் சோழப் படைகளுக்கு எதிராகச் சென்று போர் தொடங்குவதாக என்று கட்டளையிட்டான். அனந்தவன்மன் கட்டளையிட்ட வுடன் ஏழு பிரிவுகளைக் கொண்ட கலிங்க நாடு முழுவதும் ஒப்பற்ற பேரிரைச்சல் உண்டாயிற்று. கலிங்கர் படை திரண்டு எழுந்தது. மதம் பொழியும் மழை போன்ற யானைகள், இடி முழக்கம் போல் பிளிறிக் கொண்டு சென்றன. புரவிகள் நுரைகள் சிந்தும் படியாக கடலில் மடங்கிவரும் அலைகளைப் போலப் புறப்பட்டுச் சென்றன. சினந்து எழுந்த படைகள், உலகத்தை எல்லாம் அழிப்பதாகிய ஊழிக்காலத்திலே பொங்கி வரும் ஒப்பற்ற கடல் போல் புறப்பட்டன. புகழைப் பெறுவதற்காகப் போரில் உயிரையும் பொருட்படுத்தாத வீரர்கள் கொல்லும் சுறா மீன்களின் கூட்டம் போலச் சென்றனர். கலிங்கப் படை விரைந்து சென்றமையால், மரங்களெல்லாம் முறிந்து விழுந்து அழிந்தன. அருவிகள், நெருப்பின் தன்மையை அடைந்தன. இவற்றில் படை செல்லச் சிறந்த வழி உண்டானது. படைகளின் நடுவில் சிறிதும் வெற்றிடம் காண முடியாதபடி போர் வீரர்கள் ஒருவரை ஒருவர் உடம்பு நெருங்கும் படியாகச் சென்றனர்.

இதன் முன்பு வீரசோழனிடம் சிறப்பு ஒற்றனாகப் பணிபுரிந்த குலசேகரன் இதற்கு முன்னே கலிங்கம் வந்து சென்றதால் படை ஒருங்கிணைப்புப் பிரிவின் கீழ் பணி ஆற்றினான். கலிங்கப் போரின் போது, சம்பை அவ்வப்போது அனுப்பும் தகவல்களைக் காற்றென பறந்து கருணாவிடம் தெரிவிப்பது, குலசேகரின் தலையாய பணியாய் இருந்தது.

"பெருமா, சம்பை அவர்களிடம் இருந்து தகவல் வந்துள்ளது."

"என்ன அது? சேகரா படியுங்கள்."

"வண்டையர் கோனுக்கு நனது பணிவான வணக்கங்கள். நேற்றைய இரவு இங்கே அவசர ஆலோசனைக் கூட்டம் நடந்தது. அதில் அமைச்சர் எங்கராயன் எவ்வளவோ எடுத்துரைத்தும் திறை செலுத்தவும் சமாதானம் உண்டாக்கவும் எடுத்த முயற்சி பலன் அளிக்கவில்லை பிரபு. அந்த மூடன் அதனை செவிமடுக்கவே இல்லை. இரு தினங்களுக்கு முன்பு கலிங்க தேசத்து மண்டலங்கள் சில தங்களால் எரியூட்டப்பட்டதால் அங்குள்ள குடிகள் அலறியடித்துக்

கொண்டு அரசனிடம் தங்களின் துயரத்தை முறையிட்டனர் கண்ணீர் மல்க. அதற்கும் அந்தப் பாவி செவிசாய்க்கவில்லை. மாறாக, அவனின் பராகிரமத்தை நிரூபிக்கப் போவதாகக் கூறிக்கொண்டு கலிங்கப் படைகளைத் திரட்டச் சொல்லி இருக்கின்றான். தேவரே, நாளை மறுநாள் படைகளைத் திரட்டிக் கொண்டு தங்களை களத்தில் சந்திக்கப் போவதாக, அவையில் அறிவித்து இருக்கின்றான் அனந்தவர்மன். தற்போது வரை நடந்து கொண்டு இருப்பவற்றை தங்களுக்குத் தகவலாக தந்தாகிவிட்டது அரசே." என்று முடித்திருந்தாள் சம்பை.

"இதனைப் பாராட்டியே ஆகவேண்டும் கருணா. துரித முறையில் இவ்வளவு கச்சிதமாக தகவல்களை அளிக்கும் அப்பெண்ணைப் பாராட்டியே ஆக வேண்டும்" என்றான் வானகோவன்.

"உண்மைதான் வானகோவா நமது அடுத்த கட்ட நடவடிக்கைகள் என்ன?"

"என்ன... நாம் போருக்கு ஆயத்தமாக வந்திருக்கின்றோம். அவன் ஆயத்தமாகிக் கொண்டிருக்கின்றான்; அவ்வளவே."

"நாளை மறுதினம் களத்திலே அந்த அனந்தவர்மனைச் சந்திப்பதே நமது அடுத்த நடவடிக்கைகளில் ஒன்று" என்று கருணா கூற அங்கிருந்த அனைவரும் ஆமோதித்தனர். தனது வாளின் கூர்மையைப் பரிசோதித்துக் கொண்டிருந்தான் கருணா. அவனைப் போலவே, அவனோடு போருக்கு வந்த அனைவரும் கருணாவின் ஆயுதங்கள் ஆன வேல், சிலை (தனுசு), அம்பு, கேடயம், கடகம் என அனைத்தும் எடுத்து வைத்தான் அவனின் உதவியாளன்.

"பெருமா, தங்களின் மற்றொரு கடகத்தையும் இவற்றுடன் களிறிலே ஏற்றட்டுமா?"

"வேண்டாம் திப்பிலி. அது நன்னுடனே இருக்கட்டும்."

"ஆகட்டும் பிரபு."

தான் தனித்திருக்க கண நேரம் கிடைத்தாலும் போதும் கருணாவிற்கு நிருதியின் நினைவு வந்துவிடும். சில நேரங்களில் களிப்புடனும், சில நேரங்களில் வருத்தத்துடனும் நகர்ந்து செல்லும் அவளின் நினைவுகள். ஏழு கலிங்கமதில் பெரும் பாலான பகுதிகள் தீக்கிரையாகின, எங்கெங்கு காணினும், ஓலம்! இருந்தும், தாம் போர் செய்யப்போவது உறுதி என போருக்குப் புறப்பட்டான். அவனுடனே அவன்

அமைச்சர் களும், மந்திரிகளும், சேனாதிபதியும் மற்றும் சேனைகளும். போருக்கு ஆர்வமாய் ஆயத்தமான சோழ வீரர்கள் ஏதோ இளந்தாரிகள் தங்களின் வருங்கால மனையாளைக் காணச் செல்லும் போது ஏற்படுமே ஒரு உற்சாகம் அதை ஒத்த நிலையிலே போர்க்களம் செல்லப் புறப்பட்டனர். சேனைகளில் ஒருவரின் கண்களிலும் பயமோ, பதற்றமோ இல்லை; மாறாக, மகிழ்ச்சியே கரை புரண்டோடியது. அதே நிலைதான் அவர்களை வழி நடத்தும் அரசர்களின் முகத்திலும் பிரதிபலித்தது. தேவேந்திரனின் அயராவதத்தை கலிங்கப் போருக்குக் கொடுத்து அனுப்பியது போல் இருந்தது கருணாகரனின் களிறு. அப்பெரிய பகடின் மீது ஏறி அமர்ந்தான் கருணாகரன் அதனைக் கண்ட அங்கிருந்தவர்கள் 'அரிமாவை அனுசரித்த பகடு, பகடை, வழி நடத்தும் அரிமா. இது வரலாற்றில் புதுமையன்றோ!' எனக் கூறி பெருமிதம் கொண்டனர்.

அங்கிருந்த போர் வீரர்களும் மற்ற அரசர்களும் அவரவர் களிறுகளில் ஏறி அமர்ந்தனர். அங்கிருந்தவர்களின் மேல் தன் பார்வையைச் செலுத்திய கருணாகரன், "வீரர்களே, நம் தாயின் குருதியையும், தந்தையின் மரபையும் சிறப்பிக்கும் காலமது கூடியுள்ளது. போர்க்களத்தில் மாண்டோமேயானால் உரம் பிளவுப்பட்டு மாண்டான் என்று கலிங்கம் போற்றட்டும். மீண்டோமே ஆனால் கலிங்கனை கருவறுத்து மீண்டான் என்று நம் சோழ தேசம் வாழ்த்தட்டும்" என்றான். கருணாவின் வார்த்தைகளைக் கேட்ட வீரர்கள் உணர்ச்சி மிகுதியால் கொக்கரித்தனர். உரத்த குரலில் தென்னாடுடையான் பொற்பாதம் போற்றி போற்றி வெற்றிவேல், வீரவேல் என்று கருணா போர்த்துதி செய்ய அவனைப் பின்தொடர்ந்து அங்கிருந்த அனைவரும் ஹர ஹர மகா தேவா வீரவேல் என்று கூற, சுரபி பல்லவன் இடம் புரி சங்கம் ஒலிக்க அதன் தொடர்ச்சியாக களிறுகள் பிளிற, புரவிகள் கனைக்க, வீரர்கள் கர்ச்சிக்க, அது நாள் வரை கலிங்கம் அறியா அதிர்வதை உணர்ந்தது.

'என் இறைவா, ஏதோ அனர்த்தம் நிகழவுள்ளது. இனி அந்தப் பரமனால் கூட கலிங்கத்தைக் காக்க இயலாது போலும்' என்ற எண்ணத்துடனே போருக்குப் புறப்பட்டான் எங்கராயன். களத்திலே மிக கடுமையான போர் நடக்க, கலிங்கனுக்கே உயிர்ப் பலி அதிகமானது. போர் துவங்கிய முதல் நாளில் சோழவீரர்கள் சிலர் மாண்டனர் என்பதையும்

மறுப்பதற்கில்லை. வெய்யோன் மறைய, போர் மறுநாளைக்கு ஒத்திவைக்கப்பட்டது. அன்று இரவு சோழ வீரர்கள் அனைவரும் மகிழ்வுடனே இருந்தனர். வீர மரணம் அடைந்தவர்களை எண்ணியும் போரின் முதல் நாளே அவர்களின் வெற்றிக்கு வித்திடும் நாளாக அமைந்ததை எண்ணியும். இருப்பினும், அதில் கருணாவிற்கு அவ்வளவாக உடன்பாடில்லை. ஏன் எனில் கலிங்கனின் மூர்க்கத்தனமான போர்முறையை எண்ணி காரணம், போர் நியதி என்பது கருணாவைப் பொருத்தவரை உயிர்ப் பலியே தவிர, உடல் கூறுகளைச் சிதைப்பது அல்ல அப்படி செய்வதனாலே அந்த உயிர் படும் துன்பமானது, அதை அந்நிலைக்கு ஆளாக்கியவனின் பாவக் கணக்கில் சேரும் என்பது கருணாவின் தனிப்பட்ட கருத்து.

களம் சென்று திரும்பிய ஒன்றும் அறியா களிறுகளையும், பரிகளையும் கலிங்கனின் படை கொன்று போட்டிருந்தாலும் பரவாயில்லை. அவ்விதம் செய்யாது அவற்றின் உடல் கூறுகளைக் காயப்படுத்தி, அவற்றை மிகுந்த வேதனைக்கு உள்ளாக்கியிருந்தது கண்டு வேதனை கொண்டான் கருணா. அவற்றின் இத்துயர் தன் பொருட்டே என்பதனால் அவனால் தாங்க இயலவில்லை. அவைகளை ஆதரவாகத் தழுவிக் கொண்டான். மிகப் பெரிய உரலிலே பச்சிலையை இடித்து அவற்றுக்குப் பற்று இட்டு ஆகாரமும், ஒளசதமும் புகட்டப் பட்டது அவற்றுக்கு. இது அப்போரின் முடிவு வரையிலும் தொடர்ந்தது. அதிலே பெரும் புண்பட்ட ஊர்வனவற்றை களத்திற்கு அழைத்துச் செல்லாது தண்டு நிறுத்தி இடத்திலே நிறுத்தப்பட்டது. இது வீரர்களுக்கும் பொருந்தியதே. கருணாவின் கடும் சினத்தையும் கருணை பொங்கும் உள்ளத்தையும் ஒரு சேரக் கண்டது சோழர் படை அப்போர் நடந்த காலமதில்.

ஆதவன் உதிக்கும் போது தொடங்கியும், மறையும் போது நிறுத்தியுமாக நாட்கள் கடந்து வாரக் கணக்கில் நடந்தது கலிங்கப்போர். போரின் ஒன்பதாம் நாள் கருணாவை கேந்தனன் நேர் காணும் தருணம் அது. இப்போரில் தனது இலக்கு கேந்தனனும் அனந்தவர்மனும் என்று முன்னமே சொல்லி வைத்தான் கருணா. அந்த நாள் அது இன்றே அமைந்தது. முன்னமே கருணாவின் போர்ச் செயல்கள் கலிங்கனை கதிகலங்கக் வைத்திருந்தன. கருணாவை களத்திலே காணும் கால், 'சோழ தேசத்தை புலி அல்லவோ ஆட்சி செய்கிறது. என்று எண்ணி யிருந்தோம். அங்கே

வலிய அரிமா ஒன்று இருப்பதையும், இதுவரையும் எவரும் கூறவில்லையே' என்று எண்ணிக் கொண்டான் கேந்தன் இருப்பினும், அதனை வெளிக்காட்டிக் கொள்ளாது இறுமாப்புடன் தன்னைக் காட்டிக்கொண்டான்.

"அடே கலிங்கனே எம்மை நினைவு இருக்கின்றதா? இன்று கலிங்கம் இந்நிலை எய்தியதற்கு நீயே முழு முதல் காரணம்" என்றான் கருணா. அப்பேர் இரைச்சலிலும் அவனின் வெண்கலக்குரல் தெள்ளத்தெளிவாகக் கேட்டது கேந்தனனுக்கு.

'இருப்பினும், கலிங்கம் அழியும் அளவிற்கு நாம் என்ன செய்தோம்? அரசர் தானே. திறை செலுத்தவில்லை' என்று எண்ணினான் கேந்தனன்.

"நீ மாண்டு போவதற்கான காரணத்தைத் தெரிந்து கொண்டு செத்தொழி! தூதன் சிறை வைக்கப்பட்ட பாவத்திற்கே இக்கலிங்கம் தீக்கிரையானது பார். அவனை அச்சிறையில் அடைத்த உனது சிரம் நனது கரத்தாலே துண்டிக்கப்படும். நெறி கெட்ட அரசனும் தன் பதவியின் பொருள் அறியா அமைச்சனும் ஒரு தேசத்திற்கு வாய்க்கப்பட்டால் அத்தேசமானது எந்நிலைக்கு ஆளாகும் என்பதை இன்று கலிங்கத்தைப் பார்த்து இவ்வுலகத்தார் அறிந்து கொள்ளட்டும்" என்றான் கருணா.

"அப்படியானால் நாம் சிறையில் அடைத்தது இந்த அரிமாவையா?" என்று கேத்தனன் எண்ணும் கால் கண நேரத்தில் கருணாவின் அம்பானது கேத்தனனின் தலையைக் கொய்தது. அதனைக் கண்ட இரு தரப்பு வீரர்களும் ஒரு கணம் உறைந்தே போயினர். சில கணங்கள் செயலிழந்து அப்படி அப்படியே நின்றனர். முன்னம் ஒரு முறை மாதவன் கூற கேட்டு இருக்கின்றான் வானக்கோவன் கருணாவின் போர்க்கள சினமதை. ஆனால், அதை இன்று நேர்படக் கண்டால் வாய் அடைத்துப் போனான் வானகோவன், சோழப் படைகளுக்கே அச்சமயம் கருணாவைக் காண அச்சமாக இருந்தது. கேத்தனனின் கதிகண்ட கலிங்கப்படை பின்வாங்கியது. அதற்கும் ஒருபடி மேலாக தான் தோல்வியடையப் போவதை உணர்ந்த அனந்தவென்மன் போர்க் களத்திலே புறமுதுகிட்டு ஓடினான். அவன் அப்படி ஓடிஒளிந்தும் கலிங்கப் படையிலிருந்த சொற்ப வீரர்களை கொண்டு மீண்டும் போர் புரிந்தனர் கலிங்கத்தின் எஞ்சிய அமைச்சர்களான மட்டையனும், எங்கராயனும்.

களத்திற்கு வர கருணாவும் எங்கராயனும் நேருக்கு நேர் சந்திக்க இருவருமே இன்னார் எனப் புரிந்துகொண்டனர். அமைச்சன் எங்கராயன் மீது நன் மதிப்பு வைத்திருந்தான் கருணா.

"கடந்த முறை அவனுடைய அணுகுமுறையைக் கண்டு அதன் அடிப்படையிலே எங்கராயரே தங்களின் அமைச்சுத் தன்மையை யான் நன்கு அறிவேன். அறிவுறுத்துவாரின் அறிவை, அளித்தும் தான் அறியாதவனாக அரசன் இருப்பின், அமைச்சன் அவனுக்கு உறுதியானவற்றை எடுத்துக் கூறுதல் கடமை என்பதனை தாங்கள் நன்குணர்ந்து தங்களின் கடமையை செய்திருப்பீர்கள் என்று யான் நம்புகின்றேன். இருப்பினும், தங்களின் கருத்திற்கு அந்த மூடன் செவிமடுத்திருக்க மாட்டான் என்றும் அறிவேன். இப்பொழுதும் ஒன்றும் கெட்டுவிட வில்லை, எங்கராயரே. குடிகளைக் காக்க வேண்டிய அரசனே தன்னைக் காத்துக் கொள்ள ஓடி ஒளிந்துவிட்டான். அவன் பொருட்டு எதற்காகத் தாம் போர் புரிய வேண்டும்? அந்த அனந்தவனமனை நன்னிடம் ஒப்படையுங்கள். தங்களையே இந்நாட்டின் சக்கரவர்த்தியாக யான் முடிசூட்டி வைக்கின்றேன் – சோழனின் பிரதிநிதியாக" என்ற கருணாவிடம்.

"வண்டையர்கோனே பகைவர்க்குத் துணையான வரை பிரித்தலும், தம்மிடம் உள்ளவரை காத்தலும், பிரிந்தவரை மீண்டும் சேர்த்துக் கொள்ளலுமே அமைச்சனின் கடமையே தவிர, அரசன் புறமுதுகு காட்டியதைக் காரணமாகக் கொண்டு அமைச்சன் அரசனாக நினைப்பது அநீதியின் உச்சம். அதனை யான் ஒருகாலம் செய்யமாட்டேன். தவிரவும், தென்னவர் படைக் கொண்டு கரமதில் சிலை (தனசு) ஏந்தி போர் புரிய வந்ததனால் தாங்கள் வேண்டுமானால் கலியுகராமனாக இருக்கலாம். அறநெறியைத் தவறவிட்ட தமையனை ஒதுக்கி அடைக்கலம் என்று தங்களிடத்தே வர யான் ஒன்றும் விபிஷணன் அல்லன் அரசே."

"அப்படியானால், இதன் பொருள் எங்கராயரே?"

"எப்படியும் சயம் தங்களுக்கே என்பதை யான் நன்கு அறிவேன். இனி யான் களத்திலே இருந்து பின்வாங்கினேனே யானால் மன்னவனைப் பின்தொடர்ந்து மானம் இழந்தான் அமைச்சன் என்று ஊர் சிரிக்கும். தங்களுக்கு இசைந்தேனே யினால், தென்னவர் பதங்களில் மண்டியிட்டான் என்று கலிங்கமும் காறி உமிழும். அதற்கு, யான் மாண்டு போவது

உறுதி எனத் தெரிந்தும் தங்களுடன் போர் புரிந்தேனேயானால், இக்களத்திலே போர் செய்ய வந்திருக்கும் அரசர்களின் அரசனை எதிர்த்து போர் செய்து மாண்டான் எங்கராயன் என்று வரலாறு பேசும் கலிங்கம் உள்ளவரை. ஆகையினால் இனி தாமதிக்காதீர், வண்டையர் கோனே. எம்மைத் தாக்குங்கள் எம்மால் இயன்றவரை தங்களைத் தடுப்பேன்."

"சரி இனி பேசிப் பயனில்லை என்றுணர்ந்த கருணா, வாள் கொண்டு தாக்கத் துவங்கினான். ஒரு நாழிகை தொடர்ந்திருக்கும் – அவர்கள் இருவருக்கும் உண்டான தாக்குதல். முடிவில் எங்கராயன் கொல்லப்பட்டான்; மட்டையனை வானக்கோவன் வதம் செய்தான்.

ஒரு வழியாகப் போரும் ஒரு முடிவிற்கு வந்தது.

"என்ன கருணா? உனது தனித்துவமே சிரம் அறுப்பது தானே. அது என்ன எங்கராயனை மட்டும் உரத்தை பிளந்து உயிர் சாகும்படி செய்திருக்கின்றாயே?"

"தான் எனும் செருக்குடன் களம் புகுந்தவனை சிரம் அறுப்பதும், நம்போல மானமே பெரிது என வலிய வந்து போர் செய்பவனை உரம் பிளப்பதும் தான் போர் தர்மம் தமையா. அதையே தான் யானும் கடைபிடித்தேன்."

"அருமை தம்பி! ஆகா சினத்திலும் அறிவறிந்து நடந்து கொள்ளும் உனது பேராண்மையை எண்ணி பூரித்துப்போனேன்" என்றான் சுரபி பல்லவன். அதனை அங்கிருந்த அனைவருமே ஆமோதித்தனர். கரங்களைக் கூப்பி தனது நன்றியைத் தெரிவித்தான் கருணா. மட்டையன் எங்கராயன் மாண்டதுமே, எஞ்சிய கலிங்க வீரர்கள் நாற் திசைகளிலும் சிதறி ஓடினர். "அவர்களைப் பின் தொடர்ந்து காலத்தை வீணடிக்காமல், அனந்தவன்மனைச் சிறை பிடிப்பதே உத்தமம்" என்று உரைத்தான் கருணா. கலிங்கத்தின் அநேக அரசியல் தலைவர்களைக் கொன்ற போதும், கொலை வெறியடங்கா கருணா அனந்தவன்மனைச் சிறைபிடிக்கத் துடித்தான். அதனை ஏற்ற சோழப்படையினர் அனந்தவன் மனைத் தேடும் கால் அகப்பட்ட கலிங்க வீரர்களைக் கொன்று குவித்தனர் – போர் வெறி இன்னமும் தணியாமல்.

சம்பையின் ஓலையைத் தாங்கி வந்த குலசேகரன் மூலம் அனந்தவன்மன் ஒரு மலையில் ஒளிந்திருக்கும் விவரம் தெரியவந்தது. 'இனி எந்த மலையும், எந்தக் காடும், நீ உயிர் பிழைக்க உனக்கு உதவாது அனந்தவன்மா' எனக் கூறிக் கொண்டான் கருணா.

"அதுதான் அவன் இருக்கும் இடத்தை அறிந்து கொண்டோமே, பிறகு எதற்கு தாமதிக்க வேண்டும் கருணா?" என்றான் வானக்கோவன். தலை அசைத்தவனாக, "சற்றுப் பொறு வானக்கோவா. நீ ஒரு காரியம் செய். உடனடியாக தலைமயன், மதுராந்தகன் மற்றும் படை ஒருங்கிணைப்பு கிளை அதிகாரிகள், வரிப்புத்தகம், அனைவரையும் பெரும் கொட்டாகாரத்திற்கு வரச்சொல்" என்றான் கருணா.

"ஆகட்டும் கருணா. இப்போதே ஏற்பாடு செய்கின்றேன்" எனக் கூறிச் சென்றான் வானக்கோவன். சிறிது நேரத்திற் கெல்லாம் அவன் இடத்தே வந்த காவலன், "வணங்குகின்றேன், பெருமா அரசர்கள், அதிகாரிகள் அனைவரும் தங்களின் கட்டளைப்படி கொட்டகாரம் வந்துவிட்டனர் பிரபு." என்று தெரிவித்தான்.

"இதோ வருகின்றேன்" என்று தானும் கொட்டகாரம் சென்றான் கருணா. அவனைக் கண்ட அனைவரும் தங்களின் வணக்கத்தைத் தெரிவித்துக் கொண்டனர். தானும் அவர்களை வணங்கி அமர்ந்தான்.

"அடுத்தகட்ட நடவடிக்கை என்ன கருணா?"

இன்ன இடத்தில் ஒளிந்திருக்கின்றான் அனந்தவன்மன் என்று அறிந்து கொண்டதால் இனி அவனை சிறைபிடிப்பது என்பது அத்துணை அருமையான காரியமாக இராது. ஆகவே வீரர்களை அழைத்துக் கொண்டு அவனிருக்கும் இடத்திற்கு யான் செல்லுகின்றேன். அதற்குள்ளாக தாங்கள் அனைவரும் போரின் வெற்றியை அறிவிக்கும் விதமாக இக்களத்திலே சயத்தம்பம் நிறுத்தி இக்களத்திலே நாம் இழந்ததும், இக்கலிங்கமதில் நாம் ஈட்டியதும் எவை, எவை என்பதனை வரையறுத்து வகைப் படுத்தும் வரிப்புத்தகத்தின் பணியது தொடரட்டும். மதுராவும், வானக்கோவெனும் கலிங்கத்தின் பொருட்செல்வங்களையும், ஊர்வனவற்றையும், அந்நகர்ப் பெண்டுகளையும் தென்னார்க்கு பணி செய்ய அழைத்து வாருங்கள்."

"கருணா எமக்கான பணியது என்ன?"

"தமையா, இவர்கள் அனைவரையும் ஒருங்கிணைத்து இவர்களுக்கிட்ட பணியை சரிபார்த்து நாம் அனைவரும் தாயகம் செல்ல ஆயுத்தமாக்குங்கள். அதற்குள்ளாக அந்த அனந்த வன்மனை யான் சிறைபிடித்து இவ்விடம் வருகின்றேன்."

"உனது சித்தப்படியே தம்பி."

உடனடியாக அக்கூட்டம் கலைந்து, அவரவர் பணிகளை துரித முறையில் செயல்படுத்தினர்.

ஒரு புறம் கலிங்கத்தின் பெரும் செல்வங்களை ஓரிடத்தில் சேகரித்து ஊர்வனவற்றை ஒன்றாகச் சேர்த்து தங்களுக்கு இட்ட பணியைத் தொடர்ந்தனர் வானக்கோவெனும், மதுராவும். கலிங்கத்தின் நடுநாயகம் அதுவில் சயத்தம்பம் நிறுத்தி சோழர்களின் வெற்றியை உலகறியச் செய்தனர். மறுபுறம், போர்க் களத்திலே கோடி பலியை சமன் செய்யும் குருதி ஆறு பாய்ந்தது. அவ்விடத்தே. மனித தலைகள் இருபுறமும் கரையாக இடுக்கற்களாய் பகடு அது பரவிக்கிடக்க, நதி ஏழு நுரைப்போல புரவிகள் சிதறிக்கிடக்க, நகரத்தின் நுழைவாயில் இதுவென காண்பவர் வியக்க, இதுப்போன்று இனி ஒரு போர் வேண்டா என்று களமே கதறுவது போல் இருந்தது. தலையற்ற முண்டங்களைத் தழுவி அழுதனர். அதன் தாயும், மனைவியும். அக்களத்தே வந்து இனி கலிங்கம் உய்ய வழியே இல்லை என்று கதறி அழுதனர் அப்பெண்டுகள்.

ஒரு வழியாக அனந்தவன்மன் இருக்கும் இடம் அறிந்து கொண்டான் கருணா. வீரர்களைக் கொண்டு அம்மலையை முற்றுகையிட்டு அவன் தப்பிச் செல்லாதிருக்க அனந்தவன் மனை நடுநிறுத்தி அம்பினால் சிறையமைத்தான் கருணா. அச்சிறையை விடியும்வரை காக்க வீரர்களுக்கும் உத்தர விட்டான். அவன் ஆணையை ஏற்ற வீரர்கள் அங்கே தங்களின் பணியைச் செய்ய. சோமனை அழைத்த கருணா. "நாளை பொழுது விடியலில் இவனை இங்கிருந்து அழைத்துச்செல்லலாம். அதுவரையில், வீரர்களுடன் நீயும் இங்கிருப்பாயாக" என்றான்.

"தங்களின் உத்தரவு பிரபு."

"நல்லது" என்ற கருணா அங்கிருந்து சென்றான்.

கலிங்கத்தின் கடற்கரைக்குச் சென்ற அவன், அங்கே தனக்கு முன்னதாக சம்பை வந்ததைக் கண்டான்.

"வாருங்கள் அரசே! வணங்குகின்றேன்."

"வணக்கம், சம்பை அவர்களே. தாங்கள் வந்து வெகு நேரம் ஆகிவிட்டதா என்ன?"

"இல்லை அரசே. சற்று முன்னதாகவே வந்தோம்."

"நல்லது!"

சில கணங்கள் அமைதிக்குப் பின்னே, "தாங்கள் செய்த பேருதவியை நன் வாழ்நாளில் மறக்கமாட்டேன்." என்றான் கருணா.

"அப்படியானால், நன்னை மறந்துவிடுவீர்களா என்ன?"

"இல்லை தாயே. தங்களை நினைத்தால் தானே தாங்கள் செய்த உதவியும் நினைவிருக்கும்? அப்படி இருக்க தங்களை தனியே மறப்பது எங்ஙனம்?"

மீண்டும் சற்று அங்கே அமைதி நிலவியது.

"சரி, எப்படியோ தங்களின் இலட்சியம் நிறைவேறியதில் தங்களுக்கு மகிழ்ச்சி தானே?"

"தங்களுக்கு அதில் என்ன சந்தேகம் தாயே? இருப்பினும், கலிங்கத்தின் அழிவது இத்துணை கோரமாக இருக்கும் என்று யான் கனவிலும் நினையவில்லை. அதுவே பெரும் வருத்தத்தை அளிக்கின்றது எமக்கு."

"இனி வருந்தி என்ன பயன் அரசே? அயலோர் படையெடுப்பில் அநேக நகரங்கள் இது போன்று அழிவைச்

சந்திப்பது புதிது அல்லவே. குடிகளைக் கண்ணெனக் கருத வேண்டிய அரசன் காற்றூசென மதிப்பானாயின் அவனுக்கும், அக்குடிகளுக்கும் கதி இதுவெனக் காட்டியுள்ளீர்கள்; ஆவ்வளவே! இதில் வருத்தவோ, வாஞ்சை கொள்ளவோ தேவையில்லை, அரசே!"

"தாங்கள் கூறுவதும் சரிதான்" என்றான் கருணா.

மீண்டும் அங்கே அமைதி நிலவியது.

மீண்டும் சம்பையே தொடர்ந்தாள். "தங்களின் மனைவி மார்கள் நலமா தேவரே?"

"பூரண நலம்!"

"ஏதேனும் விசேடம் உண்டோ, பெருமா?"

"ஆம் தாயே. நனது மூத்த மனையாள் கருவுற்று இருக்கின்றாள்."

"அப்படியா? மிக்க மகிழ்ச்சி பிரபு. அவரைத் தானே தங்களின் ஆவி என்பீர்கள்?" என்றதும் புன்னகைத்தான் கருணா – அதை ஆமோதிக்கும் விதமாக.

"தங்களைப் பற்றியும் அவர்களிடத்தே கூறியுள்ளேன் சம்பை அவர்களே. அவளே தங்களை இம்முறை கட்டாயம் அழைத்து வரும்படிக் கூறினாள்."

"அப்படியா? நன்றிகள் அரசே. அப்படி எம்மைப் பற்றி என்ன கூறினீர்கள் அரசே?"

"தாங்கள் செய்த உதவியை"

"ஒ! அப்படியா? தாங்கள் எம்மைப் பற்றிய மற்றவற்றைக் கூறியிருந்தீர்களேயானால், தாங்கள் இக்கலிங்கம் வரவே சம்மதித்திருக்க மாட்டார். இல்லையா?"

"இல்லை தாயே. அனைத்தையும் அவள் அறிவாள். அதன் பொருட்டே தங்களை யான் அங்கு அழைத்து வர தங்களுக்கான துணையையும் தனித்துவமான எதிர்காலத்தையும் தங்கள் பொருட்டு அமைத்துத் தர வேண்டியே நன் தாயகம் அழைத்து வரச் சொன்னார்."

"இது உண்மையா அரசே?"

'ஆம்' என்று தலை அசைத்தான் கருணா.

"அவர்களின் இத்தகு குணத்தைச் சிறப்பித்தே தங்களின் ஆவி என்றீரோ?"

"தங்களின் நினைவுத் திறனை மெச்சுகின்றேன் தாயே!" என்றதும் இருவரும் நகைத்துவிட்டனர்.

மீண்டும் அங்கே அமைதி நிலவியது. சரி காலம் கடந்து கொண்டிருக்கிறது. மூன்றாம் சாமம் அதை. தாங்கள் உடனடியாக தங்களின் குடிலுக்குச் சென்று தங்களுக்குத் தேவையான பொருட்களை எடுத்துக்க கொண்டு, தங்கள் அம்மான் அவர்களை அழைத்துக் கொண்டு நங்கள் இருப்பிடம் வந்து சேருங்கள். நாளை வெய்யோன் உதிக்க சோழ தேசம் புறப்பட வேண்டும்" என்று கருணா கூற ஒன்றும் கூறாமல் அமைதியாய் நின்றாள் சம்பை.

"என்னவாயிற்று, சம்பை அவர்களே?"

"இல்லை அரசே. யான் சோழ தேசம் வருவதாயில்லை."

"ஏன்? எதனால் வர மறுக்கின்றீர்கள்?

தங்களின் ஆவியை நேரிட துணிவில்லை; அதனால். தவிரவும், கலிங்கத்தை விட்டு நன் அம்மான் எங்கும் வரமாட்டார். நனது நிலையும் அதுவே. தாங்கள் நல்ல முறையில் நாளை புறப்படுங்கள், அரசே!" என்று வணங்கினாள் சம்பை.

அதற்குமேல் அங்கு அவர்களுக்கு உரையாட ஒன்றுமில்லை என்று தோன்றியது.

"தங்களுக்கு எம்மாலான கைம்மாறு செய்ய எண்ணினோம் சம்பை அவர்களே. அதன் பொருட்டேனும், தங்களின் தனிப்பட்ட விருப்பம் ஏதேனும் இருந்தால் தயவு கூர்ந்து கூறுங்கள்; அதனைத் தப்பாமல் செய்து முடிப்பேன், தாயே."

"நனது விருப்பமா? குடிகளை வஞ்சித்து மகிழ்ந்த கொடியவனை சிறையில் அடைத்து இக்கலிங்கத்திற்கே கைம்மாறு செய்தவர் தாம். அதுவே எமக்குப் போதுமானது அரசே. போய் வாருங்கள்" என்று கூறினாள் சம்பை.

"இனி தங்களின் விருப்பமே தாயே. யான் வருகின்றேன். வணக்கம்."

"ஆகட்டும் அரசே!"

இருவரும் விடைபெற சுந்தரத்தின் மீது அமர்ந்து சற்று தொலைவு சென்றிருப்பான் அவன்.

"வண்டையர்கோனே, ஒரு கணம். நனது விருப்பம் என்று ஒன்று உள்ளது. அதை ஏற்பீரோ?" என்றான் சம்பை.

"ஆணையிடுங்கள் தாயே. காத்திருக்கின்றேன்." தங்களின் விருப்பத்தை நிறைவேற்ற.

"நனது விருப்பம் இதுவே. தங்களின் ஆவியின் இயற்பெயரும், அதன் பொருளும் யாது?"

வாய்விட்டுச் சிரித்தான் கருணா.

"இதுவா தங்களின் விருப்பம்."

'ஆம்' என்று தலையசைத்தாள்.

"இதோ நனது ஆவியின் இயற்பெயர் பானு நிருபமை. ஆதித்தனுக்கு ஒப்பானவள். இதுவே அப்பெயரின் பொருள். போதுமா தாயே?"

"மிக்க மகிழ்ச்சி. நன்றிகள் அரசே. இதுபோதும் எமக்கு."

"நல்லது" என்று அங்கிருந்து சென்றான் கருணா. கொத்தளத்திற்கு அவனும், குடிலுக்கு அவளும் திரும்பினர்.

பொழுதும் புலர்ந்தது, சோழப்படை எண்ணிலடங்கா பொருட் செல்வங்களைத் திரட்டிக் கொண்டு, போர் அதுவில் மாண்ட கரி அதனின் கொம்புகளை ஊரும் கரி அதனின் (யானை) மேல் கூரையாய் வேய்ந்து கொண்டு சென்றனர் சோழ தேசத்திற்கு. பெரும் புண்பட்ட வீரர்களை காளைக் கூட்டு வண்டியிலும், மாண்ட வீரர்கள் போக மற்ற வீரர்கள் வெற்றி முழக்கமிட்டு முன்னே செல்லவும் பெரும் காட்டாற்று வெள்ளத்தில் இடறி விழுந்த கானகத்துக் கேள் (பன்றி) செய்வது இன்னதென்று தெரியாமல் தவிக்குமே அந்நிலையை ஒத்தே இருந்தான் அனந்தவன்மன். அப்பெரும் சோழப்படைக்கு மத்தியில் செய்வது அறியாது சிக்கித் தவித்தான். சோழ சிற்றரசர்கள் வழி நடத்த நயத்துடனே படை நகர்ந்தது சோணாடு நோக்கி. மேலைச் சாளுக்கியத்தின் மத்தியைக் கடக்க, "தம்பி இன்று இரவு இங்கே தங்கிவிட்டு நாளை புறப்படலாமா?" என்றார் சுரவி வல்லப தேவன்.

"ஆகட்டும் தமையா என்ற கருணா. அங்கிருந்த அனைவரையும் கண்டு நாம் இன்றிரவு இங்கிருக்க ஏற்பாடுகள் செய்யுங்கள்" என்று உத்தரவிட்டான். அப்படியே என்று அங்கிருந்த அனைவரும் ஆமோதிக்க அப்பொழுதானது, பிற்பகலைக் கடந்து கொண்டிருந்தது. அங்கிருந்தவர்கள் அனைவருக்கும், அனைத்திற்கும் ஆகாரத்திற்கான ஏற்பாடுகளை வீரர்கள் செய்துக் கொண்டிருந்தனர். ஆங்காங்கே அங்கிருந்த வர்கள் உரையாடிக் கொண்டிருந்தனர்.

அன்னோர்களில் வானக் கோவனும், கருணாவும் அங்கே உரையாடிக் கொண்டிருக் கையில், கர்ப்பிணிப் பெண் ஒருத்தி, அங்கிருந்தவர்களைக் கண்ட படியே கரத்திலே குடம் எடுத்துச் சென்றாள். அவளைக் கண்ட கருணா "யார் இவள்? கர்ப்பவதியாய் இருந்துகொண்டு தனியே எங்கு செல்கிறாள்?" என்று வினவ, "காணும் போதே தெரிய வில்லையா? அவள் தன் நீர் தேவைக்காகச் சொல்கிறாள் என்று" என்றான் வானக்கோவன்.

"ஏன் இவ்விடத்தே ஊருணிகளோ, குளம், குட்டைகளே இல்லையா"

"இங்கிருப்போர் நீர் தேவைக்கு"

"இல்லை என்பதனால் தானே கருணா எங்கோ செல்கிறாள் நீர் எடுத்துவர.

ஏனோ அதற்கு மேல் விவாதிக்க விருப்பம் இல்லை கருணாவுக்கு "தாயே ஒரு கணம் நில்லுங்கள்!" என்று அப்பெண் அருகே சென்றான்."

"இங்கேதும் நீர் நிலைகள் இல்லையா, அம்மா? தாங்கள் எங்கு செல்கிறீர்கள். தங்களின் இந்நிலை அறிந்தும்?" சற்றே தயக்கத்துடனே நின்றாள் அவள். அவனின் மொழி அறிந்தும் பதில் கூற தெரியாததால், அவளின் முக பாவத்தை வைத்து தெலுங்கு அறிந்த ஒருவனை அழைத்து விவரம் கேட்டறியச் சொன்னான். அதற்கு அவள் கூறிய பதில் இதுவே. அவர்கள் வசிக்கும் கிராமத்தைச் சுற்றி நீர் நிலைகள் எங்கும் இல்லை என்றும் ஆகையினால் அயலூரார் ஊருணியில் நீர் எடுக்கச் செல்வதாகவும் கூறினாள். அப்பெண் அவ்வாறு கூறிய கனமே தங்களின் நீர்ப் தேவைக்காக அவ்வப்பொழுது நீர் நிறைக்கும் பெருந்தவளை ஒன்றை ரதத்திலே வைத்து, அப்பெண்ணையும் அதிலே அமரச் செய்து அவளின் குடிலில் விட்டு வரும்படி அவள் மொழி அறிந்த ஒருவனை அனுப்பி வைத்தான் கருணா. இதனை அங்கிருந்த அனைவரும் கண்டு வியந்தனர். "என்னே அவனின் கருணை உள்ளம் என்று!" அப்பெண்ணை அவளிடத்தே விட்டு திரும்பிவந்தவனை அழைத்து, அவள் வசிக்கும் ஊரையும் அங்கே நீர்த் தேவைக்காக மக்கள் அடையும் இன்னல்களையும் கேட்டறிந்த கருணா, உடனடியாக தம் வீரர்களை அழைத்து அவ்வூரின் நீர்த் தேவைக்காகப் பெரும் கிணறொன்று வெட்டும்படி உத்தரவிட்டான் தனது சுய பொருட்செலவில். துரித முறையிலே நடந்தது. பெரும்

கிணறு வெட்டும் பணி. அதன் பொருட்டு ஓரிரு தினங்கள் அவ்விடத்தே இருக்கும்படி நேர்ந்தது. அதனை அவனுடன் வந்த அனைவரும் மனமுவந்து ஏற்றாலும் அதன் பொருட்டு காலதாமதம் ஆவதைக் கருத்தில் கொண்ட வானக்கோவன், "மீதிக் கிணறு வெட்டும் பணியை அவ்வூரார் இடமே ஒப்படைத்தால் என்ன கருணா? அதன் பொருட் செலவு மட்டும் உனதாகட்டும்" என்றான். அவன் கூறியதை அங்கிருந்த ஏனையோரும், அவ்வூர் மக்களும் ஏற்றனர். தங்களின் பால் கருணை கொண்டு, கிணறு வெட்டுவிக்க சித்தமான தங்களின் நாமத்தையே அக்கிணறுக்கு வைப்பதாய் கூறினர் அவ்வூர் மக்கள். அதனை ஆமோதித்த சோழப்படையினர் ஆரவாரம் செய்தனர். அனைவரையும் அமைதி காக்கும்படி கூறி விட்டு அதனை மறுத்த கருணா அக்கிணறுக்கு மற்றும் ஒரு பெயரைப் பரிந்துரைத்தான். அதனை ஏற்று அங்கிருந்தவர்கள் அப்பெயரைக் கூறும்படி கேட்டுக் கொண்டனர். "நிருபமை பெருங்கிணறு" என்றுரைத்தான். அது அவனின் மனையாள் என்றாலும், தன்னுடன் வந்த அனைவரும் அறிந்த ஒன்றே என்பதனால் அங்கே மகிழ்ச்சியினால் உண்டான ஆரவாரம் விண்ணைப் பிளந்தது.

"உன்னை எண்ணி பெரிதும் உவகை கொள்கிறேன், கருணா" என்ற வானகோவன் அவனை ஆரத்தழுவினான். அங்கிருந்த மற்றவர்களும் அவனிடம் தங்களிடம் மகிழ்ச்சியைத் தெரிவித்தனர்.

முன்பு கலிங்கத்தில் சயதம்பம் நிறுத்தி அன்றே சோணாட்டிற்கு சோழப் படைகளின் வெற்றி குறித்த ஓலை சென்றது. தற்போது, இச்சம்பவம் குறித்த ஓலை ஒன்றையும் வானகோவன் சோழபுரத்திற்கு அனுப்பி வைத்தான். இரு தகவல்களுமே கானகத்துத் தீ போல சோணாடு எங்கும் பரவிக்கிடந்தது. சோழ குடும்பத்தார் தொடங்கி குடிகள் வரையும், இவ்விரு நிகழ்வுகளால் பெரும் மகிழ்ச்சியும் மனநிறைவும் கரைபுரண்டோடின. இது இவ்வாறாக அனைவரிடத்திலும் இருக்க இத்தருணத்திலும் கூட கொடிய வருத்தத்தில் இருந்தவர்கள் மூவர் மட்டுமே. ஒன்று கருணா. களப்போர் முற்று பெற்ற போதும் அவன் அகப்போர் தொடர்ந்து கொண்டுதான் இருந்தது. அவளது நினைவாக. அது அவளைக் காணும் வரையிலும் ஓயப்போவது இல்லை. இரண்டாவது, மலர் சோழனையும், அவன் தன் மகளையும் மகிழ்விப்பதாய் எண்ணி எம்மை அலைக்கழிக்கின்றாரே

அத்தான் என்று பெயர், பொருள், புகழ் இவை யாதென்றும் வேண்டா எமக்கு. அவர் அருகிருக்க, அந்நாளும் என்று வருமோ என ஏங்கி தவித்தாள் நிருதி. நஞ்செனவே நாட்கள் நகர்ந்தன அம்மூவருக்கும்.

"நிருதி நம் இருவருக்குமான தூரம் குறைய ஏக்கம் அதிகரிக்கின்றதே இது எதனால்? மலர் நீயும் தான் என்ன செய்து கொண்டிருக்கின்றாய்?"

"நன் பொருட்டு நுங்களின் துயரம் விரைவிலேயே மறையும் என்று நம்புங்கள். இதோ நுங்களிடத்தே வந்து கொண்டிருக் கின்றேன் என்று எண்ணிக் கொண்டான். கருணா ஒரு வழியாக சாளுக்கியத்தையும் கடந்து, சோணாட்டின் எல்லைக்குட்பட்ட பாலாற்றை படைகள் அடைந்துமே, குடிகளிடத்தும், படை களிடத்தும் ஆரவாரமும், ஆர்ப்பரிப்பும் சய முழக்கமும் விண்ணைப் பிளந்தது. அதனை தொடர்ந்து வந்த படைகள் தொண்டையில் நிலையாயின. சில நாட்கள்.

68

அடிபணிந்த அனந்தவன்மன்

பதினெட்டு ஆண்டுகள் நடைபெற்ற தேவர் – அசுரர் போர் பதினெட்டுத் திங்கள் நிகழ்ந்த இராமாயணப் போர், பதினெட்டு தினங்கள் நடந்த பாரதப் போர் ஆகியவை தாம் இவ்வுலகில் சிறப்பு பெற்று இருக்கின்றன என்று எல்லோரும் சொல்லி வந்த நீங்காத பேச்சுக்கள் நீங்கும்படி, கருணாகரன் கலிங்கரோடு புரிந்த போர்க்களமானது அவற்றிலும் மிகச் சிறந்து விளங்கிற்று.

காலம் ஆனது மூன்று திங்களை முடித்துக் கொண்டு நான்காம் திங்களைத் தொட முற்பட்டது. கருணாகரன் கலிங்கத்தில் இருந்து மீள. அவன் கலிங்கத்தில் வெற்றி வாகை சூடி அனந்தவமன்மனை சிறைபிடித்து சோணாடு திரும்புவதை அறிந்த தென் நாடு கோலாகலமாகக் கொண்டாடியது – சோழனின் வெற்றியை. வண்டையிலே குவிந்தனர் சிற்றரசர் களும் சோணாட்டு அமைச்சர்களும் – அன்னவராயருக்கு தங்களின் வாழ்த்துகளைத் தெரிவிக்க. கருணாகரனை அவன் தாயகத்திற்கு வரவேற்க கோலாகல ஏற்பாடுகள் செய்யப்பட்டு இருந்தன. மலரும், அமுதாவும், நிருதியும் ஒருவரை ஒருவர் தழுவிக் கொண்டு தங்களின் வாழ்த்துக்களை பரிமாறிக் கொண்டனர். கருணாகரனின் தற்போதைய பெரும் வெற்றியுடன், இன்னும் ஒரு தினங்களே உள்ளன தனது பெயரனின் வருகைக்கு என்று எண்ணிக் கொண்ட உத்தம வல்லியின் உள்ளக்களிப்பிற்கு அளவேயில்லை.

காஞ்சியை அடைந்தன சோழப்படைகள். எங்கெங்கும் உற்சாகம் கரை புரண்டோடியது. மக்களிடம் தங்களின் பெரும் மகிழ்ச்சியையும் வாழ்த்துக்களையும் வெளிப்படுத்தினர், தங்களின் நண்பர்களுக்கு மாதவனும், மூர்த்தியும்

கலிங்கத்திலே கைப்பற்றிய பொருட்கள் ஊர்வன. பாலாற்றைக் கடந்து வந்து கொண்டு இருந்தது காண்போர் வியக்க சிறைபிடிக்கப்பட்ட அனந்தவன்மனைக் கண்டனர் காஞ்சியின் அதிகாரிகள், கருணாகரனின் பராக்கிராமத்தைப் போற்றிப் புகழ்ந்தனர் அங்கிருந்தவர்கள் அன்றைய இரவு காஞ்சியிலே தங்கினர் சோழ படைகள். நெடுநாட்களுக்குப் பிறகு நண்பர்கள் நால்வரும் ஓர் இடத்தில் ஒருவரை ஒருவர் ஆரத்தழுவிக் கொண்டனர். வெகு நேரம் கலிங்கப் போர்களை விளக்கிக் கொண்டிருந்தான் வாணகோ வரையன் அதற்கு முழுமுதற் காரணமான கருணாவோ ஏதோ ஒரு எண்ண ஓட்டத்தில் இருந்ததை அறிந்த மாதவன் அவனைத் தனியே அழைத்துச் சென்றான்.

"என்ன கருணா இது? இன்று உலகமே உனைப் பற்றிய பெருமை பேசிக் கொண்டு இருக்கின்றது. ஆனால் நீயோ இன்றும் இப்படி அமைதி காக்கின்றாயே. எதனால்?"

"யான் எனது உலகத்தைப் பற்றிய சிந்தனையில் உள்ளேன்"

"என்ன?"

"ஆம் மாதவா, யான் ஆளவிரும்பும் உலகம் ஆனது மிகவும் சிறிது. இருந்தும் அதுவே எம்மை அளவில்லா மகிழ்வுடன் வைத்துக் கொள்ளும். அது நனது நகரத்தில் நன் அரண்மனையில் உள்ளதோர் உலகம்."

புன்னகைத்த மாதவன், "யான் அறிவேன் கருணா உன் உலகம் அதை. அரசியாரின் பேறுகாலம் எப்பொழுதுய"

"ஆடி!"

"ஆடியா? நீயும் ஆடியில் தானே பிறந்தாய் கருணா?"

"ஆமாம் மாதவா, நனது பிள்ளையும் ஆடியில் யான் பிறந்த அதே நட்சத்திரத்தில் பிறக்க வேண்டும் என்பது நிருதியின் ஆசை."

"அருமை! மிகச்சிறப்பு. இது அவர்களுக்குத் தலைப்பிரசவம் ஆவதால் அவர்களை சோழபுரத்திற்கு அல்லவா அழைத்துச் செல்வார்கள் கருணா?"

"ஆமாம் மாதவா?"

"அப்படியானால், அவர்களை சோழபுரம் அனுப்பி வைத்து இங்கு வந்து விடு கருணா. முன்பு ஒருமுறை மாமல்லபுரத்தில் நண்பர்கள் சந்திப்பானது முழுமை பெறாமல் உள்ளதே?"

பதில் ஏதும் கூறாமல் அமைதியானான் கருணா.

"என்ன வாயிற்று? ஏன் ஒன்றும் கூறமறுக்கின்றாய்?"

ஒன்றுமில்லை மாதவா. இனி அவளைப் பிரிந்து எங்கும் வருவதாக இல்லை. நிருதியின் பேறுகாலம் முடிந்து, தாயும் சேயும் வண்டை நகர் திரும்பும் வரை நனது அலுவல் பணிகளை சோழபுரத்தில் நனது அரண்மனையில் இருந்தபடியே தொடரலாம் என்றிருக்கின்றேன். அதோடு இனி மாமல்லபுரம் வருவேனேயானால், நிருதியுடனே வருவேன். அவளுக்கு நெய்தல் நிலத்தைக் காண வேண்டும் என்று நெடு நாள் ஆசை. ஆகையால் சில காலம் பொறுத்து பிள்ளையை தாயார்வசம் கொடுத்து விட்டு நிருதியும், யானும் மட்டும் வரவேண்டும் என்று எமக்குமே நெடுநாட்களாக ஆசை."

"உனது ஆசையின் பின்னணி அரசியாருக்கு நெய்தல் நிலத்தைச் சுற்றிக் காட்ட அழைத்து வருவது போல் தெரிய வில்லையே கருணா?"

"பிறகு!" என்றான் கோபத்துடன் கருணா.

"எதற்காகக் கோபித்துக் கொள்கின்றாய் கருணா? இரண்டாம் இளவேனிலுக்கு ஏற்பாடுகள் செய்யப் போகின்றாயோ?" என எண்ணினேன்.

புன்னகைத்தபடியே

"ஆமாம், ஏன்? அதில் என்ன தவறு மாதவா?"

"இதில் தவறு என்று ஏதுமில்லை கருணா. ஏனெனில், நமது பாரம்பரிய பழக்கவழக்கத்தை மாற்றலாகாது. ஆகையால் நீ அடுத்த முறை இங்கு வரும் போது அரசியாருடன் நனது மருமகனையும் அழைத்துக் கொண்டே வா. யான் அவனுக்கு காஞ்சியைக் சுற்றிக் காட்டுகின்றேன். நீ அரசியாருக்கு மாமல்லபுரத்தைச் சுற்றிக்காட்டு சரியா?"

"அப்படியே மாதவா. சரி நீ சென்று ஓய்வெடுத்துக் கொள்."

"நாளை அதிகாலையே புறப்பட வேண்டும் அல்லவா?"

"ஆமாம் மாதவா."

"இன்னும் என்ன வருத்தம் உனக்கு கருணா?"

"இல்லை மாதவா நாளை நேராக சோழபுரமே புறப்பட வேண்டும். நிருதியோ வண்டையில் இருக்கின்றாள். யானோ சோழபுரம் சென்றதுமே திரும்ப இயலாது. கலிங்கத்தில் இருந்து திரட்டப்பட்ட பொருள் செல்வங்களையும், ஊர்வனவற்றையும் நம் சோணாட்டின் சார்பில் உண்டான உயிரிழப்புகள், பொருட் சேதங்கள் இவற்றைப் பற்றிய

அனைத்து விவரங்களையும், சக்கரவர்த்திகளிடம் தெரிவிக்க வேண்டும். இதற்கிடையில், அனந்தவன்மனின் தண்டனை யாதென தெரியாது. இவை எல்லாம் ஒழுங்கு பெற பத்து தினங்கள் ஆகிவிடும். இதன் பின்னரே யான் வண்டை செல்ல இயலும். இதற்கு முன்னாள் யான் தொலைதூரம் இருந்ததாலும், போர்ச் செயல்களினாலும் நிருதியின் பிரிவானது அந்த அவிற்கு எம்மைப் பாதிக்கவில்லை. ஆனால் பாலாற்றைக் கடந்த நேரம் முதல், அவளை எப்பொழுது காண்பேன் என்ற ஏக்கம் என்னைப் பாடாய்ப் படுத்துகின்றது மாதவா."

"உனது நிலை நன்றாகப் புரிகின்றது கருணா. உன் இந்த வருத்தம் இன்னும் கொஞ்ச காலமே! கண்மூடித் திறப்பதற்குள்ளாக இந்தப் பத்து தினங்கள் ஓடிவிடும் கருணா. நீ கலிங்கத்தை நொடிபொழுதில் வென்றதைப் போலவே உள்ளது. அப்படி யிருக்க, இதுவும் கடந்து போகும்."

"உனது வார்த்தை எமக்கு மிகவும் ஆறுதலாய் உள்ளது மாதவா. நன்றி. ஆமாம் நீயும் என்னுடன் சோழபுரம் வருகின்றாய் தானே?"

"ஆமாம் கருணா. அங்கு உனக்கு நடக்கும் பாராட்டு விழாவை யான் காண வேண்டாமா?"

"நிச்சயமாக! சரி வா, போகலாம்."

"மூர்த்தியும், வானகோவனும் என்ன செய்கின்றார்கள் என்று தெரியவில்லை?" என்றான் மாதவன்.

அவர்களோ இவர்களுக்காக ஒதுக்கப்பட்ட அரசு விருந்தினர் மாளிகை அறையில் உறங்கிக் கொண்டு இருந்தனர். அவரவர் அறைக்குச் சென்றனர் கருணாவும் மாதவனும்.

சோழபுரம் நோக்கி பயணித்தன கருணாவின் சேனைகள். தொண்டை மண்டலத்தில் இருந்து சோழ மண்டலம் வரையிலும் உற்சாக வரவேற்புகள், வாழ்த்தொலிகள், ஆரத்திகள் என மக்கள் கருணாகரனையும் அவனுடன் வந்த வீரர்களையும் வரவேற்று தங்களின் மகிழ்ச்சியை வெளிப்படுத்தினர். சோழபுரத்தின் தோரணவாயிலுக்கே வந்து வரவேற்றனர் குலோத்துங்கன் மற்றும் அவன் உடன் கூட்டத்து அதிகாரிகளும்! வழக்கம் போல் அன்றும் கருணாகரனைக் காண பெண்டுகள் அதிகமாகவே வந்திருந்தனர். கோட்டை வாயிலில் அரச குல மகளிர் கருணாவிற்கும் அவன் உடன்

வந்தவருக்கும் ஆரத்திகள் எடுக்க, அங்கே தனது தாய், தங்கை மற்றும் மலர் இருப்பது கண்டு மகிழ்ந்தான் கருணா.

"ஆனால் நிருதி எங்கே? அவள் இங்கு வரவில்லையா? அவள் வண்டையில் இருந்தால் அவளுடன் யார் இருக்கின்றார்?" என்று எண்ணிக் கொண்டான்.

ஒருவர் மற்றொருவருடன் பேசுவது கேளாதவாறு அங்கு வான வேடிக்கைகள், முரசொலிகள், பறைகள், கொம்பொலிகள், ஆத்தோத்யம், குடிகளின் வாழ்த்து என சோழர்களின் கோட்டையே ஒலியால் நிறைந்திருந்தது. ஆர்ப்பரிப்பு, ஆரவாரங்கள் ஓய நடுநிசி ஆனது. அங்கு வந்திருந்த அனைவரும் கலிங்கம் சென்று வந்த படைத்தலைவர்களுக்கு தங்களின் வாழ்த்துக்களையும், பாராட்டுகளையும் தெரிவித்து கொண்டனர். இதனால் பொழுதே விடிந்தது. அதன் தொடர்ச்சியாக, அன்று காலையே கலிங்கத்தின் மீதான வெற்றி குறித்து பாராட்டு விழாவிற்கு ஏற்பாடு செய்யப்பட்டு இருந்தது. அன்று காலை நீராட மட்டுமே கால அவகாசம் கிடைத்தது கருணாவிற்கு. தனது மாளிகைக்கு வந்தான். அங்கே அவனுக்காக காத்திருந்தனர் அவன் தாய் தந்தை, மலர்.

"மகனே உனை எண்ணி யான் இன்று மிகவும் பெருமை கொள்கின்றேன்."

புன்னகைத்தான் கருணா. "உத்தமவல்லிக்கோ கண்ணீர் வந்ததே ஒழிய வார்த்தை வரவில்லை. மலருக்கும் அதே நிலை தான்."

"அத்தான், தங்களை நன் கணவர் என்று கூறிக் கொள்வதில் பெருமை கொள்கின்றேன்."

உடனடியாக கேட்கக்கூடாது என்று தன்னைக் கட்டுப் படுத்திக் கொண்ட கருணா. அதற்கு மேல் இயலாமல் நிருதியைக் குறித்துக் கேட்கலானான். அது குறித்து அன்னவராயரே விளக்கம் அளித்தார்.

அங்கே போர்க்களத்தில் எண்ணற்ற உயிர்ப்பலிகள் நடத் திருக்கும். அங்கிருந்து வரும் உன்னை நிருதி எதிர்கொண்டு அழைப்பது என்பது அத்துணை நல்லதல்ல என்பது. இங்குள்ள பெரியவர்களின் கருத்து மகனே.

"அக்கருத்தை யானுமே ஏற்கின்றேன். ஆகையினாலேயே உனது சிறிய அன்னையையும் தந்தையையும், நிருதியுடன் இருக்கக் கூறி. நாங்கள் இங்கு வந்தோம் அப்பா."

"அதுவும் அப்படியா? நல்லது தந்தையே. நிருதி நலத்துடனே தானே இருக்கின்றாள்?"

"பூரண நலம் மகனே."

அதற்குள்ளாகவே அங்கு சில அரசு அதிகாரிகள் வந்தனர் கருணாவிற்கு வாழ்த்து கூற. அதனைத் தொடர்ந்து சித்திர மண்டபம் வரும்படி குலோத்துங்கன் சார்பில் அழைப்பு வந்திருந்தது. கருணா புறப்பட, அவனைப் பின் தொடர்ந்தனர் – அவன் மனைவி, தாய், தந்தையும்.

சித்திர மண்டபம் வாயில் காவலன் கொம்பொலித்து குலோத்துங்கனின் சிறப்புப் பெயர்களை கூறி, அவன் சித்திர மண்டபம் வருவதைத் தெரிவித்தான், வழக்கம் போல் அங்கிருந்த குடிகளும், அமைச்சர்களும், சிற்றரசர்களும் தங்களின் மரியாதை கலந்த வணக்கத்தைத் தெரிவித்துக் கொண்டனர். கலிங்க வெற்றியின் காரணமாக கோட்டை வாயில் புறத்தே துவங்கி சித்திர மண்டபம் வரையிலும், மக்கள் வெள்ளம் திரண்டு இருந்தது. கருணாகரன் சித்திர மண்டபம் வரும் முன்னமே, அவன் வருகையை மண்டபத்தின் அகத்தே உள்ளவர் களுக்கு அறிவித்தது, அவனை கண்ட மக்களின் வாழ்த்தொழி. இருந்தும் வாயில்காவலன் முறைப்படி கொம்பூதி கருணாகரன் வந்து கொண்டிருப்பதை அறிவித்தான்.

"வண்டையர் திலகம், வண்டையர் அரசன் அரசர்கள் நாதன் மந்திரி, காவலனை சூட்டிய தோன்றல், திருமாலின் சக்கரம் போன்றவன், சிவனடி செல்வன், பரி ஏறும் அரிமா, வண்டையர் கோன் உலகு புகழ் கருணாகர தொண்டைமான் அவர்கள் சித்திர மண்டபம் விஜயம் செய்கின்றார்" என்று கூறி முடித்தான்.

மண்டபத்தில் இருந்த அனைவரும் எழுந்து நின்று தங்களின் வணக்கத்தினைத் தெரிவித்துக் கொண்டனர். அனைவரையும் வணங்கி, குலோத்துங்கனையும் வணங்கி, தனது இருக்கையில் சென்றமர்ந்தான் கருணாகரன். அமைச்சர் காலிங்கராயர். சபையினரை வணங்கி, அனைவரையும் அமைதி காக்கும்படி கூறினார். அதனைத் தொடர்ந்து குலோத்துங்கனின் மெய் கீர்த்தியை வரிசைப்படுத்தினர். அதனை அடுத்து கலிங்கத்தின் களம் குறித்து உரைக்கத் துவங்கினார். காலிங்க ராயர் கருணாகரன், வானகோ வரையன், அரையன் மதுராந்தகன், சுரபி பல்லவராயன் இவர்களின் போர் சாகசங்களையும்,

சோழப் படை வீரர்கள் போர்ச் செயல்களையும் எடுத்துரைத்து, அவர்களை வெகுவாகப் பாராட்டினார். அதனைக் கேட்ட சோழ குடிகள் உற்சாகத்துடன் தங்களின் வாழ்த்துக்களையும், கரஓலிகளையும் எழுப்பினர். அதனைத் தொடர்ந்து முதலில் கருணாவிற்கான பட்டமும் பரிசுப் பொருள்களின் பட்டியலும் அறிவிக்கப் பட்டது. அவனது இந்த சீரிய பணியைப் பாராட்டி "வேள்" பட்டம் அளிக்கப்பட்டது.

"இதுவரையிலும் வண்டையர் கோன் இந்நாட்டின் நலன் கருதி. தன்னலமில்லா செய்த அரசியல் தொண்டை மெச்சி அன்னாருக்கு நம் சக்கரவர்த்திகளால் இப்பட்டம் அளிக்கப் படுகின்றது" என்ற காலிங்க ராயன் மேலும் கலிங்கத்தின் மீதான சோணாட்டின் வெற்றிக்கு வித்திட்ட கருணாகரத் தொண்டை மான் அவர்களுக்கு வழங்கப்பட்டும் பரிசு பொருட்களின் பட்டியல் என்று அறிவித்தார். அசைவற்ற பொருட்கள் துவங்கி ஊர்வன வரையிலும் அதிலே அடக்கம் கருணாகரனைத் தொடர்ந்து வானகோ வரையனுக்கு "சுத்தமல்லன்" என்ற பட்டமும், பரிசுப் பொருட்களும், அவனை அடுத்து அரையன் மதுராந்தகனுக்கு "கேரளராசன்" என்ற பட்டமும் பரிசுப் பொருட்களும் அறிவித்தனர். அதன் பின். இப்போரிலே வீரமரணம் அடைந்த போர் வீரர்களுக்கும், உறுப்புகளை இழந்தவர்களுக்கும், நாடு திரும்பிய வீரர்களுக்கும் முறையே உண்டான பரிசுப் பொருட்களின் விவரம் அறிவிக்கப்பட்டது. அதனைத் தொடர்ந்து சித்திர மண்டபத்திற்கு அழைத்துவரப் பட்டான் கலிங்க அரசன் அனந்தவன்மன். அங்கே பேர் அமைதி நிலவியது. குலோத்துங்கனே பேசலானான்.

"அனந்தவன்மனே நீ ஈராண்டுகளாக திறை செலுத்தாதது குறித்து முறைபடி தூது அனுப்பினேன் யான். ஆனால் உன் நடத்தை முறை அற்றது. தூதைப் பழித்து, திறையைச் செலுத்த தவறி உள்ளாய். அதன் விளைவுகள் எத்தகையவை என்பதை நீ அறிய அல்ல; இந்த உலகறிய செய்து முடித்தது நன் படை ஒரு திங்களுக்கு முன்னாள் உன் வாழ்நாள் காலத்தில் நீ சோணாட்டிற்கு செலுத்த வேண்டிய திறையை உன் தேயம் அதில் யானே நன் படை கொண்டு எடுத்துக் கொண்டேன். இனி உன்னை இங்கேயே சிறைவைப்பதும், கலிங்கத்தை ஆளச் செய்வதும் எமக்கு ஒன்றே. எனவே உன் நாட்டிற்கே திரும்பிச் செல். உன் குடிகளுக்கேனும் நல்லதொரு வேந்தனாய் இரு" என்ற குலோத்துங்கன் சமிக்ஞை செய்ய

காலிங்க ராயன், அனந்தவன்மனை விலங்குகளில் இருந்து விடுவித்து அவனின் முடியை அவனிடத்தே தந்தார்.

மீண்டும் பேசலானான் குலோத்துங்கன்: "உன் முடியையும், ஒரு புரவியையும் உனக்கு யான் தருவேன். இதனைப் பெற்றுக் கொண்டு இப்பொழுதே நீ கலிங்கம் செல்லக் கடவது" என்று உத்தரவிட்டான் குலோத்துங்கன். அவனை வணங்கிய அனந்த வன்மன் ஒரு வார்த்தையும் பேசாது தலை குனிந்து அங்கிருந்து சென்றான். காலிங்க ராயரை அழைத்த குலோத்துங்கன் அனந்தவன்மனை கோட்டையின் தோரண வாயில் வரையிலும் விட்டு வரும்படி கூறினான். "உத்தரவு" என்று கூறி. அவனைப் பின்தொடர்ந்தார் காலிங்கராயர். சயங்கொண்டார் கதிரோன், கருணாகரன், குலோத்துங்கன், வானகோவரையன், மதுராந்தகன் இவர்கள் குறித்து கவிதை படிக்க இனிதே முடிந்தது சபை நடவடிக்கை.

தோரண வாயில் வரையிலும் வந்த காலிங்க ராயர், அதைக் கடந்து அனந்தவன்மன் சென்றதும் கோட்டைக்குத் திரும்பினார். சில அடிகள் சென்ற அனந்தவன்மன். தனது புரவியில் இருந்து கீழே இறங்கினான். எதிரே கருணாகரனைக் கண்டதும். சோணாடு அறியா கருணாகரனின் சினமது. தான் நேர்பட அறிந்தமையால் கரம் கூப்பி வணங்கினான் அனந்தவன்மன் கருணாகரனை. பதில் வணக்கம் அளித்தான் கருணாகரன். எம்மை யார் என்று தெரிகின்றதா, அனந்தவன்மரே?"

"தலை அசைத்தான் அவன் தயக்கமும், அச்சமும் ஆட் கொண்டன அனந்தவன்மனை – கருணாவிடம் ஒரிரு வார்த்தைகள் பேச. இருந்தும், பேசலானான். "பிரபு திறை செலுத்தாதது எம் தவறே. அதற்கு எம்மைத் தாங்கள் சிறை பிடித்தாக இருப்பினும் நன் குடிகள் செய்த பிழை தான் என்ன? தங்களுக்கு? நன் தேசத்தையே தீக்கிரையாக்கி, கலிங்கத்தையே குருதிக் கடல் ஆக்கி சோலைகளைச் சுடுகாடாக மாற்றிய தங்களின் குரோதமது தகுமோ? பெருமா தங்களுக்கு தனியே பகையுண்டோ?"

புன்முறுவலைத் தவழவிட்ட கருணா, சுந்தரத்தின் மீதமர்ந் தான். பின் அனந்தவன்மனை நோக்கி நியதி தவறிய அரசனும் நெறி தவறி அமைச்சனும் ஒரு நாட்டிற்கு வாய்த்தால் அந்த தேசம் எதிர்கொள்ளும் பலன் இதுவே என்று இந்த உலகம் அறியச் செய்தேன். அனந்தவன்மரே."

"விளங்கவில்லையே பிரபு?"

"தூதன்"

"அப்படியானால், அங்கு தூது வந்தது?"

"யாமே தாம் வண்டையர் கோன் கருணாகர தொண்டைமான். சக்கரவர்த்திகளின் இலக்கு நீர் மட்டுமே, ஆனால் நனது இலக்கு கலிங்கத்தின் அழிவு. இரண்டுமே ஈடேறியது. வரட்டுமா? என்று அங்கிருந்து சென்றான் கருணா. தலைச்சுற்றுவது போல் இருந்தது அனந்தவன்மனுக்கு.

கலிங்கப் போரிலே ஈட்டிய வெற்றியைக் கொண்டாட அன்று மாலை வெற்றிவிழாவிற்கு ஏற்பாடு செய்யப்பட்டு இருந்தது. அதனைத் தொடர்ந்து பேரரசர்களின் பாரம்பரிய முறைப்படி போரின் வெற்றியை அடுத்து வரும் சந்ததியினருக்கு நினை வூட்டும் விதமாக இறையளி அளித்தல். சாசனம், பட்டயம், கல்வெட்டுகள் மூலம் மெய்க்கீர்த்தி வரைதல், முதலியவற்றுக்கும் ஏற்பாடு செய்யப்பட்டு இருந்தது. இவ்விழாவிற்கும் அதனைத் தொடர்ந்து விருந்துக்கும் ஏற்பாடு செய்யப்பட்டு இருந்தது. இதிலே கலந்து கொள்ள சிற்றரசர்கள் குறுநில மன்னர்கள், சோணாட்டு முக்கிய அமைச்சர்கள் மற்றும் அதிகாரிகள், அவைப் புலவர்கள் என்று அனைவருக்கும் அழைப்பு விடுக்கப்பட்டு இருந்தது. அதிலே முதலாவதாக குலோத்துங்க சோழனின் இறையளியியும் மெய்க்கீர்த்தியும் அறிவிக்கப்பட்டன. அது இறையளி அளிக்கப்படும் ஆலயத்தில் கல்வெட்டாக பொறிக்கப்படும்.

மெய்க்கீர்த்தி

வடதிசை, வேங்கை மண்டலங் கடந்து தாங்கலர்

கலிங்க மேழுங் கனலேரி பரப்ப

விளங்கல் போல விளங்கிய வேந்தர்

விட்டவெங் களிற்றோடு பட்டுமுன் புரளப்

பொருகோ பத்தொடு போர்முக மதிர

வருகோ மட்டையன் மாதவ னெதிர்பட

எங்க ராய னிகலவ ரேச்சணன்

மாப்பிறளா மதகரி யிராசனன்

தண்டுபதி யாகிய தலைச்சே னாபதி

மண்டலிக தாமய னெண்மர்த் திசைமுகன்

போத்தயன் கேத்தணன் செருச்சே னாபதி

என்றிவ ரனைவரும்

வெற்றவே ழத்தோடு பட்டு மற்றவர்

கருந்தலை யொடுவென் னிணங்கழூ கோடு

பருந்தலைத் தெங்கணும் பாப்ப யர்த்துக்

கருங்கடலடையத் தராதலந் திறந்து

கலிங்க மேழுங் கைக்கொண் டலங்கல்

ஆரமுந் திருப்புயத் தலங்களும் போல

வீரமும் தியாகமும் விளங்கப் பார்தொழச்

சிவனிடத் துமையெனத் தியாக வல்லி

உலக முடையா ளிருப்ப வவளுடன்

கங்கைவீற் றிருந்தென மங்கையர் திலதம்

ஏழிசை வல்லபி யேழுலகு முடையாள்

வாழி மலர்ந்தினி திருப்ப வூழிவுந்

திருமா லாகத்துப் பிரியா தென்றும்

திருமக ளிருந்தென வீரசிம் மாசனத்து

வீற்றிருந் தருளின கோவிராசகேசரி வன்மரான திரிபுவன சக்கரவர்த்திகள் ஸ்ரீ குலோத்துங்க சோழதேவர்க்கு யாண்டு. இறையளி செயன்மேவு மீச்சுரற்குத் திருநந்தா விளக்கொண்டு திருத்தினானே.

குலோத்துங்கனைத் தொடர்ந்து கருணாவிற்கான சாசனம் உரைக்கப்பட்டது இறையளியுடனே. "ஸ்வஸ்தி ஸ்ரீ கோ இராசகேசரி வன்மரான திரிபுவன சக்கரவர்த்திகள் ஸ்ரீ குலோத்துங்க சோழ தேவர்க்கு யாண்டு நாற்பத்துமூன்று சயங்கொண்ட சோழ மண்டலத்து எயிற் கோட்டத்து எயில் நாட்டுத் திருவத்தியூராழ்வார்க்குச் சோழமண்டலத்துக் குலோத் துங்க சோழ வளநாட்டுத் திருநறையூர் நாட்டு வண்டாரஞ் சேரியுடையான் வேளான் கருணாகரனான தொண்டைமானார் தேவியார் அழகிய மணவாளினி, மண்டையாழ்வார் வைத்த திருநந்தா விளக்கு" என்று வாசிக்கப்பட்டது.

அதைத் தொடர்ந்து குலோத்துங்கன் ஒரு முக்கிய அறிவிப்பை வெளியிடுவதாக அங்கே ஓலை நாயகம் அறிவித்தார். அதனைக் கேட்ட அவையினர் சற்றே அமைதி ஆயினர். குலோத்துங்கன் தலை அசைக்க மேலும் தொடர்ந்தார். ஓலை நாயகம் நம் சோணாட்டு சிற்றரசர்களில்

ஒருவரான சேதி நாட்டை ஆட்சி புரியும் மலையமான் மரபினர் ஆன கிளியூர் மலையமான் பெரிய உடையான் ஆன இராசராச சேதிராயரின் மகள் இளவரசியார் அமிழ்தவதிக்கும் சுந்தர சுர பாண்டியருக்கும் திருமணம் செய்ய முடிவு செய்யப்பட்டுள்ளது. மேற்படி கண்ணானம் வரும் ஆவணி திங்கள், நமது சோழ கோட்டையில் நம் சக்கரவர்த்திகள் குலோத்துங்க சோழ தேவர் தலைமையில் நடைபெற உள்ளது என்று கூறினார் ஓலை நாயகம் அங்கிருந்த அனைவரும் சேதி ராயருக்கும், பாண்டிய மண்டல உயர் அதிகாரியும், பாண்டியர் மரபினருமான சுந்தர சுர பாண்டியனுக்கும் தங்களின் வாழ்த்துக் களைத் தெரிவித்துக் கொண்டனர். உண்மையில் அங்கிருந்தவர் களில் சேதி ராயர், குலோத்துங்கனுக்கு அடுத்தபடியாக கருணாவிற்கே பெரும் மகிழ்ச்சி. பேரரசன் வழி தோன்றலான சுந்தர பாண்டியனை அமுதா மணந்து கொள்வதில் நிருதிக்கு தான் வருத்தம் இருக்கும் அமுதா பாண்டி மண்டலம் செல்வதை எண்ணி. இருப்பினும் அமுதாவிற்கு கண்ணானம் என்கிற பொழுது நிருதிக்கு மகிழ்ச்சியே அதிகம் இருக்கும் என எண்ணிக் கொண்டான் கருணா.

விழா, விருந்து என அனைத்தும் நிறைவுபெற்றது. அங்கு வந்த அனைத்து விருந்தினரும் அவரவர் மாளிகைக்குச் சென்றனர். தனது மாளிகைக்கு வந்த கருணாவை, "தேவரே, உள்ளே வரலாமா?" என்றார் சேதிராயர் – தன் மகள் அமுதாவுடன்.

தனது வணக்கத்தைத் தெரிவித்து அகத்தே அழைத்தான் கருணா. மூவருமாக முகப்பு அறையில் இருந்த இருக்கையில் அமர்ந்தனர். 'அமுதாவும் சோழபுரம் வந்துவிட்டாளா? அப்படியானால், வண்டையில் நிருதியுடன் சிறிய தாய் தந்தை மட்டும் தான் இருக்கிறார்களா என்ன?' என்று எண்ணிக் கொண்டான் கருணா.

"கருணாகரா, என்ன யோசனை?" என்றார் சேதிராயர்?

"ஒன்றுமில்லை அரசே. அமுதா எப்பொழுது இங்கு வந்தாய்?

தங்களின் தாய் தந்தையுடனேயே தான் இங்கு வந்தேன் அரசே.

'ஓ' என்று அமைதியான கருணாவின் முகபாவத்தைக் கொண்டே நிருதியை தனியே விட்டுவந்ததன் பொருட்டு

வருத்தத்தில் இருக்கின்றான் என்பதை நன்கு புரிந்து கொண்டாள் அமுதா.

"வண்டையர் கோனே, உண்மையில் யான் இங்கு வருவதாய் உத்தேசமே இல்லை – நிருதியை விட்டு... என்ற அமுதாவை இடை நிறுத்தி சேதிராயர் தொடர்ந்தார்.

"தங்களின் கலிங்க வெற்றிக்காக வாழ்த்து தெரிவிக்க சக்கரவர்த்திகளைக் காண வந்திருந்தோம் கருணாகரா. அத்தருணத்திலே பாண்டியன் சுந்தர சுரனும் வந்திருந்தார். சரிவர பெண் எதுவும் அமையாததால் அவருடைய கண்ணானம் தள்ளிப் போவதாக சக்கரவர்த்திகளிடம் தெரிவித்தார். அப்பொழுது அமுதாவைப் பற்றி அவரிடத்திலே எடுத்துரைத்தார் நம் சக்கரவர்த்திகள். அவர் உடனடியாக நன் மகளை மணந்து கொள்வதாக விருப்பம் தெரிவித்தார். அப்பொழுதே வண்டைக்கு இளவரசர் அவர்களை அனுப்பி. அமுதாவை அழைத்துவர கூறினார் சக்கரவர்த்தி இவளோ தாங்கள் சோணாடு திரும்பும் வரையிலும் நிருதியை விட்டு வரமறுத்துவிட்டாள். இப்பொழுதும் நிருதியின் கட்டாயத்தின் பேரிலே இங்கு வந்தாள். கருணாகரா இன்று பிற்பகலில் தான் நனது மாளிகையில் பெண் பார்க்கும் படலம் முடிந்தது. பாண்டியருக்கு அமுதாவைப் பிடித்து இருப்பதகக் கூறினார்."

"தங்கள் மகளை போன்ற குணவதியை யாருக்குத்தான் பிடிக்காது ராயர் அவர்களே?"

"நன்றிகள் கருணாகரா."

"நன்றிகள் எதற்கு அரசே? அவள் நன் தங்கை ஆவாள். அமுதா உனக்குப் பாண்டியனைப் பிடித்து இருக்கின்றதா?"

புன்முறுவலுடனே தலையசைத்தாள் அமுதா.

"பிறகென்ன? கண்ணான ஏற்பாடுகளை வெகு விமர்சையாக செய்து விடலாம். பேரரசன் வழித் தோன்றலை மணந்து கொள்ள போவதால் எங்களைப் போன்ற சிற்றரசர்களை மறந்து விட மாட்டாயே அமுதா?"

"அது என்னவோ உண்மை தான் கருணா. நம்மை மறந்து தான் போவாள்."

"அய்யோ தந்தையே தாங்களுமா? அரசர் தான் ஏதோ கேலி பேசுகின்றார் என்றால், தாங்களும் அவருடன் இணைந்து கொண்டீர்களே?"

"வேடிக்கைக்காக கூறியது மகளே வினையமாக எடுத்துக் கொள்ளவேண்டாம்."

அது சரி கருணாகரா. தாங்கள் எப்பொழுது வண்டைக்குப் புறப்பட உள்ளீர்கள்?

இன்னும் ஒரு ஐந்து தினங்களில் அரசே."

"ஏன் இத்துணை நாட்கள் கருணாகரா? தாங்கள் சோழபுரம் வந்தே ஐந்து தினங்கள் கடந்து விட்டனவே? இன்னும் ஐந்து நாட்கள்."

"ஆம் அரசே. இன்னும் போரில் ஈட்டியது, இழந்தது குறித்த விவரங்களை முழுமையாக முடிக்கவில்லை. அதன் கணக்கு வழக்குகளை சரிசெய்ய இன்னமும் ஐந்து தினங்கள் யான் இங்கு இருக்க வேண்டியது அவசியம் ஆகின்றது."

"நல்லது மகனே யானுமே கூட அமுதாவை அழைத்துக் கொண்டு நாளை சேதி நாட்டிற்குப் புறப்படவுள்ளேன்."

"அமுதாவை அழைத்துக் கொண்டா?"

"ஆம் கருணாகரா, இன்னும் முழுவதுமாக இரண்டு திங்களே உள்ளன – கண்ணானத்திற்கு. சிறிது காலம் தனது மகளை தன்னுடனே வைத்துக் கொள்ள ஆசைப்படுகிறாள் நனது மனையாள். அதனாலேயே அமுதாவை சேதி நாட்டிற்கு அழைத்துச் செல்கின்றேன். தவிரவும் இன்னும் பத்து தினங்களில் தங்களின் மனையாளை பேறு காலத்திற்காக இங்கே அழைத்துவர சக்கரவர்த்திகள் முடிவு செய்துள்ளார். இது குறித்து தங்களின் தந்தையிடமும் தெரிவித்து இருப்பார் போலும். தங்களின் வருகைக்காகவே காத்திருந்தனர். வண்டையில் இருந்து நிருதி வந்ததுமே அமுதாவை இங்கே அழைத்து வருகின்றேன் அரசே."

"ஆகட்டும் ராயரே. நனது வேண்டுகோளும் அதுதான். நிருதிக்குத் துணையாக அமுதா இருப்பது, இந்தப் பேறு காலத்தில் நிருதியின் பக்கத் துணை அமுதா என்பது யான் கூறி தங்களுக்குத் தெரிய வேண்டியது இல்லை ராயரே."

"யான் அறிவேன் மகனே. இப்பொழுதும் இந்தக் கண்ணானத்திற்குப் பின்பு இவர்கள் இடையே உண்டாகும் பிரிவை எப்படி எதிர்கொள்ளப் போகிறார்களோ? என்ற கவலை தற்போதே எமக்கு வந்துவிட்டது" என்று ராயர் கூறுகையிலேயே அமுதா கண்கலங்கினார்.

"அதுகுறித்த கவலை தங்களுக்குத் தேவையில்லை அரசே. பாண்டி மண்டல அதிகாரியான சுரபாண்டியனை,

சோழபுர அதிகாரியாக நியமித்தால் போகிறது. வண்டை சோழபுரத்திற்கு ஒன்றும் தொலைவில்லையே? என்ன அமுதா?" என்றான் கருணா.

புன்னகையுடனே தலை அசைத்த அமுதா, "தந்தையே அரசருடன் உரையாடிக் கொண்டிருங்கள். இதோ வந்து விடுகின்றேன்." என்றாள்.

"ஆகட்டும் அம்மா"

அமுதா அங்கிருந்து சென்றதும், "கருணாகரா சுர பாண்டியர் சோழபுரத்திலே இருக்க ஒப்புப் கொள்வாரா?"

"நிச்சயம் ஒப்புக்கொள்ள மாட்டார் ராயரே."

"தாங்கள் என்ன கூறுகிறீர்கள் கருணாகரா? சற்று முன்பு தானே கூறினீர்கள் – நாம் அவரை இங்கே பணி அமர்த்துவது குறித்து."

"அது அமுதாவை அமைதிபடுத்த கூறிய வார்த்தைகள் ராயரே. உண்மையில் முன்னமே சோழ மண்டல அதிகாரி பொறுப்பு சுர பாண்டியனுக்கு வழங்கப்பட்டது. அதனை மறுத்து தான் பிறந்த நாடான பாண்டி மண்டலத்திலே இருக்க விருப்பம் தெரிவித்ததாலேயே சுர பாண்டியனை பாண்டி மண்டலத்து உயர் அதிகாரியாக்கி இங்கே அவருக்கு ஒதுக்கப்பட்ட பணியினைப் பாண்டியன் ஸ்ரீ வல்லபன் ஏற்று இருப்பது தங்களுக்குத் தெரிந்த ஒன்றே. அப்படியிருக்க, அமுதாவின் பொருட்டு அவர் இங்கிருப்பார் என்பதில் எனக்கு நம்பிக்கையில்லை ராயரே."

"தாங்கள் கூறுவதும் சரிதான் கருணாகரா இப்பொழுது என்ன செய்வது?"

"என்ன செய்வது அரசே? இங்கிருக்கும்படி பாண்டியனுக்குப் பரிந்துரைப்போம். ஏற்றால் மகிழ்ச்சி. இல்லையானால் பிரிவை நம் ஏற்றுக்கொள்ளத் தான் வேண்டும்."

வருத்தத்துடனே தலையசைத்தார் சேதி ராயர்.

"ராயரே தாங்கள் இத்துணை வருத்தம் கொள்ளத் தேவையே யில்லை; மாறாக, தாங்கள் பெருமையும், பெருமகிழ்ச்சியும் கொள்கின்ற தருணமிது. பேரரசர் வழித் தோன்றலான சுந்தர சுர பாண்டியன் தங்கள் மருமகன் ஆகப் போகிறார். பாண்டியனின் பட்டத்து அரசி தங்களின் மகள் என்பதை எண்ணி தாங்கள் ஆனந்தம் கொள்ள வேண்டாமா?"

கருணாகரனின் கரத்தைப் பற்றிய சேதி ராயரின் கண்களில் கண்ணீர் பெருகியது. "மகனே, தாம் எம்மை விடவும் வயதில் சிறியவர் ஆனாலும் தங்களின் இந்த முதிர்ந்த அறிவும் பக்கவமும் மிகவும் வியப்பளிக்கின்றன எமக்கு. தங்களை காணும் போது எல்லாம் எமக்கு ஒரு மகன் இல்லை என்ற குறையே தெரியவில்லை. நனது மகனாக இருந்து இக் கண்ணானத்தை நடத்தித் தரும்படி வேண்டுகிறேன் கருணாகரா"

"அய்யோ ராயரே ஏன் இது போன்ற வார்த்தைகளைக் கூறுகின்றீர்கள் தங்களுக்கு மகனாவதும், அமுதாவிற்கு தமையனாவதும் நன் பாக்கியம். அமுதாவின் கண்ணான ஏற்பாடுகள் அனைத்தையும் யானே முன்னின்று நடத்துவேன்."

"நன்றிகள் கருணாகரா!"

அவர்கள் இருவரும் உரையாடிக் கொண்டு இருக்கையிலேயே அங்கு வந்தனர். வானதிராயர், அன்னவராயர், உத்தம வல்லி, மலர் ஆகியோர் அவர்கள் அனைவரும் சேதி ராயருக்குத் தங்களின் வணக்கத்தைத் தெரிவித்துக் கொண்டனர். அவரும் அவர்களை வணங்கி, தான் அங்கு வந்ததன் நோக்கத்தைக் கூறினார். அங்கே அமுதாவின் கண்ணானம் துவங்கி, கலிங்கம் வரை பலதரப்பட்ட உரையாடல்கள் இருந்தன. அங்கிருந்தவர்களை வணங்கிய காவலன் ஒருவன், கருணாவிடம் ஓலை ஒன்றைத் தந்து சென்றான்.

அதனை வாசித்த கருணா, "அனைவரும் உரையாடிக் கொண்டிருங்கள்" என்று கூறி அங்கிருந்து புறப்பட்டான். அவனை இடைமறித்த மலர், "அத்தான் என்ன இது? அனைவரும் இங்கிருக்க தாங்கள் எங்கு செல்கின்றீர்கள்?" என்று கேட்டாள்.

"ஒரு முக்கிய பணி, மலர். இதோ வந்து விடுகின்றேன் என்றவன் அவள் பதிலுக்காகக் காத்திராமல் அங்கிருந்து சென்றான்.

சேதிராயர் மாளிகை. தங்களின் வணக்கத்தைத் தெரிவித்த வாயில் காவலர்கள் கருணாவை அகத்தே செல்ல அனுமதித்தனர்.

"வாருங்கள் அரசே. வணங்குகின்றேன்" என்று கூறிய அமுதா அவனை விருந்தினர் அறைக்கு அழைத்துச் சென்றாள்.

"அமுதா என்ன இது? தனிமையில் சந்திக்க வேண்டும் என்று ஓலை அனுப்பி உள்ளாயே? அதுவும் உனது மாளிகையில். உனக்குக் கண்ணான ஏற்பாடுகள் செய்யப்பட்டுள்ள இது போன்ற தருணத்தில். நாம் இப்படி தனிமையில் சந்திப்பது முறையாகாது அம்மா?"

நனது தமையனை யான் தனிமையில் சந்திப்பது என்பது எப்படி முறை தவறும் அரசே? அதோடு யான் தங்களை புறத்தே எங்காவது தனிமையில் சந்திக்க முயன்றால் தானே. அது முறையற்ற செயலாகும். இது தங்களுக்கும் தெரியும் தானே?"

புன்முறுவலுடன் தலை அசைத்த கருணா, "சரி அமுதா எமைத் தனியே சந்திப்பதற்கான காரணம்?"

"வேறு என்ன அரசே? நிருதி தான்."

"என்ன?

ஆமாம் தங்களுக்கு தரும்படி ஓலை ஒன்றை என்னிடம் கொடுத்தனுப்பினாள் நிருதி. அதனை தங்களிடம் தந்து விட்டு ஒரு சில வார்த்தைகள் தங்களுடன் பேசலாமே என்றே இங்கழைத்தேன் அரசே."

"என்ன ஓலையா? எங்கே அமுதா கொடு" என்றான் கருணா. ஆர்வத்துடன் அதை வாங்கிக் கொண்ட அவன் அதில் என்ன எழுதி உள்ளாள் என்று வாசிக்கத் துவங்கும் பொழுதே, "அரசே, இடைமறிப்பதற்கு மன்னிக்கவும். முதலில் யான் தங்களிடம் கூற எண்ணியதைக் கூறிவிடுகின்றேன். அதன் பிறகு தாங்கள் அதில் உள்ளதை வாசித்துக் கொள்ளுங்கள். ஏனெனில், இதற்குப் பிறகு இப்படி ஒரு சந்தர்ப்பம் எனக்கு வாய்க்குமா என்று தெரிய வில்லை. அதனாலேயே கூறுகின்றேன்."

அதுவும் சரிதான். நீ கூறு அமுதா. யான் இதனை பிறகு வாசித்து கொள்கின்றேன். யான் தங்களிடம் கூறப்போவது முறையா? பிழையா? என்று எமக்கு தெரியவில்லை அரசே. இருந்தும்..."

"இதில் என்ன தயக்கம் அமுதா? நீ நனது தங்கை ஆவாய். உனது பேச்சுக்களுக்கு மதிப்பளிப்பது நன் கடமையே. தயக்கமின்றி கூறு."

"மலர், நிருதி இருவருமே நனதன்பு தோழிகள் தாம். என்றாலும் நிருதியின் மீதான யான் கொண்ட அன்பானது சற்று கூடுதலே."

"அதை யான் அறிவேன் அமுதா. அது போலவே அவர்கள் இருவருள் நிருதியே என்மீது அதீத அன்பு கொண்டவள் அரசே."

"உண்மைதான். இதனையும் யான் நன்கு அறிவேன் அமுதா. இருந்தும் என்மீதும் இங்கிருக்கும் ஏனைய மற்ற அனைவரின் மீதும் கொண்ட அன்பை விடவும். தங்களின் மீது அவள் கொண்ட அன்பானது அதீதம் என்பதைக் தாங்கள் அறிய வில்லையா அரசே?"

'ஆம்' என்று தலை அசைத்தான் கருணா.

"முன்பெல்லாம் தங்களின் பிரிவுத் துயர் ஆனது அவளை வெகுவாகப் பாதிக்கும். அது போன்ற தருணங்களில் அவளை இயல்பு நிலைக்குக் கொண்டுவர முயன்றாலும் அதில் எனக்குப் பெரும்பாலும் தோல்வியே மிஞ்சும். ஆனால் இனிவரப் போகும், எங்கள் இருவருக்குமான இந்தப் பிரிவை தாங்கள் நினைத்தால் துயரம் என்ற வார்த்தைக்கே பொருள் இல்லாமல் செய்துவிட முடியும். இனி வரப்போகும் நாட்களில் அவளுக்கென்று சிறிது காலம் ஒதுக்கினால்."

"புரிகின்றது அமுதா. இதையே தான் யானும் யோசித்துக் கொண்டு இருந்தேன்."

"மிக்க நன்றிகள் அரசே. ஏனோ இம்முறை நிருதியை தனியே விட்டுவர மனமில்லை எனக்கு. அவளுக்கும் அதே நிலை தான். தங்களின் வார்த்தைகளுக்கு மதிப்பளித்து தாங்கள் வரும் வரையில் வண்டையை விட்டு எங்கும் வருவதில்லை என்று அங்கேயே இருக்கின்றாள். இப்பொழுது கூட நன் தாயைச் சந்திக்க வேண்டுமா அல்லது நிருதியைச் சந்திக்க வேண்டுமா என்று கேட்டால். நிருதி என்று கூறி தங்களுடன் வண்டைக்கே வந்துவிடுவேன். என்ன செய்வது? சந்தர்ப்பம் சூழ்நிலை எனக்கு சாதகமாக தற்சமயம் இல்லை."

உனது இந்த வருத்தம் எமக்குப் புரிகின்றது அமுதா. கூடிய விரைவிலேயே நிருதியை சோழபுரம் அழைத்து வருகின்றேன். அதன் பின் ராயர் கூறியபடியே. உன்னை இங்கு அழைத்து வந்துவிடுவார். பிறகென்ன அமுதா?"

"இல்லை அரசே. அதுவரையிலும் கூட எனக்குப் பொறுமை யில்லை. தாங்கள் வண்டை சென்றதுமே, நிருதியின் நலன் குறித்து உறுதி செய்து சேதி நாட்டிற்கு ஓலை அனுப்புங்கள். அதனைக் கண்டால் மட்டுமே நன் மனம் அமைதியுறும்."

"ஆகட்டும் அமுதா, உனது சித்தப்படியே. யான் வண்டை சென்றடைந்ததுமே நிருதியின் விபரம் குறித்த ஓலை உனக்குத் துரித முறையில் கிடைக்கும். சரிதானே"

"மிக்க மகிழ்ச்சி அரசே."

"சரி, யான் புறப்படட்டுமா?"

"நல்லது அரசே! யானும் நாளை காலை சேதி நாட்டிற்குப் புறப்படுகின்றேன்."

"நல்லது அமுதா. யான் நாளை கோட்டை வாயிலுக்கே வந்து வழி அனுப்பிச் செல்கின்றேன்" என்றவன், அமுதாவிடம் விடைபெற்று அங்கிருந்து சென்றான்.

தனது மாளிகைக்கு வந்தவனிடம், "வாருங்கள் கருணாகரா. தங்களுக்காகவே காத்திருந்தேன்" என்ற சேதி ராயர், நாளை தனது நாட்டிற்கு செல்வதைத் தெரிவித்தார். தான் வந்து வழியனுப்புவதாகக் கூறிய கருணாகரன், ராயரை அனுப்பிவைத்து தன் குடும்பத்தாரிடம் பேசலானான். வானதி ராயர் குடும்பத்தினரும் அங்கிருந்தனர்.

"மகனே, இன்னும் பத்து தினங்களில் முறைப்படி வண்டைக்கு வந்து நிருதியை பேறு காலத்திற்காக அழைத்து வருவதாக. சக்கரவர்த்திகள் கூறி இருக்கின்றார் அப்பா. அவர்களுடனே நாமும் இங்கு வந்து நிருதியை விட்டுச் செல்வதே முறையாகும் மகனே" என்றார் அன்னவராயர். நாம் இங்கு வந்த அன்றே புண்ணிய நீர் புகட்டும் விழாவிற்கு ஏற்பாடு செய்யப்படவுள்ளதாம். அது முடிந்ததும்; ஓரிரு தினங்களில் வண்டைக்கு நாம் திரும்பலாம் என்று எண்ணி உள்ளேன் மகனே. இது குறித்து உனது அபிப்பிராயத்தை தாராளமாக கூறலாம்."

சற்று அமைதிக்குப் பின், "ஆகட்டும் தந்தையே, தங்களின் சித்தப்படியே. இருப்பினும், விழா முடிந்ததும் தாங்கள் அனைவரும் வண்டைக்குப் புறப்படுங்கள் யான் இங்கேயே இருந்து நனது பணிகளை தொடர்கின்றேன். நிருதிக்குப் பிள்ளை பிறக்கின்ற வரையிலும்" என்றான்.

அவன் அவ்வாறு கூறியதுமே ஒருவரை ஒருவர் பார்த்துக் கொண்டனர்.

"மகனே உண்மையில் மிக்க மகிழ்ச்சி. இதையே தான் யான் உன்னிடம் கூற வேண்டும் என்று எண்ணியிருந்தேன் அப்பா. நன் மகளின் பேறுகாலத்தின் பொருட்டு நமது

சார்பாக நீ இங்கு இருப்பதே சிறப்பு. நமது நகரப் பணிகளை உனது சார்பாக உன் சிற்றப்பன் பார்த்துக் கொள்வார்; அவருக்கு உறுதுணையாக யான் இருப்பேன் நீ அது குறித்து கவலையின்றி இருக்கலாம்"

"ஆகட்டும் தந்தையே."

"சுவாமி, அப்படியானால் யானும் நம் மகனுடன் இங்கேயே இருந்து விடுகின்றேன்" என்றாள் உத்தமவல்லி.

"ஏன்? எதற்காக தேவி?"

"ஆம் சுவாமி நல்ல முறையில் பிள்ளை பிறக்கின்ற வரையிலும், எம்மால் ஒரு நிலையில் அங்கே இருக்க இயலாது. ஆகையினால் யானும் கருணாவுடன் இங்கேயே இருந்து விடுகின்றேன் சுவாமி."

"தாராளமாக தேவி. இப்படி செய்தால் என்ன மைத்துனரே?" என்றார் வானதி ராயர்.

"என்ன அரசே!"

"விழா முடிந்ததும் தாங்களும் இவர்களுடனே இங்கேயே இருந்து விடுங்கள். வண்டையின் பணிகள் அனைத்தையும் சிறிய மைத்துனர் பார்த்துக் கொள்ளட்டுமே. இங்கொருவரும் அங்கொருவருமாக தனித்திருப்பானேன்?"

"இதுவும் நல்ல யோசனையே, அப்படியே செய்து விடலாம்" என்றார் அன்னவராயர்.

"நன் மகளை எப்பொழுது காண்பேனோ என்று ஆர்வமாக உள்ளது எமக்கு."

"யான் தங்களின் அருகேயே தானே இருக்கின்றேன் தாயே."

"அது எமக்குத் தெரியாதா மலர்? யான் என் அருமை மகள் நிருதியைக் கூறினேன்."

அமைதியானாள் மலர்.

"நீ கூறுவதும் உண்மை தான் தேவி. நன் கரம்பற்றி நடைபயின்றவள் நன் அன்பு மகள். அவள் பிள்ளையை ஏந்தக் காத்திருக்கின்றது நனது கரம்."

"தந்தையார் கூறுவதும் உண்மையே எங்களது இல்லத்தில் மலரை விடவும் நிருதிக்கே முன்னுரிமை – மகள் என்று கூறிக்கொள்வதில்" என்றான் வானகோவரையன்.

"தெரியுமே மருகனே. அதனாலே தான் நம் சக்கரவர்த்திகள் இவர்களின் கண்ணாளப் பேச்சு துவங்கி, தற்போது பேறு காலத்திற்குத் தாய் இல்லறம் அழைத்துவரும் நிருதியின் அனைத்து காரியங்களுக்கும் நன் மைத்துனருக்கே முன்னுரிமை தந்திருக்கின்றார்" என்றார் அன்னவராயர்.

"அப்படியானால், நிருதியை அழைத்துச் செல்ல தாங்கள்தான் வருகின்றீர்களா அம்மான் அவர்களே?" என்றான் கருணா.

"ஆமாம் மருமகனே. யானும், தங்களின் அத்தையாரும், பிறகு அரசியார் ஏழிசை வல்லபியும், இளவரசர் முடிகொண்ட சோழனின் மனையாள் அங்கையற் கண்ணிகையை இந் நிகழ்ச்சிக்கு அழைத்து வரவே நாளை வீரசோழர் பாண்டி மண்டலம் புறப்படுகின்றார். தனது அண்ணியாரை அழைத்து வர. அவர்கள் அங்கிருந்து வந்ததும், வண்டைக்கு புறப்பட்டுப் விடுவோம்"

"நல்லது அம்மான் அவர்களே"

"நாங்களும் நாளையே வண்டை புறப்பட உள்ளோம் மைத்துனரே" என்றார் அன்னவராயர்.

"ஏன் அரசே? கருணா இன்னும் ஐந்து தினங்கள் கழித்து தான் புறப்படுவதாகக் கூறினாரே?"

"ஆமாம். இருப்பினும் நாங்கள் முன்னே சென்றால், நலமாக இருக்கும். என்றெண்ணுகின்றேன்."

"எதனால்?"

"நாங்கள் இங்கு வந்து வெகு நாட்கள் ஆனது போல் உள்ளது. அங்கே ஆவுடையானும் பெரிய நாயகியும் அரசு பணிகளையும், நிருதியையும் கவனித்துக் கொள்வதில் சிரமம் இருக்கும். ஆகையால் நாங்கள் உடனே புறப்படுவதே உத்தமம். அது தான் நன் மகனைப் பார்த்து விட்டோமே இனி என்ன? கருணா அவன் பணிகளை முடித்து கொண்டு வரட்டும்"

"என்ன தேவி, யான் கூறுவது சரிதானே?"

"ஆம் அரசே. தாங்கள் கூறுவதே சரி" என்றாள் உத்தம வல்லி. தான் கூற எண்ணியதை தனக்கு முன்னதாக தன் பெற்றோர்கள் கூறியதைக் கேட்க மிக்க மகிழ்ச்சியாக இருந்தது. கருணாவிற்கு.

அதனைத் தொடர்ந்து அங்கே பலதரப்பட்ட பேச்சு வார்த்தைகள் பொதுப்படையான விசாரிப்புகள் என்று சிறிது நேரம் தொடர்ந்திருக்கும். அதன் பின்னர் வாணர் குலத்தினர் அங்கிருந்து சென்றனர்.

"தந்தையே, தாங்களும் சென்று ஓய்வெடுத்துக் கொள்ளுங்கள். நாளை அதிகாலை வண்டைக்குப் புறப்பட வேண்டும் அல்லவா?"

"ஆம் மகனே. நீயும் களைப்பாக தென்படுகின்றாய்; ஓய்வெடுத்துக் கொள்" என்ற அன்னவராயர், உத்தமவல்லி அங்கிருந்து சென்றனர்.

"அத்தான், தாங்களின் அறை இங்கே அல்லவா உள்ளது. தாங்கள் எங்கு செல்கின்றீர்கள்?"

அதை அடுத்து இரண்டு அறைகள் தள்ளி சென்று நின்ற கருணா, "இல்லை மலர் இனி இதுவே நமது அறை அது எமது தனிப்பட்ட பயன்பாட்டிற்கு மட்டுமே."

"ஆமாம் அதுவும் சரிதான் அத்தான். அது என்ன படுக்கை அறை போன்றா உள்ளது. எங்கு பார்த்தாலும் ஓவியமும், கலை பொருட்களுமே ஆட்கொண்டு உள்ளன. அது தங்களுக்கு மட்டுமே உகந்தது. அவற்றில் எமக்குமே உடன்பாடில்லை. ஆகையால் இனி நாம் இந்த அறைதனிலே தங்கிக் கொள்ளலாம்."

"உனது விருப்பமே மலர்" என்றவன் அவளையே கண் இமைக்காமல் பார்த்த வண்ணம் இருந்தான். நாணம் வந்து அவளை ஆட்கொள்ள, "அத்தான், ஏன் இவ்வாறாகப் பார்க்கின்றீர்கள்?" என்றாள்.

"ஒன்றுமில்லை மலர் நன் மனையாளை நிதானித்து காண்பதற்கே எனக்குக் காலம் கைகூட மறுக்கின்றது. இதோ இந்த இரவில் விளக்கின் வெளிச்சத்திலேனும் சற்றே நிதானமாகக் காண்போமே என்று தான் பார்த்துக் கொண்டு இருக்கின்றேன். உனக்கு ஒன்று தெரியுமா மலர்?"

"என்ன அத்தான்"

"இந்தப் போரிலே எமக்கு வெற்றி கிட்டினாலும், அதிலே உண்டாகும் களிப்பு, மனநிறைவை விடவும் இங்கே நம் உறவினர்கள், சுற்றத்தார், நண்பர்கள், நன் தாய், தந்தை, நனது மனைவி இவர்களைக் காணும்போது கிட்டும் அகமகிழ்விற்கும் நிறைவிற்கும் ஈடு இணையே இல்லை, தேவி."

"உண்மை தான் அத்தான். இருப்பினும் தங்களின் இந்த கலிங்க வெற்றியானது தங்களின் புகழை நம் தாயகம் மட்டும் அல்லாது வடபுலத்திலும் பரவும்படி அமைந்ததில் எனக்குப் பெரும் மகிழ்ச்சியே."

"மலரின் வார்த்தைகளை ஆமோதிக்கும்படி தலை அசைத் தான் கருணா. கடந்த ஒரு திங்களாக இங்கே சக்கரவர்த்திகள் துவங்கி சாமான்யன் வரையிலும் தங்களின் இந்த சுய வெற்றியை அவர்களும் பங்கிட்டே பெருமிதம் கொள்கின்றனர் – சோழ நாட்டினர் என்கின்ற முறையில் ஆனால் தங்களின் பெயருக்கும், புகழுக்கும் ஏனைய அனைத்திற்கும் முழு உரிமை உடையவள் யான் மட்டுமே என்பதில் எமக்கு எப்பொழுதுமே பெருமை என்ற மலர் அவனை அணைத்துக் கொண்டாள் புன்முறுவலுடன்.

நடுநிசியைக் கடந்த வேளையில் தனது அறைக்கு வந்த கருணா. அங்கிருந்த விளக்குகளை ஏற்றினான். முன்பு கலிங்கம் சென்ற போது. அமுதா அனுப்பிவைத்த நிருதியின் ஓவியம். தற்போது கலிங்கத்தில் இருந்து வந்தவுடன் அந்த அறையினில் வைத்து அதற்கான திறவுகோலைத் தானே வைத்துக் கொண்டான். முன்னொரு சமயம் இதே அறைதனில் தன் பொருட்டு அவள் பாடிய சம்பந்தர் பதிகம் நினைவிற்கு வந்தது – அவனுக்கு

நீர் பரந்த நிமிர் புன்சடை மேல் ஓர்

நிலா வெண்மதி சூடி

என்று வரிகளை முணுமுணுத்த கருணாகரன் மெள்ள சிரித்தான்.

"எப்படி இருக்கின்றாய் நிருதி நீ? இந்த நான்கு திங்கள்களில், வடபுலம் துவங்கி தென்புலம் வரையிலும் போரினால் உண்டான ஓலமும், பேர் இரைச்சலும் ஒருவாறாக, அடங்கிப் போயின – மக்கள் மத்தியில், ஆயினும் எம் அகத்துள்ளே பேரிரைச்சலும் பெரும் பதற்றமும் இருந்து கொண்டுதான் இருக்கின்றன தேவி. அது உனைக் காணும் வரையிலும் இருந்து கொண்டு தான் இருக்கும். நன் வாழ் நாளில் யான் தவறவிட்ட பொன்னான தருணமே இந்த நான்கு திங்கள்களும். அன்று ஒரு நாள் கூறினாய் ஐந்தாவது திங்கள் துவக்கத்தில் நம் பிள்ளைக்கு செவிகள் முளைக்கும் என்று. அப்படியானால், இந்நேரம் உடல் கூறுகள் அனைத்தும் முளைத்து முழுமை பெற்றிருப்பான் நம் பிள்ளை. பிறை

முழுமதி ஆன தருணங்களை யான் (சந்திரகுல) தவறவிடக் காரணம், அந்தக் கலிங்கனே! என்ற கருணா பற்களை 'நறநற'வெனக் கடித்துக் கொண்டான். அவன் மட்டும் திறைபொருளை முறையே செலுத்தி இருந்தானேயானால், நன் இனியவளைப் பிரிந்திருக்கும் நிலை வந்திருக்காது. இந்தப் பிரிவுத்துயர் குரோதமாக உருமாறி. கலிங்கத்தை எரித்தும், களிறு (யானை) முதல் கானகத்து கேள் (பன்றி) வரை கண்களில் தென்பட்ட அனைத்து உயிரினங்களும் நன் சினத்திற்கு இரையாகிப் போன பின்னும், இன்னும் தணிய வில்லை. நன் அகமும் புறமும் பற்றி எரியும் நெருப்பானது உன் குளிரூட்டும் பார்வையும், குறுநகையும் காணும் வரையிலும் தொடர்ந்து கொண்டு தான் இருக்கும் தேவி.

இது நாள் வரையிலும் எத்தனையோ முறைகள் நிருதிக் கென்றே தனிப்பட்ட முறையில் ஓலைகள் அனுப்பியும் கூட. அவற்றில் ஒன்றிற்கும் பதில் அளிக்காதது குறித்து, அவள் மீது சற்றே கோபம் கொண்டவனாக அமுதா அளித்த ஓலையைப் பார்க்காமலே வைத்துக் கொண்டு இருந்தான் கருணா. ஏனோ அதற்குமேல் அதைப் புறக்கணிக்க அவனுக்கு விருப்பமில்லை. அதனை வாசித்தான்!

வணங்குகின்றேன் சுவாமி நலமா? தாங்கள் எப்படி இருக்கின்றீர்கள்? தங்களின் கலிங்க வெற்றிக்கு நனது நல்வாழ்த்துக்கள். யான் மிகவும் அகமகிழ்வுடன் உள்ளேன் சுவாமி. அதற்குக் காரணம் போரில் ஈட்டிய வெற்றியினால் அல்ல சுவாமி; மேலை சாளுக்கியத்தின் பால் வந்து கொண்டு இருந்த போது, யாரோ ஒரு கர்ப்பிணிப் பெண் நீர் தேவைக்காக நெடுந்தூரம் பயணம் செய்ததைக் கண்டு, தங்களின் பொருட் செலவில் பெருங்கிணறு வெட்டுவிக்க ஏற்பாடு செய்து தந்தீர்களாமே? அதனால் உண்டானது சுவாமி இந்த அகமகிழ்வு. அக்கிணறுக்கு நிருபமை பெருங்கிணறு என்று பெயர் வைக்கச் சொன்னீர்கள் என்று குமரன் கூறினார் சுவாமி. உண்மையில், தாங்கள் வண்டையின் அரசர் என்பதாலும், சோணாட்டு அமைச்சர் என்பதாலும் தங்களுக்குக் கிட்டிய பெயர், புகழ் பெருமை மிகு பட்டங்கள் இவற்றில் கிட்டும் பேறுகளால் எமக்குப் பெருமை இல்லை சுவாமி. வறியவர்க்கு ஈதல் வேண்டும். அப்புகழ் அல்லாமல் இவ்வுலகில் ஒப்பற்ற ஒரு பொருளாக அழியாமல் நிலை நிற்கவல்லது வேறொன்றும் இல்லை என்று, என்றும் நன் நாதனின் குணம் கண்டே அனுதினமும் நன் அகம் பெருமை

கொள்ளும். எந்நாளும் மட்டற்ற மாண்பாளனின் மகன் தனது குலம் அறிவான், தன் தந்தையின் குணம் அறிவான், திறன் அறிவான் தங்களின் முகம் மட்டும் அறியா நம் பிஞ்சு மகனுடன் காத்திருப்பேன் யான் நிருதி."

"எப்பொழுது வருவீர்கள் சுவாமி?" கண்ணீரும், புன்னகையும் ஒன்று கலந்து வெளிப்பட்டது. கருணாவிற்கு. விடிந்து வெகுநேரம் கடந்தும் அதை அறியா கருணா. ஏதேதோ எண்ணங்களை ஓடவிட்டு இமைக்காமல் அமர்ந்திருந்தான் அந்த ஓவியத்தின் எதிரே. "மகனே" என்று அன்னவராயர் அழைத்ததும் சுயத்திற்கு வந்தவனாக, "வாருங்கள் தந்தையே! வணக்கம்!" என்றான். அங்கே நிருதியின் ஓவியத்தைக் கண்ட அன்னவராயர் தன் மகனின் மனதைப் புரிந்து கொண்டவராக ஒன்றுமில்லை மகனே. இன்னும் சில நாழிகைகளில் வண்டைக்குப் புறப்பட வேண்டும் இல்லையா? அதைக் கூறவே வந்தேன். நீ ஓய்வெடுத்துக் கொள் மகனே. நாங்கள் புறப்படுகின்றோம்."

"ஓய்வா? அதெல்லாம் ஒன்றுமில்லை தந்தையே, இதோ நீராடி விட்டு வந்து விடுகின்றேன். பின்னர் கோட்டை வாயிலுக்குச் செல்லலாம்."

"ஆகட்டும் அப்பா" என்று அன்னவராயர் அங்கிருந்து சென்றார். அவர் சென்றதும் அந்த அறையைத் தாழிட்டுச் சென்ற கருணா நீராடி வர, அவனது அறையில் மலர்.

"அத்தான் நிருதியின் இந்த ஓவியம் எப்பொழுது எழுதப்பட்டது?"

"ஏன் மலர்?"

"இல்லை, இதற்கு முன் இந்த அரையில் இதனை யான் பார்த்ததில்லையே?"

"இது நிருதியின் நினைவாக இருக்கட்டும் என்று அமுதா அவளது மாளிகையில் வைத்திருந்தாள். யான் ஒரு முறை ராயரைக் காண செல்லும் பொழுது அமுதாவிடம் இருந்து வாங்கிவந்து விட்டேன். ஒ அது இருக்கட்டும் மலர். இந்த ஓவியம் நிருதியை நேரிலே காண்பது போல் தத்ருபமாக இருக்கின்றது அல்லவா?"

"அதனால் தான் நேற்றைய இரவு இந்த அறைக்கு வர வேண்டாம் என்று கூறினீர்களா அத்தான்? எமது தனிப்பட்ட பயன்பாட்டிற்கு மட்டுமே என்றீர்களே? அது இந்த ஓவியத்தை எண்ணிக் கொண்டு தானோ?"

"மலர் யான் கேட்டதற்கும் நீ கூறுவதற்கும் சிறிதும் ஒட்டுதல் இல்லை."

அவன் கூறியதைப் பொருள்படுத்தாமல் மலர், அவளின் ஓவியத்திற்கு இருக்கும் மதிப்பானது உயிரோட்டத்துடன் இருக்கும் எனக்கு இல்லை. அதனால் என்ன அத்தான்? பரவாயில்லை."

"எதற்கு எதனை ஒப்பிடுகின்றாய் மலர்? உனது இந்த வார்த்தை எம்மை மிகவும் காயப்படுத்துகின்றது, தேவி. உன்னை யான் சிறுபிள்ளை முதலே பார்த்து வந்திருக்கின்றேன். உன் மீது எப்பொழுதுமே. அளப்பரிய அன்பும் பாசமும் எமக்கு உண்டு என்பதை நீ எப்பொழுது உணரப் போகின்றாய் மலர்?"

"சரி, வார்த்தைகளில் பிழை இருந்திருந்தால் எம்மை மன்னித்து விடுங்கள் அத்தான். யான் புறப்படுகின்றேன்."

"எங்கே மலர்?"

"வண்டைக்கு"

"என்னுடனே இங்கே இருக்கலாமே? இன்னும் சில தினங்களில் இருவருமாக வண்டைக்குச் செல்லலாமே?"

"இருக்கட்டும் அத்தான்; யான் அம்மான், அத்தையுடனே புறப்படுகின்றேன். தாங்கள் தங்களின் பணிகளை முடித்துக் கொண்டே வாருங்கள்." சற்றே அமைதிக்குப் பின், "ஆகட்டும்!" என்று தலை அசைத்தான் கருணா.

சோழபுரம் கோட்டை வாயில். வீர சோழன் தனது அண்ணியாரை அழைத்து வர பாண்டி மண்டலம் புறப்பட்டான். அதே வேளையில் அன்னவ ராயரும், சேதி ராயரும் அவரவர் பரிவாரங்களுடன் அவரவர் நகரங்களுக்குப் புறப்பட்டனர். மலரும், அமுதாவும் ஒருவரை ஒருவர் தழுவிக் கொண்டனர்.

"நிருதியை நன்றாகப் பார்த்துக் கொள் மலர். யான் அவளை மிகவும் கேட்டதாகக் கூறு. விரைவிலேயே நாம் சோழபுரத்தில் சந்திக்கலாம் என்றும் கூறு. யான் எப்பொழுதும் அவள் நினைவாகவே இருப்பதாக கூறு" என்ற அமுதா கண் கலங்கினாள். ஒருவாறாக அனைவரும் அங்கிருந்து சென்றனர். இரு தினங்கள் கழிந்தன. நாளை வண்டை புறப்பட போகின்றோம் என்ற எண்ணத்தாலே உற்சாகம் கரை புரண்டோடியது கருணாவிற்கு. அந்த இரு தினங்களுமே மூர்த்தியும், மாதவனும் தன்னுடனே இருந்த படியால், சற்றே

இறுக்கம் தளர்ந்திருந்தது அவன் அகத்தே. அவ்வப்போது தனது வருத்தத்தையும், தனது ஆவல்களையும் பகிர்ந்து கொண்டான் கருணா மாதவனிடம்.

வண்டையர் மாளிகை.

"மகளே எப்படி இருக்கின்றார் அம்மா?"

"மிக்க நலமே மாமன் அவர்களே!"

"தங்களின் பயணம் அது சுகம் தானே?"

"ஆம் தாயே!"

"அவர் எப்படி இருக்கின்றார்? எப்பொழுது வருவார் மாமன் அவர்களே?"

நலமுடனே இருக்கின்றான் அம்மா, நாளை மறுநாள் காலை சோழபுரத்தில் இருந்து புறப்பட்டு விடுவான் மகளே.

நல்லது மலரும், நிருதியும் தழுவிக் கொண்டனர்.

"எப்படி இருக்கின்றாய் மலர்"

"நலமே நிருதி."

"அத்தானும், அமுதாவும் உன்னை மிகவும் கேட்டதாக கூறினார்கள்"

"நல்லது மலர்"

"எப்படி இருக்கின்றாய் மகளே? வேளைக்கு உணவு எடுத்துக் கொள்கின்றாயா"

"ஆம், அத்தை அவர்களே"

"உன்னை இங்கே தனியே விட்டுவந்ததாக எண்ணி கருணா என்னைக் கடிந்து கொண்டான்."

"அய்யோ எதனால் அத்தை அவர்களே?"

"இல்லை அம்மா அவன் என்னைக் கடிந்து கொள்ள வில்லை. தனது வருத்தத்தை மட்டுமே தெரிவித்தான். யான்தான் வேடிக்கைக்காக அவ்வாறு கூறினேன்" என்றாள் உத்தமவல்லி.

அங்கே வெகு நேரம் கருணாவிற்குக் கிடைத்த பாராட்டுகள், பரிசுகள் பற்றி உரையாடிக் கொண்டு இருந்தனர் வண்டையர் குடும்பத்தினர்.

மறுநாள் மாலைப்பொழுது வண்டை அரண்மனையில் உள்ளே உள்ள கோயிலுக்குச் சென்றிருந்த நிருதியைப் பல்லவர் கோன் மாதவன் காணவந்திருப்பதாக சேடிப் பெண் ஒருத்தி வந்து கூறினாள்.

"இதோ வருகின்றேன் என்ற நிருதியை உனக்கு சிரமம் எதற்கு? என்று யானே அழைத்து வந்து விட்டேன் மகளே" என்று அன்னவ ராயர் மாதவனை அங்கே அழைத்து வந்தார்.

"வணங்குகின்றேன், பல்லவர் கோனே."

"வணக்கம் அரசியாரே. எப்படி இருக்கின்றீர்கள் அம்மா?"

"நலம்"

"காஞ்சிக்குப் புறப்பட்டேன், அது தான் அப்படியே தங்களையும் காணலாம் என்று இங்கு வந்தேன்."

"நன்றிகள்"

"சரி மகளே, நீங்கள் இருவரும் உரையாடிக் கொண்டு இருங்கள். யான் இதோ வந்து விடுகின்றேன்" எனக் கூறி அங்கிருந்து சென்றார் அன்னவ ராயர்.

69

கருணாகரனின் அழகிய மனவாளினி

" **அ**ரசியாரே, தங்களின் பேறு காலம் எப்பொழுது? ஆடி வளர்பிறையில் அண்ணா."

"நல்லது அம்மா."

சற்றே அமைதி நிலவியது அங்கே. பின் நிருதியே பேசலானாள்;

"அவர் எப்படி இருக்கின்றார் அண்ணா? தங்களிடம் ஏதேனும் செய்தி கூறி அனுப்பினாரா?"

"இல்லை அம்மா. யான் தான் தங்களைப் பார்த்துச் செல்வதாக கருணாவிடம் கூறினேன்."

"ஓ... அப்படியா? சரி அண்ணா. இப்போரினால் அவர் தேகம் அதில் புண்கள் உள்ளனவா, என்ன?"

நகைத்தபடியே போர் மூண்டால் புண்படுவது என்பது இயல்பு தானே தாயே? இருப்பினும், சொல்லிக் கொள்ளும் அளவிற்கு பெரும் புண்கள் என்று ஏதும் இல்லை நம் கருணாவிற்கு. 'களிறின் மீதமர்ந்து போர் புரிந்த அரிமா' என்று கருணாவைக் களத்திலே கண்ட கலிங்க வீரர்களே கூறினார்களாம். இதனை வாணகோவரையரே கூறினான் என்றான் மாதவன்.

"வாணர் அண்ணா அவர்கள் எப்படி உள்ளார்கள்?"

"அவரும் நலமே அம்மா. இன்று காலையில் தான் அவரும் இளவேனிலும் தஞ்சை புறப்பட்டுச் சென்றனர்."

"அவர்களுக்கு வழங்கப்பட்ட பரிசுப் பொருட்களுடன் அவர்கள் புறப்பட்டு விட்டார்கள் எனில், அரசர் வருவதற்கு மட்டும் ஏன் அண்ணா இத்துணை கால தாமதம்?" என்ற நிருதியின் குரலில் வருத்தம் மேலோங்கியது.

"என்ன செய்வது அம்மா அவர்கள் அனைவருமே கருணாவிற்குத் துணை சென்றவர்கள். இவனோ சோழப் படைகளுக்குத் தலைமை ஏற்று சென்றவன். கலிங்கத்திற்கு நமது சோழ வீரர்களின் போர்ச் செயல்களைக் குறித்து விவரிப்பதும், அதற்குத் தக்க சன்மானங்களை அவர்களுக்கு அளிப்பதும் நம் கருணாகரனின் கடமை ஆகின்றது இல்லையா? அதனாலேயே அவன் வருவதற்கு இத்துணை கால தாமதம்."

"தாங்கள் கூறுவதும் சரி தான் அண்ணா"

"கருணா வருவதற்காகும் காலதாமதத்தை எண்ணி வருந்தும் தாங்கள் அவனுடைய போர்ச் செயல்களைக் கேட்டீர்களே யானால், வருத்தம் பறந்தோடி மகிழ்ச்சி குடிகொள்ளும் தங்களிடத்தில் அரசியாரே"

"என்ன நடந்தது போர்க்களத்திலே, அண்ணா?"

"என்ன நடந்ததா? என்ன நடக்கவில்லை அங்கே? ஆயிரம் களிறுகளைக் கொன்று குவித்துள்ளான் நம் கருணாகரன். கலிங்கரின் குருதி கொண்டு கோதமை நதிக்கு நிகரான குருதி நதியைக் தோற்றுவித்துள்ளான். அந்நதிக்கு அவர்களின் தலை கொண்டு அணை எழுப்பி உள்ளான் நன் ஆருயிர் நண்பன்" என்று கூறி சிரித்தான் மாதவன்.

தனது வயிற்றிலே கரம் வைத்தபடி, "அண்ணா போதும் நிறுத்துங்கள்" என்றாள் நிருதி. அவள் தேகம் அதிர்ந்து வியர்வை வெளியேறியது

என்னவாயிற்று தாயே? என்றான் மாதவன் சற்று பதற்றத்துடனே.

"ஒன்றுமில்லை அண்ணா இது போன்ற தருணங்களில் போர்ச் செயல்களைக் குறித்துப் பேசுவதும், கேட்பதும் சிசுவிற்கு நல்லதல்ல என்பார்கள். ஆகையால் இது குறித்து இனி பேச வேண்டாம் அண்ணா"

"இதில் என்ன அம்மா இருக்கின்றது? தனது தந்தையின் போர் செயல்களை தனயன் அறிவதில் பிழை என்ன? அதோடு கூட தன் தந்தையின் சிறப்புகள் குறித்து அறிவது அவன் உரிமையே."

"தாங்கள் கூறுவது முற்றிலும் உண்மை தான் அண்ணா அவரின் குணச் சிறப்புகளையே பிறர் கூற அவர் மகன் கேட்கவேண்டும். அதுவே அவரின் போர்ச் சிறப்புகளை

அவர் கூற அவன் கேட்க வேண்டும். இதுவே நனது ஆசை. அவர் குறித்த அனைத்தையுமே பிறர் கூற கேட்டால், பின் தந்தையும், தனயனும் பேச ஒன்றுமிராது என்பது நனது எண்ணம்."

புன்னகைத்த மாதவன், "தாங்கள் கூறுவதும் ஏற்புடையதே அரசியாரே. தாங்கள் பேசுபவற்றை நோக்கும் கால், தங்களின் பிள்ளை குறித்த எதிர்காலக் கனவுகள் ஏராளம் இருக்கும் போல் தெரிகின்றதே?"

"ஆம் அண்ணா, சாமான்யன் வயிற்றுப் பிள்ளை மேதாவி ஆவதும், சக்கரவர்த்தியின் வயிற்றுப் பிள்ளை கோமாளி ஆவதும் அவர்களின் ஊழ் வினையின் பயனால் என்பார்கள். ஆனால் அதிலே எமக்கு உடன்பாடு இல்லை. ஒவ்வொரு மனிதனும். தன் வாழ்விலே வாழ்வதையும், வீழ்வதையும் அவரவர் தாயின் கருவறையே நிர்ணயம் செய்கிறது. அந்த வகையில் நனது பிள்ளையின் வளமான எதிர்காலம் நன்னிடத்தே துவங்கு கின்றது. அவன் தந்தையின் புகழை நிலைநிறுத்தவும், தனக்கென தனிப்புகழை நிலைநாட்டவும் நன் பிள்ளைக்கு அறிவுறுத்திக் கொண்டிருப்பேன் அவன் பிறக்கின்ற வரையிலும்"

மிக்க மகிழ்ச்சி! உண்மையில் தாங்களின் பேச்சு எம்மை அகமகிழ்வு கொள்ள செய்தது அம்மா. தாங்கள் கூறியவற்றை யான் காஞ்சிக்கு உடனடியாக சென்று உமையாளிடம் கூற வேண்டும்."

"எதனால் அண்ணா? அண்ணியார் கருவுற்றிருக்கின்றாரா என்ன?"

"இன்னும் இல்லை அம்மா. இனி இருந்தாலும், எமக்குப் பெண் பிள்ளை வேண்டுமென்றே அந்த ஏகாம்பர நாதரை வேண்டிக் கொள்வேன்."

"அது எதனால் அண்ணா?"

"ஆம் அம்மா அனைத்திலும் சிறந்தவன் கருணாகரன். அப்படியிருக்க அவன் மகன் எப்படிப்பட்டவனாக இருப்பான்? அப்படிப்பட்டவனுக்கு நனது மகளைத் தந்து, மருமகன் ஆக்கிக் கொள்வதுதானே முறை" என்று கூறி புன்னகைத் தான் மாதவன்.

"அதற்கென்ன அண்ணா? தாராளமாக" என்றாள் நிருதி.

அவளிடம் ஏதேதோ பேச்சுக்களைத் தொடர்ந்தும் கூட நிருதியின் முகவாட்டமது மாறியபாடியில்லை. என்ன இது

பேறுகாலம் விரைவில் வரப்போவதன் பிரதிபலிப்பா அல்லது, கருணாவின் பிரிவினால் உண்டானதா இந்த முகச்சோர்வு? என்று எண்ணிக் கொண்ட மாதவன் நிருதியிடம் விடைபெற அங்கு வந்தார் அன்னவராயர்.

"மகளே, உனக்கு ஒரு நற்செய்தி."

"என்ன அது மாமன் அவர்களே?"

"இன்று மாலையே கருணா சோழபுரத்தில் இருந்து புறப்பட்டு விட்டானாம். நாளை நண்பகலுக்குள் வண்டை வந்துவிடுவான்."

"பரம்பொருளே மிக்க மகிழ்ச்சி! மாமன் அவர்களே, யான் உடனே அத்தையாரிடம் சென்று, நாளைக்கு அவருக்குப் பிடித்த உணவுப் பொருட்களைச் செய்துதரச் சொல்லவேண்டும். நாளை அவர் வருவதற்கு முன்பாகவே கோட்டை வாயிலுக்குச் சென்றுவிட வேண்டும். இல்லையா மாமன் அவர்களே?"

புன்னகைத்த அன்னவ ராயர் அவன் நாளை நண்பகலிலே தான் மகளே வண்டைக்கு வருவான். நீ என்ன வென்றால் இப்பொழுதே கோட்டை வாயிலுக்குச் சென்று விடுவாய் போல் தெரிகின்றதே? செல் அம்மா; உனது அறைக்கு சென்று ஓய்வெடுத்துக்கொள். நாளை நண்பகலில் இருந்து கண நேரமும் உன்னை விட்டகலாமல் உன் கணவன் உடனேயே இருப்பான்."

தலை அசைத்த நிருதி. அங்கிருந்து சில அடிகள் எடுத்து வைத்திருப்பாள்.

திரும்பி வந்து, "அண்ணா, வாருங்கள்! உணவருந்தி செல்லலாம்." என்றழைத்தாள்.

"இல்லை அம்மா, வேண்டாம். யான் உடனடியாக புறப்படவேண்டும். இன்னும் ஒரு நாள் நனது மனையாளுடனே வந்து உணவருந்தி செல்கின்றேன்."

"ஆகட்டும் அண்ணா நல்லது. மாதவனை வணங்கிய நிருதி கோயில் படிக்கட்டைக் கவனியாமல் இடறி விழ இருந்தவளை அங்கு வந்த பணிப் பெண் தாங்கிக் கொண்டாள். பதறிப் போனார்கள் மாதவனும், அன்னவராயரும்.

"அய்யோ மகளே நிருதி! பார்த்தம்மா. கவனமாக இருக்க வேண்டாமா தாயே?"

"ஒன்றுமில்லை மாமன் அவர்களே. இதோ பூங்கொடி தான் எனைப் பிடித்துக் கொண்டாளே?"

தனது கழுத்தில் இருந்து சங்கிலியை அப்பெண்ணுக்களித்தார் அன்னவராயர். அங்கிருந்து செல்ல முற்பட்ட நிருதியை, "மகளே, நில் அம்மா. நீ இங்கேயே இரு தாயே! யான் பல்லவர் கோனை வழி அனுப்பிவிட்டு யானே உன்னை அரண்மனைக்கு அழைத்துச் செல்கின்றேன்."

"ஆகட்டும் மாமன் அவர்களே."

"யானும் புறப்படுகின்றேன், அரசியாரே வணக்கம்"

"நல்லது அண்ணா. உமையாள் அவர்களைக் கேட்டதாக கூறுங்கள். புண்ணிய நீர்புகட்டு விழாவிற்கு அவர்களை அழைத்து வாருங்கள்."

"நிச்சயமாக!" என்று கூறி அங்கிருந்து சென்றான் மாதவன்.

"அரசே தங்களுக்கு இன்னமும் பதற்றம் தெளியவில்லை போலும்?"

"ஆம் மாதவா கர்ப்பிணி பெண் அல்லவா? சிறிது கவனக்குறைவும் பேராபத்தில் முடிந்து விடக்கூடும்.

தாங்கள் கூறுவதும் உண்மை தான். அவருக்கு நேரும் சிறு தீங்கானாலும் சக்கரவர்த்திகளின் கோபத்திற்கு ஆளாக நேரிடும் இல்லையா? அரசே?"

"சக்கரவர்த்திகளின் கோபமது பெரிதல்ல, கருணாவின் சினத்திற்கும் முன்னே."

"என்ன? தாங்கள் என்ன கூறுகின்றீர்கள் வண்டையர் கோனே?" என்று அன்னவ ராயரை நோக்கினான் மாதவன்.

ஆம் மகனே. நிருதியின் பொருட்டு எதையும் இழக்க துணிவான் நன் மகன். அதே எதற்காகவும் நிருதியை இழக்க மாட்டான் அவன். இதனை யான் பல தருணங்களில் உணர்ந்து இருக்கின்றேன். உண்மையில் ஒரு தந்தையாக அவனுடைய இந்த மனப்பாங்கை மெச்சுகின்றேன். அவர்களின் இந்தப் பிணைப்பானது என்றென்றும் நிலைத்திருக்க அந்தப் பரம பொருளை வேண்டுகின்றேன். நாளை நல்லவேளையில் கருணாவிடம் நிருதியை ஒப்படைக்கும் வரையிலும் நனது இந்தப் பதற்றம் அகலாது மாதவா.

நல்லதே நடக்கும் அரசே. யான் சென்று வருகின்றேன்."

"ஆகட்டும் அப்பா. நிருதி கூறியது நினைவில் இருக்கின்றது அல்லவா? விழாவிற்கு தங்களின் இல்லாளுடன் அவசியம் பங்கு பெற வேண்டும்."

"அப்படியே அரசே!" என்ற மாதவன் அங்கிருந்து சென்றான்.

"மகனே, என்ன இது? பெரும்பாலான பொழுதுகளில் நீ அமைதியுடனே இருக்கின்றாய். ஆனால் கலிங்கப் போர் பற்றி யார் கூறக் கேட்டாலும், உடனடியாக அசையத் தொடங்கு கின்றாயே எதனால்? என்று தனது வயிற்று சிசுவுடன் உரையாடிக் கொண்டு இருந்தாள் நிருதி' அன்றும் அப்படி தான் உனது பாட்டனாரும், பாட்டியாரும் உன் தந்தையின் வெற்றி கூறித்து பேசிக் கொண்டு இருக்கையில், இடைவிடாது அசைந்து கொண்டே இருந்தாய். ஏன் மகனே, உனது தந்தையைக் காண வேண்டும் போல் உள்ளதா? உண்மையில், உன்னைப் போலவே தான் யானும் அவரை எப்பொழுது பார்ப்பேன் என்ற ஏக்கம் தொடர்ந்து கொண்டு தான் இருக்கின்றது. ஆனால் இது நாளை நண்பகல் வரை மட்டுமே. அதன் பின்பு, இந்த ஏக்கமும் தவிப்பும் எனை விட்டுப் பறந்தோடும். ஆனால் மகனே நீ உனது தந்தையைக் காண இன்னமும் நாற்பத்து ஒன்பது தினங்கள் காத்திருக்க வேண்டும். இருப்பினும், அவரின் அருகாமையை உன்னால் உணர முடியும். நாளை முதல். சுவாமி தாங்கள் எப்பொழுது தான் வருவீர்கள்?"

"மகளே போகலாமா?"

"ஆகட்டும் மாமன் அவர்களே."

நிருதியும் அன்னவ ராயரும் அரண்மனைக்குச் சென்றனர். அரண்மனை முற்றத்தில் ராயரின் குடும்பத்தினர் அனைவரும் அமர்ந்திருந்தனர்.

"அரசே, நமது மகன் நாளை வருகின்றானாமே?"

"ஆம் தேவி!"

"நல்லது அரசே மிக்க மகிழ்ச்சி."

"சரி நம் குடும்ப உறுப்பினர்கள் கவனத்திற்கு யான் ஒரு சில ஏற்பாடுகளை செய்துள்ளேன். அதனை அனைவரும் ஏற்று எம்முடன் ஒத்துழைக்க வேண்டும்."

"என்ன அது? தமையன் அவர்களே!" என்றான் ஆவுடையான்.

"நாளை பிற்பகல் முதல் நாம் அனைவரும் கோட்டையினுள் இருக்கும் பழைய அரண்மனையில் தங்கவுள்ளோம்.

கருணாவும், நிருதியும் மட்டும் இங்கேயே இருக்கட்டும், சோழபுரம் புறப்படும் வரை. அதோடு பேறுகாலம் வரையிலும் யானும் வல்லியும் சோழபுரத்திலே இருக்கலாம் என்று முடிவு செய்துள்ளேன்."

"ஆகட்டும் தமையா தங்களின் சித்தப்படியே!"

"இதில் யாருக்கேனும் ஆட்சேபம் உள்ளதா?"

"இல்லை அரசே! அனைவருக்கும் சம்மதமே" என்றாள் உத்தமவல்லி.

சரி நல்லது அவரவர் அறைக்குச் சென்று ஓய்வெடுத்துக் கொள்ளுங்கள் என்ற அன்னவராயர் அங்கிருந்து செல்ல, அவரைத் தொடர்ந்து அனைவரும் சென்றனர்.

கருணாவின் வருகையை அன்னவராயர் தெரிவித்ததில் இருந்து நிருதி அடைந்த ஆனந்தத்திற்கு அளவேயில்லை எனலாம். உள்ளக்களிப்பால் உறக்கம் என்பது அவளுக்கு வந்தபாடில்லை. 'நாளை என்ன ஆபரணங்களை அணிந்து கொள்வது? அது தான் சரி; அவர் மிகவும் விரும்பி வாங்கித் தந்த நித்தில ஆபரணங்களையே அணிந்து கொள்ளலாம். அதோடு அவர் பெரிதும் விரும்பும் செந்நிற ஆடைதனை உடுத்திக் கொள்ளலாம்' என்று ஆடை, ஆபரணம் என்று அனைத்தையும் எடுத்து வைத்தாள் நிருதி. 'மறுநாள் அணிந்து கொள்ளவேண்டிய அனைத்தையும் எடுத்து வைத்தாகிவிட்டது. இன்னமும் உறக்கம் வரவில்லையே. என்ன செய்வது? மகனே திருமுறைகளை வாசிக்கலாமா? யான் உன்னிடம் முன்பே கூறியது போல், உனது தந்தையாருக்கு நாவுக்கரசர் பதிகம் என்றால் உயிர், எனக்கோ சம்பந்தர் அருளியது மிகவும் பிடிக்கும். சுந்தரர், மாணிக்கவாசர் அருளியது என்பது எங்கள் இருவரின் பொதுவான விருப்ப திருமுறைகள். ஆனால் இவர்களில் யாருடைய பதிகம் உனக்குப் பிடித்து இருக்கிறது என்று எமக்குத் தெரியவில்லை மகனே? நீயாக வாய் திறந்து கூறும் வரையிலும் இருக்கட்டும். இன்றும் வழக்கம் போல முதலில் உன் தந்தையின் விருப்பப் பதிகமான வன்மீக நாதர், கமலாம்பிகையின் பால் பாடிய ஆறாம் திருமுறையை வாசிக்கலாம். இத்திருப்பதிகத்தின் பெருமையை நீ அறிவாயா மகனே? ஆயிரம் ஆயிரம் ஆண்டுகளுக்கு முன் முசுகுந்த சோழ சக்கரவர்த்தியினால் கட்டப்பட்ட ஆலயம் இது. இதன் உள்ளிருக்கும் ஈசன் தேவேந் திரனால் இந்திரலோகத்தில் பூசிக்கப்பட்டது. முசுகுந்தனின் சிவபக்தி மெச்சி அந்தப்

பரம்பொருளே தேவேந்திரனுக்கு ஆணையிட்டாராம் – அந்த சிவலிங்கத்தை முசுகுந்தனுக்குத் தரச்சொல்லி. அதையே திருக்குவளையில் பிரதிட்டை செய்து ஆலயம் எடுப்பித்தான் முசுகுந்த சோழன். அந்த லிங்கத்தின் பெயரே வான்மீக நாதர். இத்துணை ஆண்டுகளில் எண்ணிலடங்கா அரசவம்சத்தினரும், சித்தர்களும், சிவனடி செல்வர்களும், இவ்வாலயத்திற்குப் பல திருப்பணிகளை செய்துள்ளனர். நன் தந்தையாரும் கூட' என்ற நிருதி ஏதோ நினைத்துக் கொண்டவளாக, 'உன் தந்தையாரின் வாழ் நாள் இலட்சியம் என்பது பெருமைமிகு இவ்வாலயத்திற்குத் திருப்பணி செய்து பிறவிப்பயன் பெறவேண்டும் என்பது. அதற்கு நாமும் உன் தந்தையாருக்கு உறுதுணையாக இருக்க வேண்டும் மகனே. உன் தந்தையாரின் திருநாமங்களில் "சிவபாத செல்வன்" என்பதும் ஒன்று. இது அந்தப் பரம்பொருளின் மீது அவர் கொண்ட அளப்பரிய பக்தியை எடுத்துரைக்கும் மகனே. உன்னைப் போன்ற அரசவம்சத்து ஆண் பிள்ளைகள் நீதிநெறியைக் கடைபிடித்து செங்கோல் செலுத்த வேண்டு மானால் அதற்கு முதலில் பக்தி நெறிகளைக் கைடபிடிக்க வேண்டும் மகனே உன் தந்தையைப் போல. அதுவே எக்காலமும் உனக்குத் துணை நிற்கும் – உனது முன்னோர்களின் நல்லாசியுடன், சரி, திருமுறையை துவங்கலாமா? கற்றவர்கள் உண்ணும் கனியே போற்றி.

தொண்டை மண்டலத்தை நோக்கிச் சென்று கொண்டிருந்த மாதவனுக்கு அவனது உள்ளமானது வண்டையை நோக்கிப் பின்னுக்கு இழுத்தது. அவள் அப்பெண் தன் கணவனைப் பிரிந்த துயரம். அவள் கண்களினால் உணரமுடிந்தது. கருணா வருவது தெரிந்துமே காணாமல் போனது அவளின் முகவாட்டம். உண்மையில், இதே நிலையில் தான் அங்கே அவனும் இருந்தான். எத்துணை ஒற்றுமை. எவ்வளவு புரிதல் இவர்கள் இருவருக்குள்ளும். கருணா நிருதியின் மீது கொண்ட காதல் எத்தகையது என்பதை எடுத்துச் சொல்லவே அப்பெண்ணைக் காண அங்கு சென்றோம். ஆனால் அங்கிருந்த சந்தர்ப்பமும் சூழுலும் சாதகமாக இல்லை. இருந்தும். அவன் மீது அவள் கொண்ட பேரன்பை உணரமுடிந்தது. அப்பெண் கூறிய வார்த்தைகளில் இன்னும் எதை எதையோ நினைத்துக் கொண்ட மாதவன் தனது புரவியை திருப்பி வண்டையைக் கடந்து சோழபுரம் நோக்கிச் சென்றான்.

மேலோர்க்கும் மேலோர்க்கும் மேலாய் போற்றி
தெள்ளுநீர்க் கங்கைச் சடையாய் போற்றி
திருமூலத்தானனே போற்றி போற்றி

"அட வா மலர்!"

"என்ன செய்கின்றீர்கள் நன் ஆருயிர்த் தோழியும், நன் அன்பு மகனும்?

உறக்கம் வரவில்லை மலர். அதுதான் நாவுக்கரசர் பதிகம் பாடிக் கொண்டிருக்கின்றேன்."

"எனக்கும் கூடத்தான் நிருதி? உறக்கம் என்பதே நெடுநாட்களாக இல்லை.

"ஏன் எதனால் மலர்?"

"வேறு எதனால் இருக்கக் கூடும் நிருதி. அத்தானின் பிரிவினால் தான்!"

"ஆமாம், அதுவும் சரி தான் மலர். அதனால் என்ன? கவலையை விடு மலர்; நாளைதான் அவர் வந்து விடுவாரே. இன்று ஓர் இரவு தான். நாளையில் இருந்து உனக்கு நிம்மதியான உறக்கம் வரும்."

"இதோ நீயே கூறிவிட்டாய் – நாளையில் இருந்து யான் நிம்மதியாக இருப்பேன் என்று. பார்த்தாயா நிருதி? உரையாடிக் கொண்டே எதற்கு வந்தேன் என்பதை மறந்து போனேன். இதோ இந்தப் பாலைப் பருகு, நிருதி!"

"உனக்கு எதற்கு மலர் வீண்சிரமம்?"

இதில் சிரமத்திற்கு என்ன வேலை நிருதி? நன் மகன் ஆரோக்கியத்தின் பொருட்டு யான் எடுத்து வந்தேன். உனக்காக ஒன்றுமில்லை" என்று பொய்க் கோபம் கொண்டாள் மலர்.

"யானும் இதனை எமக்காகப் பருகவில்லை; உன் மகனுக்காக, சரியா?"

பாலைப் பருகிய நிருதி, "இப்பொழுது மகிழ்ச்சி தானே மலர்?" என்றாள்.

"மிக்க மகிழ்ச்சி நிருதி! எனக்கும் உறக்கம் வரவில்லை. உனக்கும் உறக்கம் வரவில்லை. சிறிது நேரம் உரையாடிக் கொண்டு இருப்போமா?"

"அதனால் என்ன? தாராளமாக மலர்."

"உனக்கு உறக்கம் வருகிறது என்றால் முன்னதாகவே கூறிவிடு நிருதி ஏனெனில் கர்ப்பிணிப் பெண்களின் உறக்கத்தைக் கெடுக்கக் கூடாது என்பார்கள் பெரியோர்"

"ஆகட்டும் மலர். அது இருக்கட்டும், அமுதாவிற்குப் பார்த்த மாப்பிள்ளை எப்படி இருக்கின்றார் மலர்? அவரை அமுதாவிற்குப் பிடித்து இருக்கின்றதா என்ன?"

"அவளுக்கு ஏன் பிடிக்காமல் போகும் நிருதி? பெயருக்குத் தகுந்தாற்போல அத்துணை அழகாக இருக்கிறார் சுந்தர சுர பாண்டியர். தவிரவும், பேரரசர் வம்சத்தினர் வேறு. அவளுக்குச் கசக்கவா செய்யும்?"

"ஏன் மலர், அமுதா நம்மிலும் சிறந்தவள் என்பேன் யான். அவளைப் போன்றதொரு நங்கையை மனையாளாகக் கிடைக்கப் பெற்றதற்குப் பாண்டியரே கொடுத்து வைத்திருக்க வேண்டும்."

"நீ கூறுவதும் ஒரு வகையில் சரிதான் நிருதி. இதுவரையிலும் எப்படியோ? இனி பேரரசனின் மனைவி என்பதில் அவளுக்கு செருக்கு வரக்கூடும். அதிலே அவளின் கண்களுக்கு நாம் தெரிவோமோ, மாட்டோமோ?"

"எதனால் அப்படி கூறுகின்றாய் மலர்? நாம் இருவரும் அவள் தோழிகள் ஆயிற்றே?"

"இனி அவள் கண்களுக்கு நாம் தோழிகளாகத் தென்பட மாட்டோம் நிருதி. சிற்றரசரின் மனைவிகளாகவே தெரிவோம். நீயே கூறு நிருதி. வண்டையர் என்றோர் அரச வம்சத்தினர் இருப்பது தென்புலம் வரையிலுமே தெரியும். ஆனால் பாண்டியரின் கீர்த்தி பரவா உலகம் எது? அப்படிப்பட்டவரின் வழிதோன்றலுக்கு மனைவியானால் செருக்கு வருவது இயல்பு தானே?" புன்னகைத்த நிருதி, "மலர் நீ ஒன்றை மறந்தாய்; நம் நாதனுக்கு உள்ள திருநாமங்களில் வண்டையர் அரசன் அரசர்களின் நாதன் என்ற பட்டமும். உலகு புகழ் (கருணாகரன்) என்பதன் தொடர்ச்சியாக நம் நாதனின் பெயரைச் சுட்டி இருப்பது நீ அறியவில்லையா, மலர்? மூவேந்தர்களிலும் சிறந்தவர் நம் நாதன். இதனை நன் தந்தையே ஒப்புக்கொள்வார். ஆகையினால் மூவேந்தருடன் ஒப்பிடுவதும் நம் குலத்தைக் குறைத்து பேசுவதும் தேவையற்றவை மலர். ஏனெனில், சோணாட்டின் இரும்பு அரண் என்று நன் தந்தையை யாரும் கூறவில்லை. நம் கணவரையே கூறுகின்றனர். இது ஒன்று போதும். நம்

நாதனின் புகழை இவ்வுலகம் உன்னிக்க இப்பொழுது கூறு மலர் செருக்கு என்பது யாருக்கு இருக்கும் என்பதை?"

"சந்தேகமே இல்லை நிருதி எமக்கு தான். ஏனெனில் வண்டையர் கோன் என்றுமே இந்த மண்டையாழ்வாருக்கு மட்டும் தான்.

மலரின் இந்த வார்த்தைகளைக் கேட்டதும் அழுவதா, நகைப்பதா என்று தெரியவில்லை நிருதிக்கு. அமைதி ஆனாள்"

"என்ன வாயிற்று நிருதி? ஏன் இந்த அமைதி?"

"ஒன்றுமில்லை மலர். ஏதோ குளிர்வதைப் போன்றொரு உணர்வு!"

"குளிர்கிறதா? மழை கூட இல்லையே. சரி போகட்டும் போர்வையைப் போர்த்திக் கொள். என்ற மலர் ஒரு கனமான போர்வையை அவள் மீது போர்த்தினாள்."

"நிருதி, என்மீது உனக்கு ஏதும் வருத்தமா?"

"இல்லையே மலர் உன் மீது எனக்கென்ன வருத்தம் இருக்கப் போகின்றது?"

"அது தான் சற்று முன்பு கூறினேனே – அவர் எனக்கு மட்டுமே சொந்தம் என்று.. ."

"புன்முறுவலைத் தவழவிட்ட நிருதியின் கண்களில் கண்ணீர் பெருகியது. மௌனமும் தொடர்ந்தது.

"ஏன் நிருதி பேச மறுக்கின்றாய்? உன் உள்ளத்தில் உள்ளவற்றைக் கூறிவிடு. ஏனெனில், இது போன்று சந்தர்ப்பம் அமைவது இனி அரிதே."

"உண்மை தான் மலர் இத்தருணத்தைத் தவறவிட்டால், பின் எப்போதுமே காலம் கைகூடாது – என் எண்ணங்களைக் கூற. என்ன செய்வது, மலர்? தருணங்களைத் தவறவிடுவது எனக்கு பழக்கப்பட்ட ஒன்றாகிப்போனது."

"சற்றே அமைதி ஆனாள் நிருதி"

"என்னவாயிற்று நிருதி? மீண்டும் ஏன் இந்த மௌனம்?"

"ஒன்றுமில்லை மலர். நீ வாஞ்சையுடன் தந்த பால் அது இப்பொழுதே நன்மேனி எங்கும் பரவத் துவங்கி உள்ளது என்ற நிருதி. மலரை உற்று நோக்கினாள்.

என்ன செய்வதென்று அறியாமல் விழித்தாள் மலர்.

அகத்திலே உடன்பாடு இல்லாதவருடன் கூடி வாழும் வாழ்க்கை ஒரு குடிசையில் அரவத்தோடு உடன் வாழ்தல் போன்றது என்பார்கள். அது எமக்குக் கூறியது போல் உணர்கின்றேன் மலர்."

அதற்கு மேலும் மறைக்க விருப்பம் இல்லாதவளாகப் பொரிந்தாள் மலர்.

"ஆம் நிருதி. இனியும் மறைத்துப் பயனில்லை. நீ அருந்திய பாலில் நஞ்சு கலந்துள்ளேன். அது குறித்து பயம் எனக்கு இனி சிறிதும் இல்லை. உன் மரணத்திலே தான் நன் வாழ்வது வளமாகும் எனில். அந்த மரணத்தை யான் உனக்குப் பரிசளித்தேன். இது போன்ற எண்ணம் எனக் உருவாகக் காரணம் யார் தெரியுமா? என் அத்தான்"

"என்ன? என்றாள் நிருதி?"

"ஆம் நிருதி. என்னை போன்றொரு அழகியும் இல்லை. என்னை விட்டால் அவருக்கு மனைவியும் இல்லை என்ற எண்ணத்திலே தான் இருந்தார் அவர் – உனைக் காண்கின்ற வரையிலும், அவர் தன் பதவி காரணமாக முதன் முதலில் சோழபுரம் வருகின்றார் என்று அறிந்ததுமே, அது கேட்டு மகிழவில்லை; மாறாக, அஞ்சினேன் நான். காரணம், அதுவரையிலும் எந்த ஒரு பெண்ணையும் அவர் ஏறிட்டுப் பார்த்ததில்லை. அழகில் சிறந்த பெண்டுகள், அவரைக் கண்டாலும், அவர்களை அவர் பொருட்படுத்தியதும் இல்லை என்பதை யான் நன்கறிவேன். ஏனெனில், அவருக்கான பெண் யான் என்பது அவரது அகத்திலே ஆழப் பதிந்திருந்தது அப்போது. இருப்பினும், எப்பேர்ப்பட்ட ஆண்களும் ஏறிட்டுப் பார்க்கத் தூண்டும் அழகி நீ என்பது இந்த சோழபுரமே அறிந்தது. ஆனால் அவர் அறியவில்லை – உன்னை நேரே காணாததால். அதுவே எனது அச்சத்திற்கும் காரணமாக அமைந்தது நிருதி. எங்கே அவர் உன்னைக் கண்டு விட்டால் என்ன நடக்குமோ? என்று நினைத்தேன். முடிவில் நான் நினைத்ததே பலித்தது. உங்களின் கண்ணானம் இன்று வரையிலும் என்னால் ஏற்க முடியாத ஒன்றாகும். நீ செய்த பெரும் பிழைகள் என்ன தெரியுமா நிருதி?"

"பிழைகளோ, யானா?"

ஆம், பொன்னி நதியில் இருந்து என்னை காப்பாற்றச் சொன்னது. அவருடனான கலவி உறவைத் தவிர்ப்பதாக வாக்களித்தது, எனக்கும் அவருக்குமான கண்ணான

ஏற்பாடுகளை முன்னின்று நடத்தியது. இவற்றில் ஏதேனும் ஒன்றை நீ தவிர்த்திருந்தாலும் இன்று உனதுயிர் தப்பி இருக்கும்."

புன்னகைத்த நிருதி, "இதற்குப் பெயர் தான் வரம் தந்தவர் சிரத்தில் கரம் வைப்பதா மலர்?"

"ஆமாம், அப்படியும் வைத்துக் கொள். என் உணர்வுகளுக்கு மதிப்பளித்து நீ செய்த செயல்கள் அனைத்தும் நன்மையாக எனக்குத் தெரியவில்லை; மாறாக, வெறுப்பையே உண்டு பண்ணியது. அதற்கு நெய் வார்த்தாற் போல் இருந்தன. அத்தானின் செயல்பாடுகள் அனைத்தும். ஏன்? அம்மான் அத்தை என அனைவருமே தான். எங்கேயும், எப்போதும் எதிலும் உனக்கே முன்னுரிமை. இதற்கெல்லாம் முத்தாய்ப்பாய் உன்னைக் கொல்லும் அளவிற்கு என்னை வன்மம் கொள்ளச் செய்தது எது தெரியுமா நிருதி?" என்ற மலர் திரைச்சீலைக்குப் பின்னே வைத்திருந்த பெட்டியை எடுத்து, அதில் இருந்த ஓலைகளைக் கட்டிலில் வீசினாள். "இதோ பார்! கடந்த நான்கு திங்கள்களில். நம் நாதன் உனக்கு, அனுப்பிய தனி ஓலைகள். அப்பப்பா எத்துனை அக்கறை எவ்வளவு கனிவு! எத்தகைய அன்பு! ஆவியை உன்னிடத்தே விட்டு வெறும் கூட்டுடனே போரிடுகின்றாராம் – கலிங்கத்தில்"

அதிலே ஓர் ஓலையைக் கிழித்தெறிந்தாள் மலர்.

"இதிலே இருப்பது போல ஒரே ஓர் ஓலை கூட அவர் என் பொருட்டு அனுப்பவில்லை. அவர் காதல் மனைவியான நன்னை மறக்கும் அளவிற்குச் செய்திருக்கின்றது அவர் உன் மீது கொண்ட மோகமும் அதன் உள் ஓங்கி நிற்கும் காமமும்"

"நிறுத்து மலர்!" என்றாள் நிருதி.

"நீ இத்துனை நேரமாக எதைப் பற்றிக் கூறினாலும் அது குறித்து எனக்குக் கவலை இல்லை. ஆனால் நீ தற்போது கூறியது, அபத்தத்திலும் பெரும் அபத்தம், காமமும், மோகமுமே அவருக்குப் பெரிதாயின், நீயோ, யானோ அவருக்கு ஒரு பொருட்டல்ல. எண்ணிலடங்கா இளங்கன்னியர்கள் இவ்வை யகத்திலே உண்டு – அவர் கூடிகளிக்க. ஆயினும், அதை அவர் விரும்பமாட்டார். என்னோடு அவர் கலந்த உணர்வதுவை. உன்னிடம் சொல்லிப் புரியவைக்க இயலாது. அப்படி சொன்னாலும் உன் செவிகளில் ஏறாது. மலர், நீ எப்படி இப்படி மாறிப் போனாய்? சோழர்களின் மானம் காக்க தன்

இன் உயிரையும் துறந்தவர்கள் வாணர்கள். சுத்த மல்லனின் தங்கையா நீ? நம் நாதன் பொருட்டு கலிங்கம் சென்றார் போருக்கு உன் தமையன். இன்றளவும் நன் தந்தைக்குத் தோள் கொடுத்து துணை நிற்கின்றார் உன் தந்தை. ஆனால் நீயோ?"

ஏன்? காலம் காலமாக சோழர் குலம் வாழ வாணர்குலம் சாகவேண்டும் என்ற விதி எழுதப்பட்டு உள்ளதா என்ன? இம்முறை வாணனின் மகள் வாழ, சோழனின் மகள் சாவதே சிறந்தது என்ற புது விதியை நான் எழுத நினைக்கின்றேன். பொதுவாக, அதீத அழகு கொண்ட பெண்ணுக்கு அறிவிராது. அதீத அறிவு கொண்ட பெண்ணுக்கு அழகிராது. இவை இரண்டும் இருக்கும் பெண்ணுக்குக் காலம் வெள்ளது என்பார்கள். அதற்கு நீயே உதாரணம் ஆகிப் போனாய் நிருதி. இனி என் எண்ணம் அனைத்தும் ஈடேறும். வண்டைக்கும் வண்டையர் கோனுக்கும் நானே பட்டத்து அரசி ஆவேன். நன் வயிற்றுப் பிள்ளையே இனி இந்நகரை ஆளும். அத்தான் அறிமுகம் செய்த ஒளசதமே. உனக்கு நஞ்சாய்ப் போனது என்னையும், நுன்னையும் தவிர யாருக்கும் தெரியப் போவதும் இல்லை. இன்னும் ஒரிரு நாழிகையில் நீ மரணிக்கப் போவது உறுதி. உனது கடைசி விருப்பம் எதுவானாலும் கூறு, நிருதி! அதனை உன் தோழி என்ற முறையில் நிச்சயம் நிறைவேற்று வேன்."

பேசுவதில் சிரமம் இருந்தது அவளுக்கு.

"விருப்பமா? எமக்கா? அப்படி ஏதும் இல்லை மலர். உண்மையில் உனைக் கண்டு வருத்தமே எனக்கு."

"நீ என்ன கூறுகிறாய்?"

"ஆம் மலர். நீ அறிவு சார்ந்த பெண் என்றே இத்துணை நாட்களாக எண்ணி இருந்தேன். ஆனால், நீயே சற்று முன் கூறிவிட்டாய் – அறிவிற்கும் அழகிற்கும் சம்பந்தம் இல்லை என்று. நீ இத்துணை நேரம் பேசியது அனைத்தும் அதுவே உண்மை என்று நிருபித்துள்ளது; உனது அறிவற்ற தன்மையை"

"என்ன? யான் நஞ்சிட்டுமா என்னை இப்படி குறைத்து மதிப்பிடுகின்றாய்?"

மெல்ல சிரித்தாள் நிருதி.

"நஞ்சு..." என்று கூறி சிரித்தாள் நிருதி மீண்டும்.

"நஞ்சு எமக்கல்ல மலர். உனக்கு நீயே வைத்துக் கொண்டாய் என்பதனை கூடிய விரைவிலேயே அறிந்து கொள்வாய். இனி இங்கே என்ன நடக்கும் என்று கூறுகின்றேன் கேள்; மலர். நாளையில் இருந்து நீயே வண்டைக்கு அரசியாக இருந்து விட்டுப் போ. ஆனால், வண்டையர் கோனின் அகத்தே உள்ள சிம்மாசனத்தில் யானே அரசியாக கொலுவிருப்பேன் எந்நாளும். அதிலே உனக்கு என்றுமே இனி இடமில்லை. அது போதும் எனக்கு. ஒருவர் தற்பெருமை பேசுவது தற்கொலைக்கு சமம் என்பார்கள். ஏற்கெனவே மரணத்தின் பிடியில் இருக்கும் யான் தற்பெருமை பேசுவதில் தவறொன்றும் இல்லை என்று எண்ணுகின்றேன். முதலும் முடிவுமாக நீ அறிவாயா, மலர்? புலியின் சிறப்பதுவை. கானகத்தில் வேறெந்த விலங்கிற்கும் இல்லா தனிச் சிறப்பு புலிக்கு உண்டு என்பதை. பிற விலங்குகளின் இரையை அபகரிக்காது புலி, தன் பசிக்குத் தானே வேட்டையாடி உண்ணும் கருவுற்ற உயிரினத்தை ஒரு நாளும் வேட்டையாடா புலி. பேறு காலத்திலே உண்டாகும் கோரப் பசிக்கு, தன் பிள்ளையை தான் உண்ணும் விலங்குகளுக்கு மத்தியில் அக்கொடிய பசியிலும் கூட தன் பிள்ளையை தான் உண்ணாது புலி, மட்டுமே. பிறப்பிலும், குணத்தாலும் யான் புலியே. உன் உரிமைகள் பறிபோவதாய் எண்ணி. எனைக் கொலை செய்ய முயன்றதில் கூட தவறில்லை. ஆனால் உன் சுயநலப் பசிக்கு என் பிள்ளையை இரையாக்கும் அதிகாரத்தை யார் உனக்குத் தந்தது?"

சுவாசிப்பதிலும் சிரமம் இருந்தது நிருதிக்கு.

"நஞ்சினால் நன்மை விளையுமோ மலர்? விளையும் நன் உயிர் குடிக்கும் நனது கருசிதைக்கும் அவ்வளவு தானே. ஆவதினால் உண்டாகும் பலன் யாதெனில் வண்டையர் கோன் குலமறுக்கும் கொடி அறுக்கும். நன்னை அல்லாது பிற பெண்டுகள் நனிநாட அவர் தம் உருக்குலையும், இது அந்த ஆடவல்லான் உள்ள காலம் மட்டும். அவர் மீது யான் கொண்ட காதலுக்கு என் பிள்ளையின் உயிரே காணிக்கை என்றால் அப்படிப்பட்ட காதல் இனி எனக்குத் தேவையில்லை. அந்த ஈசனையும் என் நாதனையும் யான் அனுதினமும் பூசித்தது உண்மையானால், இனி வண்டையர் கோன் எடுக்கும் அத்துணை பிறவிகளிலும் யானே அவருக்கு மனைவியாய் இருப்பேன். என் வயிற்றுப் பிள்ளைகளுக்கே அவர் தகப்பனாய் இருப்பார். அப்படி இல்லையேல் அவருக்கு மனைவியும் இராது, மக்களும் இராது. அந்த ஆவுடையான்

மீது ஆணையாக இனி உன் எண்ணம் போல் உனது இல்லறம் நடக்க நன் வாழ்த்துக்கள். இனியும் இங்கே நிற்காதே இங்கிருந்து செல் மலர்" என்ற நிருதி நீண்ட பெருமூச்சுடனே கண்களை மூடிக்கொண்டாள்.

ஏதோ அனர்த்தம் நிகழப் போகின்றது என்ற எண்ணம் மெள்ள தலை தூக்கியது மலருக்கு. உணர்ச்சி மிகுதியால் நாம் ஏதும் தவறிழைத்து விட்டோமா, என்ன என்ற பதற்றம் அவளைத் தொற்றிக்கொண்டது. பைய நிருதியின் அருகே சென்றாள். தன் அருகே மலர் வருவதை உணர்ந்த நிருதி, தன் கண்களைத் திறந்தாள். அவளின் பார்வையானது ஒரு கணம் மலரின் ஆவியையே அடங்கச் செய்தது.

யான் இன்னும் சாகவில்லை மலர். யான் செத்த பின்னே வா. இப்பொழுது இங்கிருந்து போ!" அங்கிருந்து சென்றாள் மலர்.

நிருதியின் விழிகளில் கண்ணீர் பெருகியது. 'நன் அன்பு மகனே நீயும் மாண்டு போனாயோ? நன் கரங்களினால் உனைத் தொட்டுணரக் கூட என்னால் இயலவில்லையே. இந்தப் பாழும் உலகில் பிறப்பதைவிட அந்தப் பரமனிடம் செல்வதே மேல் என்று நினைத்து விட்டாயா மகனே! இப்படி பொறுப்பற்ற தாயின் முகம் காண விருப்பம் இல்லையா உனக்கு? நன் ஆவியானது உன்னுடனே வந்துவிட எண்ணுகிறது. ஆதலினும், இந்தப் பாழும் உள்ளமது, நன் நாதனைத் தேடிச் செல்லத் தூண்டுகிறது. யான் என்ன செய்ய? எம் ஈசனே இவ்வுலகில் நம் இருவரின் இழப்பை பொறுக்கமாட்டா இருவர்; நன் அன்புத் தமையன், நன் உயிர்த்தோழி அமுதா. நம்முடனே வந்துவிட துணிவார் உன் தந்தை இல்லையா சுவாமி?' என்று எண்ணிய நிருதி மெள்ள புன்னகைத்து பைய கண் மூடினாள் அறை அது வில் உயிர் அற்ற உடலாய் கருணாகரனின் அழகிய மணவாளினி.

உடலோடு கூடிய உயிருக்கே தொலைதூர பயணம் கடினம் உடலற்ற உயிருக்கு நினைத்த இடத்தை நொடிப் பொழுதில் அடைவது சுலபம். உண்மையில் நிருதிக்கு இது புதுவித அனுபவம். அந்த வகையில் அவள் மாண்ட பின் முதலில் காண எண்ணியது, அமுதாவையே. சேதி நாட்டு அரண்மனையில் தனதறையில் உறங்கிக் கொண்டு இருந்தாள் அவள். அமுதாவின் அருகே சென்று நிருதி அவளையே உற்று நோக்கிக் கொண்டு இருந்தாள்.

"நிருதி!" என்று அலறியபடி விழித்தாள் அமுதா. அவளின் அலறலைக் கேட்டு அமுதாவின் அறைக்கு வந்தனர் சேதி ராயரும், அவர் மனைவியும்.

"மகளே என்ன வாயிற்று அம்மா? ஏன் அலறினாய்? எதுவும் சொப்பணம் கண்டாயா?"

"இல்லை, தந்தையே. நிருதி நனது அறைக்கு வந்தது போல் இருந்தது. அவள் இங்கே எப்படி அம்மா வர இயலும்? அவள் வண்டையில் அல்லவா இருக்கின்றாள்? நீர் அருந்தி விட்டு உறங்கு மகளே. காலையில் பேசிக் கொள்ளலாம்."

"ஆகட்டும் தாயே!" என்றதும், அங்கிருந்து சென்றனர் அமுதாவின் பெற்றோர்.

"நிருதி, நீ நலத்துடனே தானே இருக்கின்றாய்? யான் இப்பொழுதே உனைக் காண வேண்டும் என்று தோன்றுகிறது. என்ன செய்ய? அதற்கு இன்னும் யான் பத்து தினங்களுக்கு மேல் காத்திருக்க வேண்டும். பரம்பொருளே, நன் நிருதிக்குத் தாங்கள் துணை இருங்கள்" என்ற அமுதா பைய கண்ணயர்ந்தாள்.

உண்மை உனக்குக் தெரியவந்தால் நீ இப்படி உறங்க மாட்டாய் அமுதா" என்று எண்ணிய நிருதி அங்கிருந்து சென்றாள்.

பாண்டி மண்டலம் மும்முடிச் சோழனின் அரண்மனை அங்கே அறையில் அயர்ந்து உறங்கிக் கொண்டிருந்தான் வீரச்சோழன். அந்த அறையில் பெட்டகங்களும், பேழைகளும் அடுக்கி வைக்கப்பட்டிருந்தன. இவற்றை தமக்காக தனது அருமை தமையன் வாங்கி வைத்தது என்று எண்ணிக் கொண்டாள் நிருதி. வீரசோழனின் அருகே சென்ற அவள், 'நன்றாக துயில் கொள்ளுங்கள் தமையா, நாளைய பொழுது விடிந்தால் நனது நிலை தெரிந்தால் அது முதல் தாங்கள் இப்படி துயில் கொள்வது அரிது என்பதை யான் நன்கு அறிவேன் தமையா.' இன்னும் எதை எதையோ எண்ணிய நிருதி. ஏதோ சிந்தித்தவளாக, 'அய்யோ மும்முடி தமையனும் இங்கு தானே இருக்கின்றார். அவரையும் தூரத்தில் நின்றேனும் கண்டு விட்டுச் செல்லாம் என்று அவனது அறைக்குச் செல்ல, அங்கே அவன் தன் மனைவியுடன் உறங்கிக் கொண்டிருந்தான். அவனையும் கண்ணாரக் கண்டு விட்டு அந்த அறையை விட்டு வெளியே வர அப்பொழுதே அவள் கவனித்தாள் அந்த அரண்மனை வளாகத்தில் சித்திரம்

ஒன்றை. அதில் குலோத்துங்கனும் அவன் மக்களும், சிறிதும் பெரிதுமாய் ஒன்பது பிள்ளைகள். அதில் ஒன்றை மட்டும் தன் மடியில் வைத்தவாறே. அதனைக் கண்ட நிருதிக்குச் சொல்ல முடியதா ஆனந்தம். தன் உடன் பிறந்தவர்களை ஒரு சேரக் காண வேண்டும் என்பது நிருதியின் நெடுநாள் ஆசை. அது அவளின் மரணத்திற்குப் பிறகு ஈடேறியது. தனது தந்தையின் மடியில் இருப்பதுதான் தான் என்ற போது அக்கொடிய தருணத்திலும் புன்னகை பூத்தது அவளது அதரங்களில்.

அதனைத் தொடர்ந்து சோழபுரக் கோட்டை குலோத்துங்கனின் அறை. சயனத்தில் இருந்த தனது தந்தையை உற்று நோக்கியவாறே, அவன் எதிரே அமர்ந்தாள் நிருதி.

"தங்களை அம்மங்கை நாச்சியாரின் ஆலிலை வயிற்றில் உதித்த திருமால் என்பார் சயங்கொண்டார். அதில் தான் எத்தனை உண்மை தந்தையே? வைகுந்த திருமாலே சயனத்தில் இருப்பது போல் தோன்றுகிறது எமக்கு தங்களைக் காணுங்கால். பராகிராமத்திலே தாம் நரசிம்மர், ரட்சிப்பதிலே திருவேங்கட முடையான், கொடையிலே இலக்குமியின் மணாளன், எமக்குதான் கொடுத்து வைக்கவில்லை தந்தையே. தங்களின் மகள் என்று யான் கூறவும் முடியாது. இங்கே யான் பிறந்த தற்கான சுவடும் இனி இராது. தாங்கள் முன்பு ஒரு முறை என்னிடம் கூறினீர்களே, மங்கையர்க்கரசி, குந்தவை, அம்மங்கை இவர்களைப் போல் தனக்கென சோழ வரலாற்றில் தனி இடம் பிடித்ததைப்போல் யானும் பெயர் எடுக்க வேண்டும் என்று. அதற்கு அறவே இனி வழியில்லாமல் போனது தந்தையே. எனினும், தற்போதும் யான் சோழர்களின் வரலாற்றிலே இடம் பிடித்துவிட்டேன். எப்படி தெரியுமா? காலம் காலமாக சோழக்குலம் சந்திக்கும் அற்ப ஆயுளில் மாண்டு போகும் வாரிசுகள் பட்டிலில் யானும் இடம் பிடித்துவிட்டேன் தந்தையே. என்ன ஒன்று அப்பட்டிலானது, பெருமை குறித்து; இப்பட்டியலோ அனுதாபத்திற்கு உரியது; அவ்வளவே. போகட்டும். தங்களுக்கேனும் பூரண ஆயுளைத் தரட்டும் அந்த ஆடவல்லான் என்று வேண்டுகிறேன் தந்தையே' என்று கூறினாள். அவள் உரைப்பது அவர் செவிகளில் விழாது என்று தெரிந்தும், அபயனைத் தொடர்ந்து தியாகவள்ளி, ஏழிசை வல்லபி, வானதி ராயர், அவர் தம் மனைவி என அனைவரையும் கண்டுவிட்டு ஆவுடையார் ஆலயம் சென்ற நிருதி, ராஜ கோபுரத்தின் எதிரே நின்று

'பரம்பொருளே இனி யான் தங்களை வேண்ட என்னவுள்ளது. அல்லது இனி யான் வேண்டிதான் என்ன பயன்? பின் எதற்காக இங்கு வந்தாய் என்று கேட்பீரோ? பெருமா! எமக்கு ஏன் இந்நிலை என்று அறிந்து கொள்ளவே இங்கு வந்தேன் பிரபு. தங்களின் பால் யான் கொண்ட பக்திக்குப் பரிசு இதுவோ தேவா? எங்கும் எதிலும் நீக்கமற நிறைந் திருப்பவர் தாம் இருக்க, இப்படியொரு பாதகத்தைத் தடுக்க தாங்கள் ஏன் வரவில்லை, பரம்பொருளே? எமக்காக இல்லா விடினும், நன் பிஞ்சு மகனுக்காக வேணும் தாங்கள் இப்பெரும் கொடுமையைத் தடுத்தாட்கொண்டிருக்கலாம், இல்லையா? அப்பூதி அடிகளின் மகனை அப்பரின் மூலமாக காத்தருளிய தாம், நன் மகனைக் காக்க வரவில்லையே, அம்பலத்தானே நீண்ட பெருமூச்சுடனே தங்களைக் குறை கூறியும் என்ன பயன் ஈசனே. தாங்கள் நன்னுடன் இருக்கவே இக்கொலை பாதகத்தைச் செய்யத் துணிந்தாள் அவள். இதுவே நன் நாதன் நனது அருகே இருக்க இப்படி ஒரு எண்ணமே அவளுக்குத் தலை எடுத்திராது. இதனை தாங்களும் கூட மறுக்கமாட்டீர்" என்ற நிருதி தனது இயலாமையை எண்ணி அழத் தொடங்கினாள்.

'இந்த நடுநிசியில் தங்களிடம் வந்து நியாயம் கேட்டுக் கொண்டிருக்கின்றேன். யான் பேயானதை மறந்து' என்று கூறி மீண்டும் 'ஓ!' வென அழத் தொடங்கினாள் நிருதி. சிறிது நேரம் அங்கே அமைதி நிலவியது. எதையோ எண்ணிக் கொண்ட வளாக, 'ஒருவர் மீது உண்டான காதல் உணர்வு, ஒரிரு எதிர்பார்ப்புகளை அவர்கள் பால் உந்தச் செய்யும். அதுவே அவர்களின் மீதான அளவுகடந்த அன்பானது. அவர்கள் பால் பக்தியாய் உருமாறும். அதிலே யாதொரு எதிர்பார்ப்பும் இராது. அந்நிலையிலே தான் யான் தற்போது இருக்கின்றேன்.' என்றாள்.

தனது விழிகளைத் துடைத்துக் கொண்ட நிருதி. ஆவுடை யானே இதைக் கேள்மின். அபயம் எனக் கதறியும் ஆதரவுக் கரம் நீட்டா தங்களின் திருவடியில் கலப்பதை விட, தனது ஆவி என எம்மை எண்ணும் நன் நாதனின் திருவடியில் கிடப்பதே மேல் எமக்கு. உமையொரு பங்கா, இதனைக் கேளுங்கள். நன் நாதனைப் பிரிந்து, நன் மகனைத் துறந்து, இப்படி நடுநிசியில், நடுத்தெருவில் நிற்பதே யான் தங்களின் மீது கொண்ட பக்திக்கு பரிசானால், அதனை நான் நயமுடனே ஏற்றுக் கொள்வேன். நன்றிகள் பரம்பொருளே!' என்ற நிருதி

தனது தோளுக்கு மேல் தன் கரத்தை உயர்த்தி, வணங்கி அங்கிருந்து சென்றாள்.

குடந்தை கொட்டகாரத்தில் அன்று இரவு தங்கலிட்டான் கருணாகரன். இருப்பினும் உறங்கவில்லை அவன். மாதவனுடன் உரையாடிக் கொண்டு இருந்தான். வண்டையில் நிருதியுடன் உரையாடியதை கருணாவிற்குக் கூறிக் கொண்டு இருந்தான் மாதவன். அதனை ஆர்வத்துடனே கேட்டுக் கொண்டு இருந்தான் கருணாகரன்.

"உனக்கொன்று தெரியுமா கருணா?"

"என்ன மாதவா?"

"உனக்குப் பிறக்கப் போகும் மகனுக்கு, எமக்குப் பிறக்க போகும் மகளை மணந்து கொள்ள, இப்பொழுதே சம்மதம் தெரிவித்து விட்டார்கள் உன் அரசியார்."

"அப்படியா? மிக்க மகிழ்ச்சி மாதவா! உனது விருப்பத்தை நிறைவேற்றுவோம் ஆனால்..."

"ஆனால் என்ன கருணா?

உன்னைப் போலவே தங்களின் விருப்பத்தைத் தெரிவித்துக் கொண்டனர் வாணகோவன், பாண்டியன், வீரசோழன், கேரள ராசனும். அனைவருக்குமே கூறிவிட்டேன் – தங்களின் விருப்பத்தை ஏற்றுக் கொண்டேன் என்று. இருப்பினும், கருணா நனது விருப்பம் உனக்கும் மணவாளினிக்கும் பிறக்கும் பிள்ளை குறித்தது."

"அவர்கள் அனைவரின் விருப்பமும் அதுவே மாதவா. எனில் அனைவரது விருப்பத்தையும் நிறைவேற்ற ஐந்தாறு பிள்ளைகள் பிறக்கவேண்டுமே?"

"ஆமாம்."

"இனி பிள்ளைகள் பெற்றெடுப்பதிலே நம் சக்கரவர்த்திகளே எமக்கு முன் மாதிரி மாதவா."

"அது சரிபார்த்து கருணா. உன் மனையாள் நம் சக்கரவர்த்தி களுக்கு ஒன்பதாவது பிள்ளை என்பார்கள். அதை தான் யான் அறிவேனே. ஏதோ முடிவோடு தான் நீ கலிங்கத்தில் இருந்து வந்திருக்கின்றாய். என்று எண்ணுகின்றேன்."

தலை அசைத்த கருணா வாய்விட்டு சிரித்தான்.

"நடக்கட்டும். உனக்குள்ளும் ஒரு கள்வன் ஒளிந்திருக் கின்றான் என்பதை இன்றே யான் கண்டு கொண்டேன்" என்றான் மாதவன்.

70

அன்னவராயரின் கலக்கம்

"உன்னிடம் மறைப்பதற்கு ஒன்றுமில்லை மாதவா. குடந்தையில் இருந்து வண்டை ஒன்றும் தூரமில்லை. என்றாலும், யான் நனது சேனையுடனும், இந்தப் பரிசுப்பொருட் களின் வரிசையுடனும் வண்டை சென்று குடிகளைக் கடந்து, கோட்டையைக் கடந்து, அரண்மனைக்குச் சென்று அவளைக் காண – நாளை மாலைப் பொழுதே வந்துவிடும். அதன் பிற்பாடு அவளுடன் தனித்திருப்பது என்பது எப்பொழுது என்று எமக்கே தெரியாது" என்ற கருணாவின் குரலின் வருத்தம் தென்பட்டது.

"நீ கூறுவதும் உண்மையே கருணா. உன் வருகையை ஒட்டி அங்கு வண்டையே விழாக்கோலம் பூண்டுள்ளது. இப் பொழுதில் இருந்தே வண்டையின் குடிகள் கொண்டாட்டத்தில் ஈடுபடத் தொடங்கிவிட்டனர். இந்நிலையில், நீ அவர்களைக் கடந்து அரண்மனைக்குள் செல்வது சற்றே கடினம் தான்."

"எமக்கு இன்றே இப்பொழுதே இக்கணமே, நன் மனை யாளைக் காண வேண்டும் போல் உள்ளது மாதவா. என்ன செய்ய?"

"இப்படி செய்தால் என்ன கருணா?

எப்படி மாதவா?

நீ இப்பொழுதே வண்டைக்குப் புறப்படு யான் உன் பொருட்டு இங்கிருந்து இவர்களை வண்டைக்கு அழைத்து வருகின்றேன். நீ உனக்கு வேண்டிய நேரம் உனது அரசியாருடன் செலவிடு. அதன் பின்னர் உன் குடிகளைக் காணலாம். சரியா?"

மாதவன் கூறியதுமே அவனை ஆரத்தழுவிக் கொண்டான் கருணா.

"நல்ல யோசனை! மிக்க நன்றி மாதவா! உனது இந்த உதவிக்கு யான் என்ன கைமாறு செய்யப் போகின்றேன்?"

"நீ எமக்காக ஒன்றும் செய்ய வேண்டாம் கருணா. முதலில் அங்கே உனக்காகக் காத்திருக்கும் உன் மனையாளையும் பிள்ளையையும் சென்று பார். உனது இந்த எதிர்பாரா வருகை அவர்களை அகமகிழச் செய்ய வேண்டும்."

"நல்லது மாதவா. யான் புறப்படுகின்றேன்" என்ற கருணா, சுந்தரத்தை அழைத்தான் வண்டைக்குச் செல்ல.

"சுவாமி, யான் தங்களிடம் வந்து வெகு நேரம் ஆகின்றது. அப்படி இருக்க தாங்கள் எனைக் காண எங்கே செல்கிறீர்கள்? இனி யான் தங்களை கண நேரமும் பிரியப் போவதும் இல்லை. இருந்தும், யான் தங்களின் அருகேயே இருப்பதை தாங்கள் உணரப்போவது இல்லை. நல்ல வேடிக்கை தான். ஆனால் நனது தற்போதைய நிலவரம் தங்களுக்குத் தெரியவந்தால். அப்போது என்ன நடக்கும் சுவாமி? தங்களின் இந்த எதிர்பார்ப்புகள் ஏமாற்றத்தில் முடிவடையப் போகின்றனவே? என்ன செய்வது? சுவாமி, தாங்கள் எமக்களித்த தலைமகனையே யான் தொலைத்து விட்டேன். இந்நிலையில், இன்னும் ஒன்பது பிள்ளைகளுக்குத் தந்தை ஆகும் தங்களின் கனவில் மண் விழுந்தை எப்படி ஏற்கப் போகின்றீர்கள்? தாங்கள் ஒன்றை அறிவீரா? நன் வயிற்றில் இருந்தது ஆண் பிள்ளையே. சுவாமி! வண்டைக்குச் சென்று கொண்டு இருந்த. கருணாவைப் பின்தொடர்ந்த நிருதி. அவனிடம் எதை எதையோ பேசிக் கொண்டு வந்தாள். அவை எதுவும் அவன் செவிகளில் விழவில்லை என தெரிந்திருந்தும்.

வண்டைக்குச் செல்லும் வழியில் செங்கல்லால் கட்டப்பட்ட சிறிய அளவிலான கோயில் இருந்தது. எப்பொழுது வண்டைக்குத் திரும்பினாலும் அதிலே இருக்கும் ஈசனை வணங்குவதை வழக்கமாகக் கொண்டிருந்தான் கருணா. அன்றும் அப்படியே அந்தக் கோயிலின் அருகே கருணா செல்ல, அந்த இருளில் கோயில் படிக்கட்டில் இடித்தும் கொண்டான். அவன் பாத பெரு விரலின் நகம் பியத்துக் கொண்டு குருதி வழிந்தது. 'அய்யோ குருதியின் கரை கோயிலுக்குள் படக் கூடாது என்பார்களே?' என்று எண்ணிக் கொண்ட கருணா தன் பயணத்தை மீண்டும் தொடர்ந்தான் 'நாளை காலை வந்து வணங்கி செல்லலாம்' என்றபடியே. வெள்ளி முளைக்க

சில நாழிகைக்கு முன்பே, தனது அரண்மனைக்கு வந்தான் கருணா. இடையே எந்தத் தடையும் இன்றி, தனது மகனின் இந்த எதிர்பாரா வருகை இன்ப அதிர்ச்சியை ஏற்படுத்தியது. உத்தமவல்லிக்கு அந்நேரத்திலும் ஆரத்தி எடுத்தே அவனை அகத்தே அழைத்தாள் உத்தமவல்லி. ஆர்வமாக உள்ளே சென்ற அவனை, இடைமறித்த வல்லி, "மகனே, நிருதியைக் காண செல்கின்றாயா? என்று கேட்டாள்.

ஆம் தாயே.

அப்படியானால் நீராடி விட்டு அவளுடைய அறைக்குச் செல் மகனே. நெடுந்தூரம் பயணித்து இவ்வேளையில் வந்திருக்கின்றாய் அல்லவா? அதனால். பிறகு மற்றும் ஒன்று..."

"கூறுங்கள் தாயே. நீ நிருதியின் அறைக்குச் செல்கையில் அவள் விழித்திருந்தால் பரவாயில்லை. ஒரு வேளை, உறங்கிக் கொண்டிருந்தால் அவளது உறக்கத்தைக் கலைக்காதே மகனே. கர்ப்பிணிப் பெண்களின் உறக்கத்தைக் கலைக்கக் கூடாது என்பார்கள்."

"ஆகட்டும் தாயே தங்களின் சித்தப்படியே நடந்து கொள்கின்றேன்"

"நல்லது மகனே."

துரித முறையில் நீராடி தனது அறைக்கு வந்த கருணா வாசனை திரவியங்களைப் பூசிக் கொண்டான். அய்யோ என்ன இது? இந்தப் பெருவிரலில் இன்னமும் உதிரம் வழிகிறதே?, இதனைக் காண நேர்ந்தால் நிருதி வருத்தம் கொள்வாளே என்று கூறிக் கொண்ட கருணா உரை இலையை அதிலே வைத்து துணியினால் கட்டிக் கொண்டான் நீராடியதை விட கண்ணாடியின் முன் அவன் நின்ற நேரமே அதிகம்.

நிருதியைக் கண்டதும் என்ன பேசுவது? எப்படி பேசுவது? என்று ஒத்திகை பார்த்துக் கொண்டு இருந்தான். கண்ணாடியின் அருகே இருந்த நிருதி கருணாகரனை 'உண்மையில் தாங்கள் பேரழகனே சுவாமி!' என்றாள். ஒரு பிள்ளைக்கே தகப்பன் ஆக போகின்றேன். இன்னும் அவளிடம் பேசுவதற்கு தயக்கம் காட்டுகின்றேன். இதனை வெளியே சொன்னால் வெட்கம். தனது மீசையைத் திருத்திக் கொண்ட கருணா அவன் செம்பவள வாய் தனில் புன்னகையைத் தவழவிட்டு ஆசையாய் நிருதியின் அறைக்குச் சென்றான். 'தாயார் கூறியதும் சரி தான். இன்னும் உறங்கிக் கொண்டு தான்

இருக்கின்றாள். அவளாக எழும் வரையிலும் காத்திருப்போம்' என்று எண்ணிக் கொண்டவன் அங்கே போடப்பட்டு இருந்த இருக்கையில் அமர்ந்தான். ஒரு முறை அறையைச் சுற்றி தன் பார்வையைச் செலுத்தினான். அவன் அருகேயே அமர்ந்திருக்கும் நிருதியை தவிர மற்றவை அனைத்தும் அவன் பார்வைக்குத் தெள்ளத் தெளிவாகத் தெரிந்தன. அவன் வருவதை ஒட்டி அவள் அறையில் செய்து வைத்திருந்த முன்னேற்பாடுகளைப் பார்வையிட்டான் செந்நிறப் பட்டாடை, நித்தில ஆபரணங்கள், 'இருக்கட்டும் இவற்றை இன்று யானே உனக்கு அணிவித்து விடுகின்றேன் நிருதி என்று மனத்திற்குள் சொல்லிக் கொண்டான். எதையோ நினைத்துக் கொண்டவனாக கட்டிலின் அருகே வந்தான். ஒன்பது திங்கள் துவங்கி விட்டதே. வயிறானது பருத்துக் காணப்படும் இல்லையா? அதைக் காணலாம் என்று எண்ணினால், இப்படி போர்வையை தலை வரையிலும் போர்த்திக் கொண்டு உறங்குகின்றாளே? சரி, அவள் உறங்கட்டும் நாம் போர்வையை பைய விலக்கிப் பார்ப்போமா? என்று எண்ணத்துடனே போர்வையை மெல்ல விலக்கினான். நீண்ட பெருமூச்சுடனே. 'உறக்கத்திலும் கூட ஓவியமாக இருப்பது நீ மட்டுமே நிருதி' என்று எண்ணிக் கொண்ட கருணா, தன்னையும் அறியாமல் அதை வாய் மொழிந்தான். அவள் வயிறு வரையிலும் போர்வையை நீக்கினான். அசைவின்றி இருந்த அவளைக் கண்டு. பாவம் பேறுகாலம் என்றாலே பெண்களுக்கு அசதியும், அலுப்பும் இருக்கும் போலும் என்று எண்ணிக் கொண்டான் கருணா. அப்படியே அவள் அருகேயே அமர்ந்து கொண்டான் – அவளை நோக்கியவாறு. வெள்ளி முளைத்து வெகு நேரம் ஆகி விடிந்தே போனது. ஆனாலும், அவள் மட்டும் கண்விழிக்கவில்லை. பொறுமையை இழந்த கருணா, பைய அவள் தோளில். கரம் வைத்து "நிருதி!" என்றழைத்தான். பனியின் குளிர்ச்சியை ஒத்திருந்தது அவள் தோள். பதற்றம் வந்து அவனைப் பற்றிக்கொள்ள, அவளுடைய இரு தோள்களையும் அசைத்து மீண்டும் நிருதி என்றழைத்தான் பதிலுக்கு 'சுவாமி, யான் தங்களின் பின்னே இருக்கின்றேன் என்றாள் அவள். கண் நிறை பலம் கொண்ட வாளை*5 தன் கரத்திலே பிடித்து சுழற்றியவனுக்குத் தன் கருவை சுமக்கும் மனையாளின் வயிற்றிலே கரம் வைக்க நடுக்கம் ஏற்பட்டது. அதிலும் அசையவில்லை அவள். 'எம் இறைவா எதற்கிந்த

---

5. ஏறக்குறைய ஒன்பது கிலோ எடை

சோதனை? எனை ஏன் பரீட்சித்துப் பார்க்கிறீர்கள்?' உரத்த குரலில் நிருதி என்றழைத்து அவளை வாரி அணைத்துக் கொண்டான். அவள் அப்படி இருப்பதை அவனால் ஏற்க முடியவில்லை. அவன் கண்ணீர் ஆனது கடலென பொங்கி வழிந்து அவளை நனைத்துக் கொண்டிருந்தது. அவன் தன் தாயை அழைத்தான். அவன் குரலானது அரண்மனை எங்கும் எதிரொலித்தது மதில்களே பிளவு கொள்ளும் படியாக இருந்தது. இது போன்று ஒரு நாளும் கருணா அலறியது இல்லை என்பதால், அரண்மனையில் இருந்த அனைவரும் திடுக்கிட்டுப் போயினர். நிருதியின் அறைக்கு விரைந்தாள் உத்தமவல்லி. அவளைப் பின்தொடர்ந்தனர் குடும்பத்தினர் அனைவரும்.

"மகனே, ஏன் இப்படி அலறுகின்றாய்? அதுவும் நிருதியின் அறையிலே இருந்து கொண்டு? அதிர்வது பிள்ளைக்கு ஆகாது? என்று கூறிக்கொண்டு அகத்தே சென்ற வல்லிக்கு அதிர்ச்சி – நிருதியை அணைத்தபடி அமர்ந்திருந்த கருணாவின் கோலம் கண்டு.

"மகனே, நிருதிக்கு என்னவாயிற்று? ஏன் இப்படி இருக்கின்றாய்?"

"நீங்கள் அவளுக்கு என்னவானது என்று காணுங்கள் தாயே." என்று பைய படுக்கையில் கிடத்தினான். அவளைத் தொட்டு உணர்ந்த உத்தம வல்லி "அய்யோ!" என்று அலறினாள். அங்கிருக்கும் சூழ்நிலை சரியில்லை என்று உணர்ந்த அன்னவராயன், பூசை அறைக்கு விரைந்தான். 'பரம்பொருளே அனர்த்தம் நிகழாமல் காத்தருளுங்கள்' என்று வணங்கினார் கண்ணீர் மல்க. பணிப் பெண்ணை அழைத்து உடனடியாக வைத்தியரை அழைத்து வரும்படி கட்டளையிட்டான் ஆவுடையான். கண்களில் நீர் கசிய செய்வதறியாது கல்லாய்ப் போனாள் பெரிய நாயகி.

"அத்தான், தாங்கள் எப்பொழுது வந்தீர்கள்? நிருதிக்கு என்ன? ஆனது என்று கதறிக் கொண்டு இருந்தாள் மலர்."

அங்கு நடக்கும் அலங்கோலங்களை இருக்கையிலே அமர்ந்து பார்த்த வண்ணம் இருந்தாள் நிருதி. வைத்தியரும் வந்தார். தாயும், சேயும், மாண்டு வெகு நேரம் கடந்ததைக் கூறிச் சென்றார் வைத்தியர். கோடை இடி கொற்றவன் கோட்டையிலே விழுந்தது. அரண்மனை எங்கும் அழுக்குரல் ஒலிக்க, அந்த அறையில் இருந்த அனைவரையும்

வெளியேறும் படி ஆணை இட்டான் கருணாகரன். அறைக் கதவுகளைத் தாழிட்டு அவள் அருகே வந்தமர்ந்தான் அவன்.

"நிருதி, சற்று முன்புவரையிலும் இங்கு நடந்தது நனது சொப்பனத்தில் என்று கூறி கண்திறக்கமாட்டாயா? இந்த மரணம் உனக்கு வர என்ன காரணம்? அல்லது யார் காரணம் தாயே? ஆற்றுப்படுகைக்கு நீ தனியே வருவதற்கு வியர்த்து வழியுமே உனக்கு? அப்படியிருக்க" என்ன விடுத்து தனியே பயணிக்கும் துணிச்சல் எப்படி வந்தது நிருதி உனக்கு? ஏழுமலை, ஏழுகடல்களுக்கு அப்பால் எனைக் கொண்டு விட்டாலும் யான் அங்கிருந்து வந்து விடுவேன் என்பாயே? இப்பொழுது நீ எங்கிருக்கின்றாய் என்று கூற தேவி அங்கு வந்து உனை மீட்டெடுப்பேன். எம்பெருமானே ஏதேனும் அற்புதம் நிகழ்த்தி நன் மனையாளை நனதிடமே திருப்பித் தாருங்கள், நிருதி, பொன்னி நதியில் இனி நாம் படகிலே செல்லப்போவதே, இல்லையா? மீண்டும் உயிர்பெற்று வந்துவிடு தேவி நீ எம்முடன் கூடிக் களிக்க கூட வேண்டாம். நன் கண்ணெதிரே இரு தாயே; அது எமக்கு போதும். உன் மடியிலே தலைவைத்து நீ நாவுக்கரசர் பதிகம் பாட, அதைக் கேட்ட படியே, இன்னும் நூறு ஆண்டதுவை எளிதில் கடந்து விடுவேன். நீ இல்லா இவ்வுலகில் இனி யான் வாழ்வது எங்ஙனம்? நிருதி கொஞ்ச நாழிகைக்கு முன்பே குடந்தையில் மாதவன் உன்னைப் பற்றிப் பெருமை பேசிக் கொண்டிருந்தான். நம் பிள்ளையின் ஐந்தாவது திங்கள் துவங்கி இன்று வரையிலும் அதன் வளமான எதிர்காலத்தைக் கருத்தில் கொண்டு, நீயும் தந்தையும் எடுத்து கொண்ட சிரத்தைகளைப் பற்றி. அப்பிள்ளைக்காகவாவது அந்த எமனை எதிர்த்துப் போரிட்டிருக்க கூடாதா தேவி? நீ வாழ வேண்டும் என்று. நன் மாளிகை வாசலிலே எமன் வந்து நின்றதறியாமல், எங்கோ இருக்கும் கலிங்கத்திற்குப் படை திரட்டிச் சென்றிருக்கின்றேனே" யான்? மரணிக்கும் தருவாயில் தாயும் பிள்ளையும் என்ன உரையாடிக் கொண்டீர்கள்? எப்படியும் நமைக் காக்க உன் தந்தை வந்து விடுவார் என்று நீ நம் பிள்ளைக்கு ஆறுதல் கூறினாயா? அல்லது சோணாட்டின் அரணெனப் பட்டவன் ஏன் நமைக் காக்க வரவில்லை என்று நம் பிள்ளை உன்னிடம் கூறியதா? தேவி, நீ மரணிக்கும் தருவாயிலே கூட உன் மணிக்குவளை விழிகளுக்குள் யானே வந்து சென்றிருப்பேன் என்பதனை யான் நன்கறிவேன் தேவி. அத்தருணங்களில் நீ என்ன

நினைத்தாய் தாயே? எதனைக் கூற நினைத்தாய்? இவை அனைத்தும் எமக்குத் தெரிந்தாக வேண்டும். ஆனால் எப்படி என்றே தெரியவில்லையே?"

அவளின் கரத்தை எடுத்து தன் கன்னத்திலே வைத்துக் கொண்டான் கருணா.

"உன் உடலை விட்டு உயிர் பிரிந்திருந்தாலும் நீ எம்மை விட்டு அகலமாட்டாய் என யான் நம்புகின்றேன் தேவி." இன்னும் எதை எதையோ பிதற்றிக் கொண்டிருந்தான் அவளை அணைத்தபடி அவன் இயலாமையை எண்ணி.

அன்று நண்பகலுக்குள் காட்டுத் தீயாய்ப் பரவியது கருணாகரனின் மனையாள் மரித்த செய்தி. சோழனுக்கு செய்தி அனுப்புவதிலே தயக்கம் நீடித்தது. அன்னவராயருக்கு 'தங்களின் மகள் இல்லை நனதருமை மகள் மாண்டு போனாள், என்றுரைக்க சிரத்தைப் பிடித்தபடி தரையில் விழுந்தான் அந்த உத்தமன்.

நீர் தெளித்து அவரை எழுப்ப, "தமையா என்ன இது? தாங்களே இது போல இடிந்து போனால் நாங்கள் அனைவரும் என்ன செய்வது?" என்றான் ஆவுடையான்.

"அங்கே பார்த்தாயா தம்பி? சோழன் நம் மகனுக்கு அளித்த தனிப்பெரும் கௌரவம். உயிரற்ற நிலையில் கிடப்பதை இனி சக்கரவர்த்திகள் வந்து எங்கே என் மகள்? என்ன செய்தீர்கள் அவளை? என்று கேட்டால், அவருக்கு என்ன பதில் கூறுவது? இல்லை அவரை எதிர்கொண்டு பார்ப்பது தான் எங்ஙனம்? யான் எப்பிறவியில் யாருக்கு என்ன தீங்கிழைத்தேன் என்று தெரியவில்லையே? இப்படி நன் குலக்கொடியும், கொழுந்தும் அறுபட்டதே தம்பி. இதனை நினைக்க நினைக்க நன் நெஞ்சே வெடித்துவிடும் போல் உள்ளதே" என்ற அன்னவராயன் அங்கிருந்த தூணிலே சாய்ந்தார்.

அரண்மனை எங்கும் ஓலம், எங்கு பார்த்தாலும் அழுகுரல். தன் குடும்பத்தினர் படும் வேதனையைக் காண இயலாமல் நிருதியின் ஆவி ஓடி ஓடி ஓய்ந்தே போனது. தனதறைக்குத் திரும்பி தன்னிடத்தே சென்றது. அங்கே அவனோ அவளை அணைத்தபடியே அமர்ந்திருந்தான். புலம்பிய படியே அவன் கண்ணீரைத் துடைக்க முயன்றும் பலன் இல்லை. அக்கொடிய துன்பத்திலும் உடலாலும், உயிராலும் தன் கணவனின் அருகேயே இருந்தது நிருதிக்கு ஆறுதலாக இருந்தது. அன்றொரு நாள் சோழபுரத்து வண்டையர்

மாளிகையில் நிருதியின் வயிற்றிலே. தன் செவிவைத்து கேட்டது கருணாவின் நினைவிற்கு வந்தது – அந்த மெல்லிய துடிப்பானது. பைய அவளைப் படுக்கையிலே சாய்த்து அவள் வயிற்றிலே செவிவைத்தான். புறத்தே இருந்து அழுகுரல் கேட்டதே ஒழிய, வயிற்றின் அகத்தே இருந்து ஒன்றும் கேட்கவில்லை அவனுக்கு. நீண்ட பெருமூச்சுடனே மீண்டும் அவளை வாரி எடுத்து அணைத்துக் கொண்டு அமர்ந்தான்.

'நிருதி இனி நம் இருவருக்கிடையேயும் எவரும் வேண்டா. நாம் இப்படியே இருந்து விடுவோம்' என்று கூறினான்.

காலமானது நண்பகலைக் கடந்து பிற்பகலின் தொடக்கத் திற்குள் நுழைந்தது. இனியும் காலத்தை வீணடிக்கலாகாது என்றுணர்ந்த ஆவுடையான் அமைச்சர் வைத்திய நாதனின் உதவி கொண்டு இன்னும் சில அமைச்சர்களை அழைத்து சாவகத் திற்குச் சென்றிருக்கும் தன் மகனுக்கும், சக்கரவர்த்திக்கும் அத்துடன் சோணாட்டு முக்கியஸ்தர்கள் அனைவருக்கும் ஓலை அனுப்பினான். அதற்குள்ளாக இச்செய்தி அறிந்து குடந்தையில் இருந்து விரைந்து வந்தான் மாதவன். வண்டை நகரத்து வீதிகள் துவங்கி, மாளிகை முற்றம் வரையிலும் எங்கு காணினும் அழுகுரல்கள். மாதவனைக் கண்தும் வண்டையர் குலத்தினர் கூடி தங்களின் துயரத்தைச் சொல்லி அழுதனர். ஆறுதல் சொல்ல இயலாது தவித்தான் மாதவன். அங்கே கருணாவைக் காண வில்லையே என்று அவன் கண்கள் தேட, அதனை உணர்ந்த ஆவுடையான், "யாரைத் தேடுகின்றீர்கள் தம்பி" என்று கேட்டான்.

"கருணா எங்கே அரசே?"

அந்தக் கொடுமையை தாங்களே நேரில் சென்று காணுங்கள் தம்பி நன் மகன் இன்று காலை நிருதியின் அறைக்குள் சென்று தாழிட்டுக் கொண்டான். தற்பொழுது வரையிலும் கதவுகளை திறக்கவேயில்லை அப்பா. நாங்கள் அனைவரும் வேண்டி கேட்டுக் கொண்டும், கதவினைத் திறக்க மறுக்கின்றான்" மகனே

யான் சென்று முயன்று பார்க்கிறேன். "தந்தையே!" என்ற மாதவன் நிருதியின் அறைக் கதவுகளை தட்டினான் – "கருணா!" என்றழைத்து. வெகு நேரப் போராட்டத்திற்குப் பின் ஒரு வழியாக கதவுகளைத் திறந்தான் கருணாகரன். மாதவனைக் கண்டுமே கட்டி தழுவி அழுது புலம்பினான்

அவன். நிருதியின் படுக்கை அருகே அவனை அழைத்துச் சென்றான் கருணா.

"யான் நினைத்துக் கூட பார்க்கவில்லை கருணா. நேற்றைய இரவு எம்முடன் உரையாடிக் கொண்டிருந்தவர் இன்றைய இரவுக்குள் மாண்டு போவார் என்பதை. இது எப்படி சாத்தியம் ஆனது கருணா? நோய்வாய்ப்படவும் இல்லை. நஞ்சு பூச்சிகள் தீண்டியது போன்றும் தெரியவில்லையே. பிறகு எப்படி வந்தது இவர்களுக்கு இந்த மரணம்?"

"அது தான் எமக்கும் விளங்கவே இல்லை மாதவா. சரி அரசியார் மரித்த காரணத்தை நிச்சயம் கண்டறிவோம். இப்பொழுது நீ சிறிது நேரம் இந்த அறையை விட்டுப் புறத்தே வா, கருணா. நீ இப்படி அவர்கள் அருகேயே இருந்து கொண்டிருந்தாயானால், துயரம் ஆனது அதிகரிக்குமே ஒழிய குறையாது. பிறகு உன் உடல்நிலையும் கெட்டுவிடும் கருணா."

சிரித்துக் கொண்ட கருணா, "அதோ பார் நன் ஆவியே என்னை விட்டுப் பறிபோனது. இதில் இனி நன் உடலுக்கு என்ன கேடுவந்தால் தான் என்ன? இனி யான் அவளை விட்டு எங்கும் வரமாட்டேன்" என்றவன் அவள் அருகே சென்று அமர்ந்து கொண்டான்.

அவன் தோள்களை ஆறுதலாகத் தடவிகொடுத்து அங்கிருந்து சென்ற மாதவன், அனைத்து காரியங்களுக்கும் ஆவுடையானுக்கு உறுதுணையாய் நின்றான் அவ்வப்போது கருணாவையும் கவனித்து கொண்டு. நிருதியின் மரணத்தின் விளைவானது இத்துணை தீவிரமாக இருக்கும் என்று மலர் அறிந்திருக்க வில்லை. நிருதியின் அறைக்குச் செல்லவே அச்சமாக இருந்தது அவளுக்கு. யார் பொருட்டு இத்தகைய பயங்கரத்தை நிகழ்த்த துணிந்தாளோ, அவன் தற்பொழுது வரையிலும் தன்னை கண்ணெடுத்தும் பாராதது குறித்த கவலை அவளின் கலக்கத்தை மேலும் அதிகப்படுத்தியது. பெரிய நாயகியின் அருகேயே அமர்ந்து கொண்டாள்.

தலைவிரி கோலமாக அமர்ந்திருந்தாள் உத்தமவல்லி. "பெரிய நாயகி நாம் யாருக்கு என்ன தீங்கிழைத்தோம்? நம் குடும்பத்திற்கு இப்படி ஒரு கேடுகாலம் வந்ததே. கர்ப்பவதியைக் காப்பாற்ற துப்பில்லாதவர்கள் என்று ஊரார் பழிக்க ஆளானோமே, தங்காய்"

இருவருமாக ஒப்பாரி வைத்து அழுதனர்.

நாயகி நீ ஒன்றை அறிவாயா? புறத்தே தான் யான் அவளை அவ்வப்போது கடிந்து கொள்வேன். அகத்தளவே அவள் என்றும் எமக்கு இனியவளே. இச்சோணாட்டிலே யாருக்கும் வாய்க்காத பேரழகி எமக்கு மருமகளாய் வாய்த்திருக்கிறாள் என்று யான் அகமகிழ்வு கொள்ளாத நாளே இல்லை. அவள் மாமன் இடத்திலே உரையாடுகையில் அவள் உதிர்க்கும் வார்த்தைகள், கனிவான பார்வைகள் இவை அனைத்தையும் உள்ளளவில் யான் பெரிதும் ரசித்துண்டு. எதிலுமே ஒரு நேர்த்தி இருக்கும் அவளிடத்தே. அவளுடைய குணமது எம்மைப் பெரிதும் கவர்ந்தது. இருந்தும் கூட, யான் அவளை அவ்வளவாக அன்பு பாராட்டியது இல்லை. காரணம் நமது தமையன் மகள் மலர்"

"என்ன?" என்றாள் பெரிய நாயகி.

"ஆம் தங்காய் இங்கிருக்கும் அனைவரையும் அனுசரித்தும் அரவணைத்துச் செல்லும் பகுத்தறிவும், பக்குவமும் நிருதிக்கு அதிகமாகவே உண்டு. ஆனால் அவை இரண்டுமே மலருக்குக் கிடையாது. யான் நிருதியிடம் அன்பு பாராட்டி இருந்தேனே யானால் அது அவளின் குணச்சிறப்பினால் என்று ஏற்றுக் கொள்ளமாட்டாள் மலர். சோழனின் மகள் என்று கூடுதல் சலுகைகளை நாம் நிருதிக்கும் தருகின்றோம் என்றே இன்று வரையிலும் எண்ணிக் கொண்டிருப்பாள்" என்ற உத்தமவல்லி. மலரை ஏறிட்டாள்?

"இருப்பினும், அவள் மீது யான் கொண்ட அன்பின் மிகுதியே, அன்று அவள் கருவுற்ற செய்தி அறிந்ததும், உடனடியாக சோழபுரம் செல்ல நினைத்தது. கடைசி வரையிலும் யான் அவள் மீது கொண்ட அன்பை அறியாமலே சென்றுவிட்டாள்" என்று கூறி அழுதாள் உத்தமவல்லி.

"யான் நன்கறிந்து கொண்டேன் அத்தை அவர்களே" என்றாள் நிருதி – அவள் அருகே இருந்து கொண்டு.

சோழபுரம் கோட்டை. சோழர் அரண்மனை ஓலை கிடைத்த குலோத்துங்கனுக்கு. தலையிலே அடித்துக் கொண்டு கதறி அழுதாள் தியாகவல்லி.

"நன் பிஞ்சுமகள் மாண்டு போனாளோ?" என்று மூர்ச்சை யாகிப் போனாள் ஏழிசை வல்லபி. செய்வதறியாது நின்ற குலோத்துங்களைக் காண ஓடோடி வந்தார் வானதி ராயர்.

"பெருமா, நன் மகள் மாண்ட செய்தி அறிவீரா?"

சற்று நேரத்திற்கெல்லாம் சோழனின் அரண்மனை மக்களால் சூழப்பட்டது. சயங்கொண்டார். தகவல் அறிந்து உறைந்தே போனார். நிருதிக்குப் பெயர் வைத்து, கல்வியை போதித்த பட்டர் அவர் பங்குக்கு எதை எதையோ அனர்த்திக் கொண்டிருந்தார்.

"இச்செய்தியை இளவரசர்களுக்கு அனுப்பி ஆகிவிட்டதா?" என்றார் அங்கிருந்த அமைச்சர்கள் சிலர். அத்தாளாத துயரத்திலும் சோழபுரத்தில் இருந்து அனைவரும் வண்டைக்குப் புறப்பட ஏற்பாடு செய்து கொண்டிருந்தார் அமைச்சர் காலிங்கராயர். தனது தாளா துயரத்தை யாரிடத்தே கொட்டி தீர்ப்பது என்று அறியாமல் தவித்துக் கொண்டு இருந்தான் குலோத்துங்கன். கூடு மட்டுமே இங்கிருந்தது குலோத்துங்கனுக்கு அவன் ஆவியானது. வண்டையிலே இருக்கும் தன் மகளுகே சென்று ஓலமிட்டுக் கொண்டு இருந்தது. சேதி நாட்டிற்கும் எட்டியது செய்தி. தோழமைக்குப் பொருள் தாங்கும் பெயர் கூற வேண்டுமாயின் அது அமுதாவையே சேரும். அனலில் இட்ட புழுவாய்த் துடித்தாள் – நிருதியின் மரணத்தைக் கேட்ட கணமே.

நள்ளிரவு, வண்டையர் அரண்மனை வண்டை நகர் துவங்கி மாளிகை வரையிலும் ஒருவரும் உறங்கவில்லை – நிருதியைத் தவிர. அதுவும் அவள் உடலுக்கு மட்டுமே பொருந்தியது வண்டையின் முக்கியஅமைச்சர்களுடன் வைத்தியரும் இருந்தார். அவசரக்கூட்டம் அது. அதிலே மாதவனும் கலந்து கொண்டான். அங்கு நடக்கும் எது குறித்தும் கவலையில்லை கருணாவிற்கு. அதுவரையிலும் அவளை விட்டு அகலாது அதே நிலையில் இருந்தான் கருணா.

"தற்போது நமக்குக் கிடைத்திருக்கும் தகவலின்படி, இளவரசர்கள் விக்கிரம சோழனும், மும்முடி சோழனும் அரசியாரின் ஈமைச் சடங்கிலே கலந்து கொள்வார்களாம். அவர்கள் வரும்வரையிலும் அரசியாரின் உடலைப் பாதுகாக்க என்ன வழி? அதனைப் பற்றிப் பேசவே இந்தக் கூட்டம். துரித முறையில் செய்தி அனுப்பி இருந்தாலும் இன்று இரவே வேங்கிக்கும் பாண்டி மண்டலத்திற்கும் தகவல் கிடைத் திருக்கும். இதன் பின்னர் புறப்பட்டார்களேயானாலும் அவர்கள் இங்கு வந்தடைய மூன்றில் இருந்து நான்கு தினங்கள் ஆகும். முழுமையாக மூன்று தினங்கள் என்றாலும் ஈமைச் சடங்கு களுக்கான நாள் ஒன்றைக் கூட்டி

நான்கு நாட்களாகவே கணக்கெடுத்துக் கொள்ள வேண்டும். அதுவரையிலும் அரசியாரின் உடலைப் பேணுவது எப்படி வைத்தியரே? வழி என்ன கூறுங்கள்?"

"பிரபு அரசியார் மட்டும் என்றால், ஒருவாறாகப் பதப்படுத்துவது என்பது சுலபமே. ஆனால் அவர்களின் அகப்பையிலே இருக்கும் சிசு."

"சிசுவினால் என்ன ஆகும் வைத்தியரே?"

அவருக்கு மேலே கூற தயக்கம் இருந்தது.

"தாங்கள் தயக்கம் கொள்ளத் தேவையில்லை. எதுவாயினும் கூறுங்கள்" என்றான் ஆவுடையான்.

"அரசியாரின் அகப்பைக்குள் காற்றின் சுழற்சி தடை பட்டதால், கருப்பையில் இறுக்கம் ஏற்பட்டு சிசு அழுகத் தொடங்கும் அதனால் அரசியாரின் உடலும் சிதிலமடைய கூடும்."

"அய்யோ இது என்ன கொடுமை?" என்றான் மாதவன்.

"பேசாமல் இப்பொழுதே அரசியாரின் வயிற்றில் இருந்து சிசுவைப் பிரித்தெடுத்து விட்டால் அப்பொழுது? என்றார் அங்கிருந்த அமைச்சர்களில் ஒருவர்.

பதறிப்போன வைத்தியநாதன், "அய்யோ சற்றுப் பொறுங்கள். மற்றும் ஒருமுறை இந்த வார்த்தையைக் கூறாதீர்கள்" என்று சுற்றும் முற்றும் பார்த்துக்கொண்டார்.

"ஏன்? என்னவாகும்?" என்றான் கலிவரதன் என்ற அமைச்சன்.

தாயையும், பிள்ளையையும் பிரிப்பது மாபாதகம் என்பது தங்களுக்குத் தெரியாதா? இந்த வாசகம் உயிர் உள்ளவர்களுக்கு மட்டும் அல்ல. உயிர் இழந்தவர்களுக்கும் பொருந்தும் இப்பாதகத்தை நாம் செய்யத் துணிந்தோமே யானால், அரசியார் ஆன்மாவின் பெருஞ்சினத்திற்கு ஆளாக நேரிடலாம்."

"அதற்காக அப்படியே விட்டுவிட இயலுமா என்ன அமைச்சரே? எப்படியும், இறுதிச் சடங்கின் போது பிரித் தெடுத்து தானே தாய்க்கும் மகனுக்கும் தனித்தனியே சடங்குகள் மேற்கொள்ளப்படும். அதனை இப்பொழுதே செய்தால் என்?"

"தவறு" என்று கலிவரதன் சொல்லிக் கொண்டு இருக்கையிலே. வண்டையர் அரண்மனையின் உச்சியிலே

பறக்கவிட்ட வண்டையர்களின் கொடிக் கம்பம் முறிந்து கொண்டு மாளிகையின் நடு முற்றத்திலே வந்து விழுந்தது. ஒரு கனம் அங்கிருந்த அனைவருக்கும் உயிர் சென்று திரும்ப வந்தது போல் இருந்தது. கண்ணாடியினால் செய்யப்பட்ட சீன தேசத்து சரவிளக்கு கீழே விழுந்து நொறுங்கியது. இவை இரண்டு சம்பவங்களுமே எதேச்சையாக நடந்து போல் அங்கிருந்தவர்களுக்குத் தெரியவில்லை.

அங்கிருந்த சூழ்நிலையைப் புரிந்து கொண்ட வைத்தியநாதன், வைத்தியரே, வேறேதும் உபாயம் இருந்தால் கூறுங்கள்" என்றார்.

"இன்னும் ஒரே ஒரு வழி முறை உள்ளது பிரபு. அதுவும் மிகவும் பழங்காலத்து வழிமுறை நன் அனுபவத்தில் யான் இதனை யாருக்கும் செய்தது; இல்லை. ஏட்டிலே குறிப்பு உள்ளது அதையே யான் அறிந்து கூறுகின்றேன்."

"என்னவென்று கூறுங்கள்!

மரப்பேழையிலே பிரேதத்தை வைத்து, அதிலே முருகு (தேனை) நிரப்புவது. இந்த முறையைக் கைய்யாண்டால், ஆண்டுக் கணக்கிலே கூட உடலது கெடாது என்பார்கள் மருத்துவம் செய்யும் பெரியோர்கள் பிரபு."

"நல்லதொரு மார்க்கத்தினைக் கூறினீர்கள். மிக்க நன்றி வைத்தியரே" என்றார் ஆவுடையான்.

"உடனடியாக அதற்கு ஏற்பாடு செய்யுங்கள் என்று கூறி அனைவரும் மற்ற காரியங்களை கவனியுங்கள்" என்று கூறினார் ஆவுடையான்.

அந்த நள்ளிரவு வேளையிலே துரிதமாக நடந்தது. கலம்பக*6 பலகைகளைக் கொண்டு பேழை அமைக்கும் பணி. அப்பேழையை நிருதியின் அறைக்கு கொண்டு வந்தனர். கூடவே செம்புத் தவளைகளில் தேன் எடுத்துவரப்பட்டது. அவற்றுக்கு முன்னே சென்றான் மாதவன்.

அவனைக் கண்ட கருணா.

"மாதவா, என்ன இது? எதற்காக இவற்றை இங்கு எடுத்து வந்தீர்கள்? என்றான் கருணா."

அவன் முகத்திலே சோர்வும் வேதனையும் இழையோடின. கூட்டத்திலே விவாதிக்கப்பட்டவற்றை கருணாவிடம் எடுத் துரைத்தான் மாதவன். உண்மையிலேயே தனது பிள்ளையைக்

---

6. கலம்பகம் – சந்தனம்

குறித்து அவர்களின் கருத்துக்களைக் கேட்டுக் கொண்டிருந்த நிருதிக்கு சினம் வந்தது உண்மையே. இருந்தும், தன் கணவனின் துயரத்தை. இன்னும் அது அதிகப்படுத்தும். என்பதனால் அமைதியுடனே இருந்தாள் நிருதி. மாதவன் கூறியவற்றை உடனடியாக ஏற்றுக் கொண்டான் கருணா. அது மாதவனுக்கு மிகுந்த ஆச்சர்யத்தை ஏற்படுத்தியது. மறுப்பான் என்று எண்ணி வந்தால் இப்படி உடனடியாக ஒப்புக் கொண்டானே என்று. நிருதியை கலம்பக பேழையிலே வைத்து தேனை நிரப்பினர். அங்கிருந்த அனைவரையும் வெளியேறும்படி கட்டளை யிட்டான் கருணா அங்கிருந்து சென்ற மாதவனை அழைத்த கருணா, "மாதவா மிக்க நன்றி." என்றான்.

"நன்றியா? எதற்கு கருணா?"

"இப்படி ஒரு ஏற்பாடு செய்ததற்கு" என்றான்.

"நீ கூறுவது விளங்கவில்லையே எமக்கு?

இனி ஈமைச் சடங்குகள் எதுவும் நடைபெறாது. இங்கிருந்து அனைவரையும் செல்லும்படி சொல் மாதவா."

"என்ன உளறுகின்றாய் கருணா? மனையாள் மறித்த சோகத்தில் உனக்கு சித்தம் கலங்கிப் போனதா என்ன?"

"இல்லை மாதவா யான் தெளிவுடனே இருக்கின்றேன் இனி யாராலும் என் கண்மணிகளை என்னிடம் இருந்து பிரிக்க இயலாது."

"என்ன பிதற்றுகின்றாய் கருணா நீ?"

"நான் பிதற்றவில்லை மாதவா. நீ தானே சற்று முன்பு கூறினாய். தேனில் நனைய வைத்திருந்தால். ஆண்டுகள் ஆனாலும் நன் நிருதி அப்படியே இருப்பாள் என்று? பிறகு ஈமை எதற்கு நன் இனியவளுக்கு? என்னுடனே வைத்துக் கொள்கின்றேன்."

"பரமேஸ்வரா, இது என்ன புதிய குழப்பம்?" என்று அங்கிருந்து சென்றான் மாதவன். பேழையின் அருகே சென்று அமர்ந்த கருணா, பாத்தாயா நிருதி? சற்று முன்பு தானே கூறினேன். என் கண்ணெதிரே இருந்தாலும் போதும் என்று அதற்கான தீர்வு இதோ கிடைத்துவிட்டது. இனி என் எதிரேயே நீ இருக்கப் போகின்றாய். அந்த ஈசனுக்கு எம் நன்றிகள் – குறைந்தப் பட்ச கோரிக்கையையேனும் பூர்த்தி செய்ததற்கு என்றான்.

இயல் 121

கருணாவின் மனநிலையை ஆவுடையானிடம் தெரிவித்தான் மாதவன். அதைக் கேட்ட அன்னவராயர் தலையிலே அடித்து கொண்டு அழுதார். "பரம்பொருளே நனது மருமகள் மாண்டதை எண்ணி அழுவதா? இல்லை நன் மகனின் நிலையை எண்ணி நொந்து கொள்வதா? எமக்கு ஒன்றுமே விளங்கவில்லையே?"

மாதவன் அவர்களே. தற்சமயம் அரசரை அவர் போக்கிலே விட்டுவிடுங்கள். எது குறித்தும் அவரிடம் விவாதிக்க வேண்டாம். இன்னும் நான்கு தினங்களில் காரியம் முடிக்க வேண்டும். நம்மைப் பொருத்தவரையில். ஆனால் அவருக்கு இந்த நான்கு தினங்கள் என்பது. தன் மனைவியுடன் அவர் இருக்கக் கிடைத்த பொன் போன்ற தருணம். அதனைக் கெடுத்த பாவம் நமக்கு வேண்டாம்" என்றார் வைத்தியநாதன்.

"ஆகட்டும்!" என்று தலை அசைத்தான் மாதவன்.

மறுநாள் இரவிற்குள் விக்கிரமன், வீரசோழன், மும்முடிச் சோழன் தவிர, மற்ற அனைவரும் வண்டையர் மாளிகைக்கு வந்து சேர்ந்தனர். வண்டை நகருக்குள் குலோத்துங்கன் வந்ததுமே, அங்கிருந்த குடிகளின் ஓலம் விண்ணைப் பிளந்தது. கடந்த இரு முறைகள் தான் வண்டைக்கு வந்த போது தன் அன்பு மகள் அரண்மனையின் முகப்பிற்கே வந்து தன்னை வரவேற்றது குலோத்துங்கன் நினைவிற்கு வந்தது. அங்கு வந்த குலோத்துங்கனை ஏறிட தயக்கம் கொண்டார் அன்னவராயர். ஆனால் குலோத்துங்கனோ அவரை அணைத்து ஆறுதல் கூறினான். இதனைச் சற்றும் எதிர்பாரா அன்னவராயர். "பெருமா, யான் தங்களுக்கு ஆறுதல் கூறுவது எங்ஙனம் என்று தெரியாமல் தவிக்க, தாங்களோ? கவலை தோய்ந்த முகத்துடனே பேசலானான் குலோத்துங்கன்! "ராயரே, மாண்டது நன் மகள் என்ற எண்ணத்துடனே இங்கு வந்தேன். ஆனால் இந்நாட்டு அரசியைப் பறிகொடுத்த குடிகளின் ஓலமதில், நன் மகள் மாண்டாலும் இன்னும் வாழ்ந்து கொண்டுதான் இருக்கின்றாள் – இங்கிருப்பவர்களின் உள்ளமதில் என்று நன்குணர்ந்து கொண்டேன். பெற்ற தகப்பனுக்கு தன் மகள் ஈட்டித்தரும் பேறு இதைவிடவும் பெரிது உண்டோ?" எனக் கூறி ஒ வென்றழுதான் குலோத்துங்கன்.

"நன் அருமை மகளை எங்கே வைத்திருக்கின்றீர்கள். ஐய்யா? தயவு கூர்ந்து காட்டுங்கள்!" என்றான் குலோத்துங்கன்.

பேழையில் இருந்த நிருதியைக் கண்டதும் மார்பிலும், வயிற்றிலும் அடித்து கொண்டு அழுதனர் சோழ குலப் பெண்டுகள். தேனினுள் கரம் நீட்டி தன் மகளைத் தீண்டிவிட மாட்டோமா என்று ஏங்கித் தவித்தான் குலோத்துங்கன். அங்கு வந்த எவரையும் பொருட்படுத்தா கருணாகரன். பேழையையே வெறிக்க பார்த்த வண்ணம் இருந்தான். அந்த அறையிலே போடப்பட்டு இருந்த இருக்கையிலேயே அமர்ந்தான் குலோத்துங்கன். ஒரே அறையில் கருணாவும், குலோத்துங்கனும் அருகருகே இருந்தும் கூட ஒருவரை ஒருவர் பார்த்துக் கொள்ளவும் இல்லை; பேசிக் கொள்ளவும் இல்லை. இது போன்ற துர்மரணம் சோழகுலத்திற்குப் புதிது இல்லை என்றாலும், வண்டையர் குலத்திற்கு இது புதிதே. அன்னவ ராயர் அளவில்லாமல் அளித்த தான தர்மங்கள் கூட பலன் அளிக்காமல் போனதே? என்று பேசிக் கொண்டனர் அங்கு வந்தவர்கள் எல்லாம்; சோழ குலத்திற்கு உண்டான சாபக் கேட்டின் விளைவுதான் என்று கூறிக்கொண்டனர். 'தந்தையே என்று வாஞ்சையுடன் அழைப்பாயே? இப்படியும் உனக்கு மரணம் சம்பவிக்குமா தாயே? இது அந்த ஆடவல்லானுக்கே அடுக்காது, அம்மா" என்று தலையிலே அடித்துக் கொண்டு அழுதார் வானதிராயர். ஈசுரா வளர்ந்தவன் யான் இருக்க. நன் அன்பு மகளின் உயிரைப் பறிப்பதா நனதுயிரை எடுத்துக் கொண்டு, நன் பிள்ளையைத் திருப்பித் தாருங்கள், பரம்பொருளே. ஆம் சுவாமி "நமது மகளைத் திருப்பித் தரட்டும். இல்லையானால் நம் உயிரை பறித்துக் கொள்ளட்டும் அந்த பரம்பொருள்." என்றழுதாள் வானதி ராயரின் மனைவி வடிவுடையாள். அவர்கள் பேசியது மலரின் செவிகளிலே விழுந்தது. அவர்கள் உதிர்த்த வார்த்தைகள் அத்துணையும் உண்மை என்பதனால், அங்கிருந்த அனைவரும் அழுது புலம்பினர். தனது மகள் பிறந்தது முதல் வளர்ந்த ஓவியத்தை ஒப்பாரியாக வைத்து அழுதனர் தியாக வல்லியும், ஏழிசை வல்லபியும். தனது தமையனின் தோளிலே கரம்வைத்து அழுதாள் இளவேனில். தனதருகே யார் வந்து சென்ற போதும், எவ்வித சலனமும் இன்றி அப்படியே அமர்ந்து இருந்தான் கருணா. அப்பெரிய அறை தனிலே கருணாவிற்கும், நிருதிக்கும் நெருக்கமான அனைவருமே அமர்ந்திருந்தனர். தமைய்யா என்றபடியே வாண கோவரையனின் அருகே சென்றாள் மலர்.

எங்கு வந்தாய் இங்கிருந்து சென்றுவிடு மலர். என்றவன் பற்களை நறநறவென கடித்தான்.

"தாங்கள் என்மீது கோபம் கொள்ள என்ன காரணம் தமையா?"

"கோபம் என்றா கேட்கின்றாய்? கொலை செய்யும் வெறியிலே இருக்கின்றேன் யான்; இங்கிருந்து சென்றுவிடு மலர்." என்று உரத்த குரலில் கத்தினான் வாணகோ வரையன்.

"அமைதி கொள், வாணகோவா! எதற்கிந்த கோபம்?"

"கோபம் இல்லாது எப்படி இருப்பேன் மாதவா? அங்கே சோழரின் புகழைக் காக்க கலிங்கம் சென்று போர்புரிந்து வந்தோம். இங்கே அவர் மகளின் உயிர் காக்க ஒரு நாதியில்லை. இது எத்துனை பெரிய வெட்கக்கேடு தெரியுமா? ஒரு வேளை நன் அன்புத் தங்கையின் உயிரைக் காக்கும் முயற்சியிலே இவள் மாண்டு போயிருந்தாலும் அப்பொழுது இவளைக் குலதெய்வவம் என்றே கும்பிட்டுக் கொண்டாடி இருப்பேன். எந்த ஒரு தீங்கும் வாணரைக் கடந்தே சோழனைத் தொட இயலும். அப்படி தொட்டதாய் இன்றுவரையிலும் சரித்திரம் இல்லை அப்படி இருக்க நீ இருந்தும் நிருதி மாண்டாள் என்றால், நீ உண்மையில் வாணர் குலத்திலே பிறந்தவள் தானா? என்று எமக்கே சந்தேகம் வருகின்றது."

அங்கிருந்து அழுது கொண்டே சற்று இடைவெளியில் அமர்ந்தாள் மலர்.

"ஒரு வேளை இது எவரேனும் செய்த சூழ்ச்சியாக இருக்குமோ?" என்றான் மூர்த்தி.

"கருவுற்ற பெண்ணைக் கொல்லத் துணியும் ஈனப்பிறவியும் இவ்வுலகில் உண்டோ மூர்த்தி?" என்று கொதித்தான் வானகோவரையன்.

"அதோடு கூட கருணாவின் அரண்மனைக்கே வந்து. அவன் மனைவியைக் கொல்லும் துணிச்சல் யாருக்கு வரும் அப்பா?" என்றான் பாண்டியன் ஸ்ரீ வல்லபன்.

"அப்படி எவர் வந்திருந்தாலும் அவர்களின் தலை இனி தப்பாது."

"தலையா? நன் தங்கையின் சாவு என்பது. இயற்கைக்குப் புறம்பாக நடந்திருக்குமேயானால்? அதற்குக் காரணமானவர் களை உருத்தெரியாமல் அழித்துவிடுவேன். இது உறுதி!" என்றான் வாண கோவரையன்.

அங்கு நடப்பவை அனைத்தையும் வேடிக்கை பார்த்து கொண்டிருந்த நிருதி. 'என் அருமைத் தோழி அழுதா. வந்து விட்டாயா எமைக் காண என்றாள். கல்லும் கசிந்துருகும் அழுதா கதறி அழுத கோலம் கண்டு.

"நன்னை இப்படி வஞ்சித்துப் போக உனக்கு எப்படி மனம் வந்தது, நிருதி? அப்படியானால் நேற்றைய இரவு. நீ வந்தது உண்மை தானா? நீ மாண்டதைத் தெரிவிக்க வந்தாயா நிருதி?" என்று புலம்பி தவித்தாள். அங்கு வந்த எவரையும் தன் கவனத்தில் கொள்ளாத கருணா, அழுதா உரைத்ததைக் கேட்டதும், "அழுதா, நீ என்ன கூறினாய்? உன்னிடத்தே நிருதி வந்தாளா? எப்பொழுது வந்தாள்? என்ன கூறினாள்? சொல் அழுதா!" என்றான் பாவமாக.

"ஆம் கருணா. அழுதா கூறுவது உண்மையே. நேற்றைய இரவு இரண்டாம் சாம வேளையில் நிருதி என்று அலறினாள் நன் மகள். என்ன காரணம் என்று கேட்ட போது, நிருதி தனது, அறைக்கு வந்ததாகவும் தன்னைப் பார்த்ததாகவும் கூறினாள் என்றார் சேதி ராயர்.

விரக்தியுடனேயே சேதி நாட்டிலே இருக்கும் அழுதாவைக் காணச் சென்ற நீ எமைக்கான ஏன் வரவில்லை நிருதி? என்றான் கருணா கண்கள் குலமாக.

"சுவாமி தங்களை விட்டு எங்கே செல்வேன் யான்? தங்களின் அருகேயே இருப்பதை தாங்கள் இன்னும் உணரவில்லையா சுவாமி?" என்று புலம்பினாள் அவன் அருகேயே இருந்த நிருதி.

"நிருதியை என்ன செய்தாய்? அல்லது அவளுக்கு இப்படி ஒரு கொடுமை நடக்கும் கால். நீ எங்கு தொலைந்தாய் மலர்?" என்றாள் அழுதா மலரின் அருகே சென்று.

"அழுதா நீ என்ன கூறுகின்றாய்? நிருதி எமக்கும் தோழியே அதை நீ நினைவில் வைத்துப் பேசு."

"அது உனக்குக் கண்ணனம் ஆவதற்கு முன்புதான். தற்போது அவளை நீ தோழியாகவா பார்த்தாய்? சக்களத்தியாக அல்லவா பார்த்தாய்? இது இக்குடும்பத்தார் அனைவருக்கும் தெரிந்தது தானே?"

"மலர், அழுதா என்ன கூறுகின்றாள்?" என்றாள் வடிவுடையாள். தன் தாயின் பார்வையே தன்னைக் கொன்று விடும் போல் இருந்தது மலருக்கு. என்ன பதில் கூறுவது என்றறியாமல் தவித்தாள் மலர்."

"அழுதா, அமைதிகொள் மகளே. இனி யாரைக் குறை கூறியும் போன நன் மகளின் ஆவி இனி வரப்போவது இல்லை" என்றான் குலோத்துங்கன். காலம் யார் பொருட்டும் எதற்காகவும் நிற்பது இல்லை. வண்டை நகர் அது வில் எங்கு காணிலும் ஓலம் மட்டுமே அந்த நான்கு தினங்களிலும் யார் வீட்டிலும் உலை வைக்கவில்லை. தனது தங்கையின் இல்லத்திற்கு முதன் முதலாய் வந்தான் விக்கிரம சோழன். அதுவே இறுதியும் கூட. மிகுந்த இறுக்கத்துடனே அவனுடனே வந்தனர். அவன் தம்பிமார்கள் ஆன மும்முடி சோழனும், வீரசோழனும் அவர்கள் மூவரும் நிருதியின் அறைக்கு வர, "தமையா பார்த்தீர்களா நம் தங்கையை?" என்று அலறினாள் அம்மங்கை.

"நன் துணை இன்றி நீ எங்கும் செல்லமாட்டாயே நிருதி. தற்போது உன் பிள்ளை துணை இருப்பதால் இனி யார் தயவும் தேவையில்லை என்று எனை விட்டுச் சென்று விட்டாயா, தாயே?" என்று புலம்பினான் வீரசோழன். 'தன் பிரியமான தமையனும் தன் குடும்பத்தார் அனைவரும் வந்திருக்க, தான் இருப்பது அவர்களுக்கு புலப்படவில்லையே? என தவித்தாள் நிருதி. முன்பு ஒருமுறை அந்தப்புர அறை வரையிலும் தன் தங்கையை ஏந்திச் சென்றதையும், அவள் கண்ணானத்தின் அன்று தன்னைக் கண்டுணர்ந்ததையும் எண்ணி எண்ணி வருந்தினான் விக்கிரமன். தங்களின் தாய் மதுராந்தகி மாண்ட பொழுது உடன் பிறந்தவர்கள் ஒன்றாய் இருந்த தருணமதை எண்ணிக் கொண்டான் மும்முடி சோழன்.

"தமையா நம்குலத்திற்கு யார் தந்த சாபம் இது? இப்படி துர்மரணம் அடையும் சோழர் குல வாரிசுகளின் பட்டியல் நில்லாது நீண்டு கொண்டு செல்ல வேண்டும் என்று. இப்படி ஈருயிர்களை எடுத்துக் கொண்டானே அந்தப் பரமன்" என்று புலம்பினான் மும்முடி சோழன். நன் உடன் பிறப்புகள் ஒரிடத்தே இல்லாவிடினும். இருக்கின்ற இடத்தே சீருடன் இருக்க வேண்டும் என்பதே அந்த ஆடவல்லானிடம் யான் அனுதினமும் வைக்கும் கோரிக்கை. நம் அனைவருக்கும் பின்னதாக பிறந்து விட்டு, இப்படி முந்தி கொண்டு சென்று விட்டாளே? நம் அன்பு தங்கை? இறைவா, தங்களுக்குக் கருணை இல்லையா?" இப்படி புலம்பிய விக்கிரமனை ஆறுதல் படுத்தினார் காலிங்க ராயர்.

ஆவுடையானை அழைத்த காலிங்கராயர், "அரசே அது தான் அனைவரும் வந்தாகி விட்டதே. ஈமைக்கான

ஏற்பாடுகளை செய்தால் என்ன? காலம் தாழ்த்துவதினால் துயரம் என்பது கூடுமே தவிர குறையாது." என்றார்.

"உண்மை தான் ராயரே. அனைத்தும் தயார் நிலையிலேயே உள்ளது."

"பிறகென்ன சடங்குகளைத் துவங்கலாமே."

"ஆகட்டும் அய்யா" என்றான் ஆவுடையான்.

(மாண்டே போனாலும்) அரச மகளிர் நீராடுவதைப் பிறர் காணலாகாது என்பது மரபு. அதன் பொருட்டே. அரச பெண்டுகள் மாண்டு போனால் அவர்களுக்கான சடங்குகள் செய்வதற்கேன்றே, தனி அறை ஒதுக்கபட்டு இருக்கும். அந்த அறையில் நிருதி இருந்த பேழையை வைத்துச் சென்றனர் வீர்கள். அதில் இருந்து அவளை எடுத்து நீராட்டி. கணவன் வீட்டு ஆடையையும், அணிகளையும் அணிவித்தனர். கருணா பெரிதும் விரும்பும் செந்நிற ஆடை அணிந்து நித்தில ஆபரணம். முல்லை, சண்பக மலர்களை அவள் கூந்தலிலே சூட்டி, சந்தனத்தை அவள் கன்னங்களிலே பூசி, திலகமிட்டு மற்ற சடங்குகளைத் துவங்கும் படி அறிவுறுத்தினர் அங்கிருந்த பெண்டுகள். திருநறையூர் ஏனாதி என்ற மூப்பர் அங்கு வந்திருந்தார். அவர் வைத்தியரும் கூட. கருவுடனே இறக்கும் பெண்களின் வயிற்றை அறுத்து உள்ளிருக்கும் பிள்ளையைப் பிரித்து எடுப்பதில் வல்லவர். இப்படி பிரித்தெடுப்பதற்கும் தெய்வ வலுவேண்டும் என்பது அன்னாள் வாழ்ந்த மக்களின் நம்பிக்கை காரணம். தன்னிடம் இருந்து தன் பிள்ளையைப் பிரித்து எடுக்க ஒப்பா அப்பெண்ணின் ஆவி ஆனது, அப்படி செய்தவர்களைக் கொன்று விடும் என்பது காலம் காலமாக கொண்ட நம்பிக்கை. அந்த அறை அதுவில் இருந்த பெண்டுகள் அனைவரையும் வெளியேறும் படி கூறிவிட்டு உள்ளே சென்றார் அம் மூப்பர். அப்பெரியவர் அகத்தே சென்றதும் அங்கிருந்த அனைவரும் அஞ்சி நடுங்கினர். என்ன நடக்குமோ என்று. நிருதியின் அருகே சென்று அமர்ந்த மூப்பர் பச்சிலைகள், கண்ணாடி குடுவைகள், பருத்திச் சுருள், பருத்தி இலையினால் நெய்யப்பட்ட துணி, அதனுடனே சிறிதும் பெரிதுமாக குறுவாள், கொக்கி என அனைத்தையும் அவள் அருகே எடுத்து வைத்தார். அப்படி அவர் எடுத்து வைத்ததும், புறத்தே இருந்தவர்கள் குலை நடுங்கும் படியாக இருந்தது. அப்பொழுது நேர்ந்த சம்பவம் ஆனது. வண்டையர்களின் அரண்மனை அருகே

இருந்த பெரிய போதிமரத்தின் (அரசமரம்) கிளை முறிந்து விழுந்தன. ஊர்வன (கால் நடைகள்) அடைக்கப்பட்டு இருந்த கொட்டகைகள் இடிந்து விழுந்தது. பெரும் சத்தத்துடன் அரண்மனையில் ஆங்காங்கே தொங்கவிடப்பட்டு இருந்த கண்ணாடி விளக்குகள் விழுந்து நொறுங்கின. அனைவரும் அஞ்சி நடுங்க, அது எதையும் பொருட்படுத்தாத அந்த மூப்பர் திருமுறையைப் பாடத் துவங்கினார்.

புல்லாகிப் பூடாய்ப் புழுவாய் மரமாகிப்

பல் விருகமாகிப் பறவையாய்ப் பாம்பாகிக்

கல்லாய் மனிதராய்ப் பேயாய்க் கணங்களாய்

வல் அசுரராகி முனிவராய்த் தேவராய்ச்

செல்லாஅ நின்ற இத் தாவர சங்கமத்துள்

எல்லாப் பிறப்பும் பிறந்து திளைத்தேன் எம்பெருமான்

மெய்யே உன்பொன் அடிகள் கண்டு இன்று வீடு உற்றேன்

உய்ய என் உள்ளத்துள் ஓங்காரமாய் நின்ற

மெய்யா விமலா விடைப்பாகா வேதங்கள்

ஐயா எனவோங்கி ஆழ்ந்து அகன்ற நுண்ணியனே.

அடடா என்ன ஒரு தெய்வீகக் குரல்? நிருதியின் ஆவியும் ஒடுங்கியது. அம்மூப்பர் முடிக்க அங்கிருந்த அனைவரும் ஒரு சேர "திருச்சிற்றம்பலம்" என்றனர் – நிருதி உட்பட. தாயே தாங்கள் இங்கேயே தாம் இருக்கின்றீர்கள் என்று யான் நன்கறிவேன். அது பிறருக்குத் தெரியமாட்டா. யான் தங்களிடம் இருந்து தங்களின் பிள்ளையைப் பிரித்தெடுக்க தயவு கூர்ந்து அனுமதி அளியுங்கள். தங்களின் அகப்பையிலே வைத்து கொண்டிர்கள் ஆனால், அப்பிள்ளைக்கு மறுபிறப்பென்பது ஏது தாயே? பிள்ளையின் முகம் காண வேண்டாமா தாங்கள்? தாயின் முகம் பாராமலே போகுமோ அச்சிசு? அதனைத் தங்களிடம் இருந்து விடுவித்தருளுங்கள். இனி வரும் காலமதிலாவது அதற்கு வளமான எதிர்காலம் அமைய வாழ்த்துங்கள் அம்மா.

கண்ணீர் மல்க தானாக தலை அசைத்தாள் நிருதி. அவளின் ஆலிலை வயிற்றைக் கீறி அகப்பையில் இருந்த பிள்ளையை எடுத்தோர் ஏனாதி. அதை அவள் அருகே வைத்து விட்டு பெயர் சொல்லா இலைகளை அவள் வயிற்றில் வைத்து கட்டி, அவளுடைய இடை ஆடையை சரி செய்து இயல்பைப் போல் வைத்து, பிள்ளையை நீராட்டி நீறு பூசி.

அவளுடைய முகத்தருகே காட்டினார் அம் மூப்பர். "பார் அம்மா! உன் பிள்ளையை" என்று சிவபாத செல்வனின் மகன். உறங்கி கொண்டு இருப்பது போன்று தெரிந்ததே. தவிர. இறந்ததாக தெரியவில்லை அவளுக்கு. தன் கரத்திலே ஏந்த முயற்சி செய்தாள் நிருதி பலன் இல்லை. வெண்ணிறப் பட்டில் பிள்ளையைச் சுற்றி வெளியே எடுத்து வந்தார் மூப்பர். அவர் வந்தவுடனே அங்கிருந்த அனைவரும் அமைதி ஆயினர். அவர் என்ன கூறப் போகின்றார் என்று ஆண்டாண்டு காலமாக ஆண்கள் ஆர்வத்துடனே அறியத் துடிக்கும் ஒன்று தனக்குப் பிறந்த பிள்ளை ஆணா, பெண்ணா என்பதை அறிய அதற்கு கருணாவும் விதிவிலக்கல்ல. "பிள்ளைக்கு அம்மான் அவர்கள் வந்து பெற்றுக்கொள்ளுங்கள்" என்றார் அப்பெரியவர்.

"அய்யா என்ன"

71

தாயும் மகனும்

பிள்ளை என்று தெரிந்து கொள்ளலாமா என்றான் ஆவுடையான்? அப்பெரியவர் என்ன கூறப் போகின்றார் என்பதிலே கவனத்தை வைத்தான் கருணா. "ஆண் பிள்ளை அய்யா" என்றதும், 'அய்யோ' என்றபடியே மூர்ச்சை ஆகி விழுந்தாள் உத்தமவல்லி. மீண்டும் ஓலமது விண்ணைப் பிளந்தது. இது புது அனுபவம் என்பதால் கரங்கள் நடுங்கின, விக்கிரமனுக்கு – தன் தங்கையின் பிள்ளையை ஏந்த. தன்னிடம் தன் பிள்ளையைக் காண்பிக்க மாட்டார்களா? என்று ஏங்கித் தவித்தான் கருணா. பிள்ளையை குலோத்துங்கன் அருகே கொண்டு சென்றான் விக்கிரமன்.

"வேண்டாம் மகனே, யான் அப்பிள்ளையைக் காணப்போவது மில்லை. யான் கண்டு விட்டால் நன் நெஞ்சே வெடித்து விடும்." என்றலறினான். பிள்ளையை பார்த்த அனைவரும் கதற. கருணா அதைக் காணவும் இல்லை; நனது பிள்ளையைத் தாருங்கள் என்று கேட்கவுமில்லை.

வண்டையருக்கு சொந்தமான ஆலங்காட்டுக்கு அருகே நிருதியையும், அவள் பிள்ளையையும் நல்லடக்கம் செய்ய ஏற்பாடு செய்யப்பட்டது. அரண்மனையில் இருந்து புறப்பட்டது நிருதியின் இறுதி ஊர்வலம். தன் பிள்ளை அது முன்னே செல்ல, தான் அதன் பின் தொடர, விக்கிரமன் ஏந்தி செல்ல. பட்சிகளின் நிழலானது பிள்ளையின் மேல் படக்கூடாது என்பதற்காக. தன் தங்கை மகனுக்கு வெண்ணிறக் குடை பிடித்தான் வீரசோழன். இடுகாட்டிற்கு வந்த சேர்ந்தது ஊர்வலம்.

தாய்க்கு மகன் செய்யும் ஈமைச் சடங்குகளின் பொருட்டு. கருணாவிடம் தரப்பட்டது அவன் மகனுடைய உடல் அப்பொழுதே தன் மகனை உற்றுப் பார்த்தான் அந்த உத்தமன்.

கரத்திலே மகன், தரையிலே மனையாள் இக்கொடிய தருணம் அது, இவ்வுலகிலே எவர்க்கும் வரக்கூடாது, என் இறைவா என்று எண்ணிக் கொண்டான். 'நிருதி, இப்பொழுதும் ஒன்றும் கெட்டுவிட வில்லை. இத்துணை நேரம் உறங்கிக் கொண்டு தான் இருந்தேன். என்று எழுந்து வந்துவிடமாட்டாயா? என்று எண்ணிக் கொண்டான். தன் பிள்ளையை ஏந்தியவாறு தன் மனைவியைச் சுற்றி வந்தான் கருணாகரன். அங்கே குழுமிருந்த கூட்டத்தாருள் குடந்தை பொற்கொல்லன் ஒருவன் நிருதியின் மேனியில் அணிந்திருந்த ஆபரணங்களை கண்டு. தன் உதவி யாளனிடம் தெரிவித்தான், "அரசியார் அணிந்திருப்பது நாம் செய்து கொடுத்த ஆபரணம் பார்த்தாயா?"

"ஆம் அய்யா. இந்த அரசருக்கு தான் தன் மனையாளின் மீது எத்துனை பிரியம்! இதனை என்னவென்று அறிந்து கொள்ளாமலே அன்று இவரைப் பற்றி ஏதேதோ பேசி விட்டோமே? என்று வருந்தினான் பொற்கொல்லன். நிருதியின் கரத்தைப் பிள்ளையின் சிரத்திலே வைத்தார் மூப்பர். கருணாவையும் வைக்கும் படி கூறி, 'நல் ஆசிகள் மகனே!' என்று கூறுங்கள் அரசே" என்றார் மூப்பர். அரசன் என்ற முறையில் அதுவரையிலும் இறுக்கத்துடனே இருந்த கருணா, அதற்குமேல் இயலாமல் அழத் தொடங்கினான். அன்னவராயர் ஆவுடையான் என்ற அனைவரும் அழத் தொடங்கினர். ஆறுதலாக தோள் பிடித்தான் மாதவன். அங்கிருந்த இரு வீட்டாரின் ஆண்கள் அனைவரும் அப்பிள்ளைக்குத் திலக மிட்டு" அதன் அம்மான் ஆன விக்கிரமனிடம் கொடுத்தனர். விக்கிரமனின் உறைவாள் கொண்டு பிள்ளையின் மார்பைக் கீறி, மலர் தூவி மண்ணிலே புதைத்தனர். அந்த "அரசே அரசியாரின் முகத்தை நன்றாக ஒருமுறை பார்த்துக் கொள்ளுங்கள்" என்றான் ஈமைக் காரியம் செய்கின்றவன். நிருதி இதன் பின் உன்னை எங்கே? எப்பொழுது? எப்பிறவியிலே காண்பேன் என்று கூறினான். அவனை அவ்விடத்தை விட்டு அழைத்துச் சென்றான் வாணகோவரையன் சற்று நேரத்திற்கெல்லாம், நிருதி அனுதினமும் அணிந்திருக்கும் நித்தில ஆரம். சோடிப்பு, சிலம்பு. இவற்றை கருணாவின் இடத்தே கொடுத்தனர். சண்பகப் பூக்களையும், நித்திலத்தையும் (முத்துகள்) ஒரு சேர பரப்பி அவளை நல் அடக்கம் செய்தனர். அங்கு வந்திருந்த குடிகள் அனைவரும் செல்ல, கருணாவின் குடும்பத்தாரும்,

உறவினர்கள் சிலரும், நண்பர்களும் அங்கிருந்தனர். திருநறையூர் ஏனாதி கிழவர் அன்னவராயரை அழைத்தார்.

"இங்கு இருக்கும் அரசரின் உறவுகள் யான் கூறுவதை சற்று கவனத்துடனே கேளுங்கள்" என்றார்.

அவர் கூறியதை கருணாவும் கவனித்தான்.

"அரச வம்சத்தினரின் தலைப்பிள்ளை ஆண்பிள்ளையாக இருந்து, அதுவும் இப்படி தாயின் அகப்பையிலேயே மாண்டு போனால், அதனை காபாலிகர்கள் தோண்டி எடுத்து மாந்திரிகம் செய்ய கூடும்."

"தாங்கள் என்ன கூறுகின்றீர்கள், மூப்பரே?" என்றார் அன்னவராயர்.

"ஆம் அரசே யான் கூறுவதை போல் நடக்க சாத்தியம் உள்ளது."

"அய்யோ அப்படியானால் இதற்கு போகும் வழி என்ன."

"அது ஒன்றும் பெரிய காரியம் அல்ல தங்களுக்கு, அரசே. இக்கொல்லையை இன்றிலிருந்து ஒரு மண்டலத்திற்கு (48 நாட்கள்) அல்லும் பகலும் காவல் காக்கும் படி செய்யுங்கள். அதன் பின் அரச மரபுபடி நீத்தார் கடன் செய்துவிடுங்கள்."

"தங்களின் அறிவுரைபடியே செய்கின்றேன் மூப்பரே."

"நல்லது!" என்று கூறி அங்கிருந்து சென்றார் அப்பெரியவர்.

அரண்மனை எங்கும் சுத்தம் செய்யப்பட்டது – இடுகாட்டிற்குச் சென்ற ஆண்கள் வருவதற்குள். அரண்மனை புறத்தே உள்ள ஊருணியில் நீராடி வந்தனர் அங்கு சென்ற ஆண்கள். ஆங்காங்கே நின்று கொண்டிருந்தவர்கள் கருணாவைக் கண்டதும், ஆறுதல் வார்த்தைகளைக் கூறினர். சயங்கொண்ட புலவரும் தனது ஆழ்ந்த வருத்தத்தைத் தெரிவித்துக் கொண்டிருந்தார். வண்டையர்களின் விருந்தினர் அறையில் தங்கியிருந்தனர் குலோத்துங்கன் குடும்பத்தினர். அங்கு வந்தான் வீரசோழன். கலிங்கத்தில் உயிர் இறந்தவர்களின் குடும்பத்தார் விட்ட சாபமே, தனது தங்கையையும் அவளது பிள்ளையையும் பலிகொண்டது என வாதித்துக் கொண்டு இருந்தான்.

"வண்டையர் கோனின் கொலை வெறி அவர் பெண்டு, பிள்ளையின் உயிரைக் காவுவாங்கிக் கொண்டது. ஒரு வேளை, அவர் அங்கு சென்றிராமல் இருந்திருந்தால், நன் தங்கை உயிருடன் இருந்திருப்பாள். இல்லை நம்முடனே

வைத்துக் கொண்டிருந்தோமேயானால், அவள் நலத்துடனே இருந் திருப்பாள். நன் தங்கை இக்கதி அடைந்ததற்கு தாங்களும் தங்களின் மருமகனுமே காரணம் தந்தையே. இச்சோணாட்டின் நலனிலே அக்கறை கொண்ட தாங்கள். அதிலே நூறில் ஒரு பங்கு கூட தாங்கள் பெற்ற பிள்ளைகளின் பால் அக்கறை கொண்டதில்லை. இதனை தாங்கள் மறுப்பீரா தந்தையா? தான் பெற்ற பிள்ளைகளைக் கண்ணென காத்து வளர்ப்பதே. ஒரு தந்தையின் கடமை. அதனை இதுவரையிலும் தாங்கள் கடை பிடித்ததுண்டா? நன் அகவைக்கு முழுதாய் ஒரு மண்டலம் கூட நன் பெற்றவர்களுடனும், நன் உடன் பிறந்தார்களுடனும் இதுவரையும் இருந்தது இல்லை."

தான் கூற எண்ணியவற்றை தனது தம்பி கூறிக் கொண்டு இருந்ததில், விக்கிரமனுக்கு சிறு நிம்மதி.

"ஒன்றும் அறியா களிறுகளை வதம் செய்த கருணாகரனின் செறுக்கை ஒடுக்க தங்களின் கண்களின் ஒன்றை அல்லவா பறித்துக் கொண்டார். அந்த ஈசன் என்றான் வீரசோழன்.

"மகனே, சற்று அமைதியாக பேசு. நாம் இருப்பது உனது தங்கையின் இல்லத்தில் அப்பா. இங்கிருந்து கொண்டு இது போல் அவரைப் பழிக்கலாகாது மகனே" என்றார் ஏழிசை வல்லபி.

"யான் என்ன கூறுவது தாயே? அதுதான் இவ்வுலகே கூறுகின்றதே தங்களின் மருகன் போர் செயல் குறித்து இருந்தும், பேரிழப்பு நமக்கு தானே?" என்றான் விக்கிரமன்.

அந்த அறைக்கு வந்தான் கருணாகரன். இழப்பு என்பது இருதரப்பினருக்கு என்றாலும் பாதிப்பு தங்களுக்கே அதிகம் என்பதனை ஒப்புக் கொள்கின்றேன். நன் மனையாளின் மரணத்திற்கு நனது கவனக்குறைவே காரணம் என்பதனை ஒப்புக் கொள்கின்றேன். எந்நிலையிலும், அவளைக் காத்தருள் வேன் என்று தங்களுக்குத் தந்த வாக்கைத் தவறிவிட்டேன். அதற்கு எம்மை மன்னித்து அருளுங்கள்" என்று கூறி அங்கிருந்து செல்ல முற்பட்ட கருணா, வீரசோழனை நோக்கி, "நிருதியின் இழப்பானது தங்களின் தந்தைக்கு ஒரு கண் பறிபோனதற்கு சமம் என்றால், எமக்கோ நனது இரு விழிகளுமே பறிபோயின. நனது மனையாளும், நன் பிள்ளையும் எமக்கு இரு விழிகளை போன்றவர்களே" என்று கூறி அங்கிருந்து சென்றான் கருணா. சோழ குடும்பத்தினர் ஒருவரை ஒருவர் பார்த்துக் கொண்டனர். மறு நாளே வேங்கி

புறப்படுவதாகத் தெரிவித்தான் விக்கிரமன். அதனை ஏற்றுக் கொண்டார் குலோத்துங்கன்.

அன்று இரவும் அரண்மனையில் இருந்த எவரும் உறங்கவில்லை. எங்கு பார்ப்பினும், நிருதியின் புராணமே. கடந்த நான்கு தினங்களாக அன்ன ஆகாரம் எதுவுமின்றி புலம்பித் தவித்த கருணாவை, அவன் அறைக்கு அழைத்துச் சென்றான் மாதவன். உறங்க வைத்தாலேனும் அமைதி கொள்வானா என்று அவர்கள் இருவருடனுமே சென்றனர் வாணகோவனும் மூர்த்தியும். படுக்க முயன்றும் உறக்கம் வரவில்லை அவனுக்கு.

"மாதவா, யான் இனி நிருதியின் அறையிலேயே இருந்து கொள்கின்றேன். தயவு கூர்ந்து எம்மைத் தனிமையில் இருக்க விடுங்கள்" என்று கூறி அங்கிருந்து சென்றான் கருணா.

"சரி அவன் போக்கிலே இருக்கட்டும்" என்றான் மூர்த்தி. நிருதியின் அறைக்குச் சென்ற கருணாவிற்கு நிருதியின் பழைய நினைவுகள் வந்து பற்றிக்கொண்டன. அவளின் படுக்கையிலே படுத்துக் கொண்டவனுக்கு. புன்னகையும் கண்ணீரும் ஒன்று கலந்து வந்து அவனை உறங்கவிடாமல் செய்தன. முதல் சாமம் கடந்திருக்கும். அரண்மனையில் இருந்தவர்கள் மெள்ள மெள்ள கலைந்து உறங்கச் சென்றனர். நண்பர்கள் மூவரும் கருணாவின் அறையில் போடப்பட்டிருந்த இருக்கையில் அமர்ந்தபடியே உறங்கிப்போயினர். திடுக்கிட்டுக் கண்விழித்தான் மாதவன். எதையோ எண்ணியவனாக நிருதியின் அறைக்குச் சென்றான். அங்கு கருணா இல்லை. "கருணா!" என்றழைத்தபடியே அறை முழுவதும் தேடினான். அவனைத் தொடர்ந்து நண்பர்கள் இருவரும் அங்கு வந்து அவனைத் தேடினர். எங்கு சென்று இருப்பான்? என்று சாளரம் வழியே குதிரை கொட்டிலைக் காண. அங்கு சுந்தரம் இல்லை.

"மாதவா, அங்கே சுந்தரத்தையும் காணவில்லை. அய்யோ இந்த இரவு வேளையில் எங்கு சென்றிருப்பான்?" என்றான் வாணகோவரையன்.

"எம்முடன் வாருங்கள்!" என்றான் மாதவன். அவனைத் தொடர்ந்து சென்றனர் மூர்த்தியும் வாணகோவனும். இவர்களைப் பின்தொடர்ந்தனர் சோழ இளவரசர்கள் மூவரும்.

"ஆலங்காடிலே ஆங்காங்கே தீவட்டிகள் ஏற்றப்பட்டு கடுங்காவல் போடப்பட்டு இருந்தன. அங்கே நிருதியையும்

அவள் பிள்ளையையும் அடக்கம் செய்த இடத்திலே மலர் தூவி விளக்குகள் ஏற்றப்பட்டு இருந்தன. அங்கு வந்தான் கருணாகரன். "அனைவரும் இங்கிருந்து வெளியேறுங்கள்" என்றான். காவலர்கள் ஒருவரை ஒருவர் பார்த்து கொண்டு தயங்கியபடியே, "பிரபு, நாங்கள் அனைவரும் இங்கு இருக்கும்படியே அரசரின் உத்தரவு பிரபு." என்றனர்.

"இருக்கலாம், தற்போது வெளியேறுங்கள். நன் மனைவி, மகனை யானே பார்த்துக் கொள்கின்றேன்" என்றான் கருணா. அதற்கு மேலும் ஒன்றும் கூறமுடியாமல் ஆலங்காட்டின் அகத்தே இருந்து புறத்தே வந்து தங்களின் காவல் பணியைத் தொடர்ந்தனர். தனது மனைவிக்கும், மகனுக்குமான இடை வெளியில் படுத்துக்கொண்டான் கருணா. ஆலங்காட்டின் புறத்தே சுந்தரம் நின்று கொண்டு இருந்தது. தனது அரசன் ஏதோ வருத்தத்தில் இருக்கின்றான் என நன்குணர்ந்து கொண்டு இருந்தது. அந்த வாயில்லா சீவன். அங்கு வந்தனர் கருணாவின் நண்பர்கள். காவலர்களைக் கண்ட வானகோவன், "காவலர்களே, என்ன இது? அனைவரும் ஏன் புறத்தே நின்று கொண்டிருக் கின்றீர்கள்" என்றான்.

"மன்னியுங்கள் பிரபு. அரசர் தாம் எங்கள் அனைவரையும் வெளியேறும் படி கட்டளையிட்டார்."

"தங்களின் அரசர் எங்கே?" என்றான் மூர்த்தி.

"அகத்தே தான் இருக்கின்றார் பிரபு."

"மூவரும் உள்ளே சென்றனர்."

"அய்யோ கருணா என்ன இது? இங்கே ஏன் வந்தாய்? இப்படி எவரேனும் இடுகாட்டிலே படுத்துக்கொள்வார்களா?" என்றான் மூர்த்தி.

"வா கருணா! அரண்மனைக்குச் செல்லலாம்."

"அரசன் என்ற ஒப்பனைக்குள் அகப்பட்டுக் கொண்டு, எம்மால் அழக்கூட முடியவில்லையே, அப்போது..." என்று கதறினான் கருணா.

"இங்கே பார்த்தாயா மூர்த்தி? நன் கண்மணிகள் மண்ணுள் புதையுண்டு கிடக்க, யான் மட்டும் மாளிகையில் துயில் கொள்வது எங்ஙனம்? ஒரு வேளை இக்கதியானது கலிங்கத்திலே எமக்கு நேர்ந்திருந்தால், அக்கனமே தன் இன்னுயிரைத் துறந்திருப்பாள் நன் இனியவள். ஆனால் அவள் மாண்டு நான்கு தினங்கள் கழித்தும் கூட இந்தப்

பாழும் உயிர் வீணாய்ப்போன உடலதுவில் ஒட்டிக்கொண்டு, எமை சுட்டெரிக்கின்றது. ஒவ்வொரு கணமும்." அவனுக்கு எங்ஙனம் ஆறுதல் கூறுவது என்று அறியாமல் தவித்தனர் நண்பர்கள் மூவரும்.

"சரி கருணா. உன் துயரம் எங்களுக்கு நன்கு விளங்குகின்றது. என்ன செய்வது? விதி! அதனை நீ இங்கு வந்திருப்பதனால் ஆவதென்ன? வா அரண்மனைக்குச் செல்லலாம்" என்றான் மாதவன்.

"இல்லை மாதவா நன் மனையாளும், மகனும் இருக்குமிடமே எமக்கு மாளிகை. இங்கிருந்து யான் வரப்போவது இல்லை. நீங்கள் அனைவரும் செல்லுங்கள்."

இவர்களின் உரையாடல்களை சற்று தொலைவில் இருந்து கேட்டுக்கொண்டு இருந்தனர் நிருதியின் தலைமையன்மார்கள் மூவரும். விக்கிரமன், புறப்படலாம் என்று கூற அவர்கள் அங்கிருந்து சென்றனர்.

"வாணகோவா, நீங்கள் இங்கிருந்து செல்லுங்கள்."

"இல்லை கருணா நிருதி உனக்கு மனைவி என்றால். எமக்குத் தங்கை. ஆகையால் நீ இங்கு இருக்கின்ற வரையிலும் நாங்களும் உன் உடனேயே இருப்போம்."

மூர்த்தியும் மாதவனும் வாணகோவனின் கூற்றுக்குத் தலை அசைத்தனர்.

மறுநாள் காலை ஆலங்காட்டிற்கு வந்தான் விக்கிரமன் சண்பக மலர்களை தன் தங்கை இடத்தே தூவினான். அவளை வணங்கி 'வணங்குகின்றேன் அரசே!' என்றான் விக்கிரமன் கருணாவை நோக்கி. கருணாவும் அவன் நண்பர்களும் விக்கிரமனை வணங்கினர்.

"தங்களிடம் என்ன உரைப்பது என்று எமக்கு விளங்கவில்லை, அரசே. உண்மையில், நன் தங்கையின் இழப்பு என்பது மீளா துயரம் என்றாலும் அவளுடைய பிரிவானது தங்களை எத்துணை தூரம் பாதித்திருக்கின்றது என்பதனை யான் நன்கறிவேன். உண்மையில் தங்களைப் போன்றதொரு அன்பான கணவனுடன் வாழ அவளுக்கே கொடுப்பினை இல்லை என்பேன் யான். இது போன்ற தருணத்தில் யான் இதனைக் கூறக்கூடாது என்றாலும் யான் கூறாமல் சென்றால் நன் மனம் அமைதியுறாது. முன்னொரு சமயம் நன் தங்கையை தங்களுக்கு மணம்முடித்துத் தருவதற்கு நன் தந்தையிடம் கடும் எதிர்ப்பைத் தெரிவித்தேன் யான். ஆனால்

தற்போது யானே கூறுகின்றேன். தேடிச் சென்றிருந்தாலும் தங்களைப் போன்றொருவர் எங்கும் கிடைத்திருக்கமாட்டார் நன் தங்கைக்கு. காலமானது தங்களின் அகப்புண்ணை ஆற்றட்டும் அரசே. இதோ இங்கே துஞ்சிக் கொண்டிருக்கும் நன் தங்கையின் இழப்பானது, நுங்களுக்கும் நங்களுக்கும் உண்டான உறவு முறையை முடிவுக்குக் கொண்டு வந்து விட்டது. நன் மருகன் மட்டுமேனும் பிழைத்திருப்பானே யானால் அவனை மனை ஏற்றும் பாக்கியமாவது கிட்டியிருக்கும் எமக்கு. அதுவும் இல்லாமற்போனது. என் செய்வேன் யான்? போகட்டும் உறவுமுறை இல்லாவிடினும், நம் நட்பு முறை தொடரட்டும். இப்பெரும் துயரத்தில் இருந்து தாங்கள் மீண்டுவர அந்த ஆடவல்லானை அனுதினமும் வேண்டுகின்றேன், அரசே"

தலை அசைத்தான் கருணா.

"விடை கொடுங்கள் அரசே. யான் புறப்பட" என்றான் விக்கிரமன்.

அதற்கும் தலை அசைத்து வணங்கினான் கருணா. அங்கிருந்த அவனது நண்பர்களும் விக்கிரமனை வணங்கினர். அங்கிருந்து நகர்ந்த விக்கிரமன் ஏதோ நினைவனாக திரும்பி வந்து, "போய்வரட்டுமா நிருதி" என்றான் கண்கலங்க.

"அய்யோ இளவரசே என்ன இது? தாங்களுமா கண் கலங்குவது? நம் தங்கை நம்மை விட்டு எங்கும் செல்ல வில்லை, நம்முடனே தாம் இருக்கின்றான். நம்பிக்கையுடன் புறப்படுங்கள்" என்றான் வாணகோவரையன். நீண்ட பெருமூச்சுடனே ஆமோதித்தனர் விக்கிரமனும், நிருதியும். அங்கிருந்து செல்ல தன் தமையன் செல்வதனை கண்டு கொண்டிருந்தான் நிருதி.

நிருதியின் ஈமைச் சடங்கிற்குப் பின் இரு தினங்கள் ஆன போதும், கருணா ஆலங்காட்டிலே இருப்பதனை எண்ணி வருந்தினார், அன்னவராயர். அவனை அரண்மனைக்கு அழைத்து வருவதன் பொருட்டு, ஏனாதி கிழவரிடம் அறிவுரை கேட்கப்பட்டது. ஆலங்காட்டிற்கு கருணாவைக் காண வந்த அம்மூப்பர், "என்ன இது, அரசே? அனைத்தையும் கற்றறிந்தவர் தாம். அப்படி இருக்கே இப்படி சிறுபிள்ளை போல் நடந்து கொள்ளல் தகுமோ? மாண்டு போனவர்கள் தங்களின் மறக்க இயலா நினைவுகளை நினைத்துக்கொண்டு அவர்களின் இல்லத்திலேயே பதினொறு தினங்கள் இருப்பார்கள்

என்பது காலம் காலமாக நம்முன்னோர்கள் வகுத்துள்ள நம்பிக்கை. அப்படி இருக்க, தாங்கள் இப்படி வந்து இந்த ஆலங் காட்டினிலே இருந்தால், பதினாறு தினங்கள் தனது இல்லத்திலே இருக்கும் தங்களின் மனையாளின் ஆசை நிராசை ஆகாதா?"

வேதனையுடனே, "தாங்கள் என்ன கூறுகின்றீர்கள் மூப்பரே?"

"ஆம் அரசே பெரியோர்களின் நம்பிக்கையைக் குலைக்க வேண்டாம்; தாங்கள் உடனடியாக அரண்மனைக்குச் செல்லுங்கள். தாங்கள் எங்கு இருக்கின்றீர்களோ, அங்கேயே தான் தங்களின் மனைவியும் இருப்பார்கள். நம்பிக்கை கொள்ளுங்கள். வேண்டுமானால் பதினாறு தினங்களுக்குப் பின் தாங்கள் இங்கு வந்து செல்லலாம்."

அமைதியானான் கருணா.

"என்ன யோசனை, கருணா? அதுதான் மூப்பரே கூறிவிட்டாரே. வா போகலாம்" என்றான் மூர்த்தி. சரி என்று தலை அசைத்த கருணாவை. முன்னே அழைத்து சென்றனர் வாணகோவனும், மூர்த்தியும் அவர்களைச் சற்று விலகி பின் தொடர்ந்தனர் மூப்பரும் மாதவனும்.

"மூப்பரே, யான் ஒன்றை அறியலாமா?"

"கூறுங்கள் அரசே.

இந்தப் பதினாறு தினங்கள் கருணாவின் மனையாள் அவனுடனே இருப்பார். என்றீர்களே அது உண்மையா?"

"எதனால் இப்படி கேட்கின்றீர்கள் அரசே?"

"பொதுவாக தெரிந்து கொள்ளலாமே என்று தான் மூப்பரே."

நல்லது பதினாறு தினங்கள் மட்டும் அல்ல. இன்னும் பதினாறு ஆண்டுகள் ஆயினும், அரசருடனே தாம் அவரின் மனைவி இருக்கப்போகின்றார்.

அதிர்ச்சியான மாதவன், "தாங்கள் என்ன கூறுகின்றீர்கள் மூப்பரே?" என்றான்.

"ஆம் பல்லவ அரசே இங்கே நாம் உரையாடிக் கொள்வது எவருக்குமே தெரியக்கூடாது. வண்டையர் கோனையும் சேர்த்தே. எமக்கு வாக்குறுதியளியுங்கள்.

ஒன்றும் புரியாதவனாக, "வாக்குறுதியளிக்கின்றேன்" என்றான் மாதவன்.

"அரசியாரின் மரணம் இயற்கை ஆனது அல்ல."

"என்ன? என்றான்" மாதவன் ஆச்சர்யத்துடன்

"ஆம் அரசே! ஈமைச் சடங்கிற்காக தாயையும் பிள்ளையையும் பிரித்தெடுக்கையில் அரசியாரின் வயிற்றில் இருந்து ஒரு துளி உதிரம் கூட வழியவில்லை. மாறாக, குருதி உறை நிலையில் இருந்தது. அவர் அருந்திய உணவுப் பொருளில் ஏதோ கலந்திருந்தால் மட்டுமே, இத்தகைய நிலை வரும்."

"இதன் பொருள் மூப்பரே?"

"நஞ்சல்லாமல் நஞ்சினை ஒத்த ஒன்று அவருக்குக் தரப்பட்டு உள்ளது. தாங்கள் கூறுவது எமக்கு விளங்கவில்லையே மூப்பரே? அரசியாருக்குப் புகட்டப்பட்டது முழுக்க நஞ்சானால், அவரின் தேக நிறம் மாறி இருக்கும் அல்லவா? அது அந்த சிசுவின் மேனியிலும் பிரதிபலித்திருக்கும். ஆனால் அப்படி ஒரு மாற்றமும் இல்லை; இருவரிடத்திலும் இயல்பைப் போலவே உள்ளது."

"இதனை ஏன் தாங்கள் அப்போதே கூறவில்லை?"

"இல்லை அரசே. அப்பொழுது இது குறித்துப் பேச இயலவில்லை. இருந்தும் இது பற்றி நேற்றைய இரவு அன்னவராயரிடம் தெரிவிக்கலாம் என்று எண்ணியிருந்தேன்." என்றவர் சுற்றும் முற்றும் பார்த்துக் கொண்டார்.

"என்னவாயிற்று மூப்பரே?"

"ஒன்றுமில்லை அரசே. அன்னவராயரைச் சந்திக்க செல்லும் வழியில் அரசியார், 'அவர் தம் மரணத்தைக் குறித்து தனது குடும்பத்தினரிடம் எது ஒன்றும் கூறக்கூடாது என்று எம்மிடம் அறிவுறுத்தினார். இதனை இப்படியே விட்டுவிடுவதே உத்தமம் என்று வேண்டினார். ஆகையால் யான் ராயரிடம் ஏதும் கூறவில்லை அரசே."

சற்றே அச்சத்துடன், "இதனை தங்களிடம் தெரிவித்தது யார் என்றீர்கள்?"

"மணவாளினி அரசியார் தாம் அரசே!"

"அப்படியானால் இப்படி ஒரு ஈன செயலை செய்தது யாராக இருக்கும்?"

"யாராக வேண்டுமானாலும் இருக்கட்டும். சென்றவர் திரும்ப இயலாது இல்லையா? ஆகையால் அரசியாரின் விருப்பப்படியே இதனை இத்துடன் விட்டுவிடுவதே.

நன்மையும் பயக்கும் அரசே. மற்றும் ஒன்றையும் நினைவில் கொள்ளுங்கள் அரசே."

"என்ன அது மூப்பரே? அரசியாரின் ஆன்மாவானது இங்கேயே இருப்பதை தாங்கள் எவரிடத்திலும் கூறக்கூடாது. அவரின் கணவனுக்கே முதலில் பொருந்தும்"

"என்ன காரணம்?"

"அதனை தற்போது எம்மால் விளக்க இயலாது அரசே. தற்போது நாம் உரையாடியதை எவரிடத்திலும் தாங்கள் கூறக்கூடாது"

"வாக்குறுதியளிக்கின்றேன் மூப்பரே!"

"நன்றிகள்"

இருவரும் அங்கிருந்து சென்றனர்.

அப்பெரிய அரண்மனையில் தன்னைச் சுற்றி சுற்றத்தார்கள், உறவினர்கள், நண்பர்கள் என அனைவரும் இருந்தும் தனிமை எனும் பெரும் கொடுமையை உணர்ந்தான் கருணா.

தனது மனைவி தன்னுடனே இருப்பதை அறியாதபடியால், தன் குடும்பத்தினரே தன்னை வெறுப்பதைக் கண்டு மனம் வருந்தினாள் மலர். நிருதி கூறிச்சென்ற வார்த்தை நித்தமும் அவள் செவிகளிலே ஒலித்துக்கொண்டே இருந்தது. "நஞ்சு எமக்கல்ல மலர் உனக்கு நீயே வைத்துக் கொண்டாய்" என்பது.

அவளுடைய நட்பைப் போல் செய்துகொள்வதற்கு அருமை யானவை எவை உள்ளன. உள்ளன்போடு என்னிடம் நீ கொண்ட நட்பை என்றும் மறவேன் நிருதி என்று புலம்பினாள் அமுதா.

தனது தங்கையுடன் தான் கழித்த பொழுதுகளை, வானகோவரையனிடம் கூறி வெதும்பினான் வீரசோழன்.

அங்கிருந்த அனைவருமே அவரவர் படும் துயரத்தை. அடுத்தவரிடத்திலே கூறி ஆறுதல் தேட முயன்றனர். கருணாவைத் தவிர. அவனோ பிறரிடம் பேசுவதையே குறைத்துக் கொண்டான், தன் மனைவியின் மரணத்திற்குப் பின்.

அவள் மரணித்து, பதினாறு தினங்கள் உருண்டோடின. ஈமையின் தொடர்ச்சியான காரியங்கள் முடிந்து அங்கு வந்திருந்த அனைவரும் அவரவர் இருப்பிடங்களுக்குப் புறப்பட்டனர்.

அமுதாவை தன்னுடனே இருக்கும்படி கேட்டுக் கொண்டாள் மலர். அதனை மறுத்த அமுதா, "நன்னுயிர் தோழி மாண்டுபோனாள். இனி இங்கிருப்பது வண்டையின் அரசியார் மட்டுமே. தாங்கள் எம்மைத் தோழி என்றழைத்தால் தங்களின் மதிப்பானது குறையக்கூடும் அரசியாரே" என்றாள் அமுதா. "நீ இதுவரையிலும் நன் மகளாகவும் இருந்தது இல்லை; நல்ல மருமகளாகவும் இருந்தது இல்லை; நல்ல தோழியாகவும் இருந்தது இல்லை. இனியாவது நன் மனைவியாகவும், நல் அரசியாகவும் இருக்க முயற்சி செய் மலர்" என்றவள் கருணாவிடம் விடைபெற்றுக்கொள்ள நிருதியின் அறைக்குச் சென்றாள்.

கட்டிலிலே படுத்திருந்த கருணா அவளை கண்டதும் எழுந்த மர்ந்தான். "விடையளியுங்கள் அரசே! யான் புறப்பட."

"அமுதா, நீ இங்கேயே சிறிது காலம் இருந்து விட்டுப் போகலாம். அல்லவா?"

"யான் இங்கிருந்து தான் ஆவதென்ன அரசே? தங்களை மட்டுமே நம்பி இருந்தவளின் கதி அறிந்த பின்பும்."

"அமுதா உன் வார்த்தை எம்மை மிகவும் காயப்படுத்து கின்றது."

"அமுதா அவர் வருந்தும்படி ஏன் பேசுகின்றாய்?" என்ற நிருதியின் குரல் எங்கே கேட்கப்போகின்றது அவளுக்கு.

"தாங்களும் மலரும் நிருதியைக் காயப்படுத்தியதை விடவுமா அரசே?

நீ என்ன கூறுகின்றாய் அமுதா? என்னவளை யான் காயப்படுத்தினேனா?"

"அமுதா எதுவும் பேசாதே இங்கிருந்து போ" என்று அவள் எதிரே நின்று கூறிக்கொண்டு இருந்தாள் நிருதி.

"ஆம் அரசே! தனது எண்ணங்களையும், தன் ஆசைகளையும் தங்களிடம் எத்தனையோ முறைகள் கூற முற்படுவாள். ஆனால் அதனை தாங்கள் ஒரு முறை கூட செவிமடுத்துக் கேட்டதே இல்லை. தனக்கான உரிமைகளை நிலைநாட்டுவதாக எண்ணி, எத்துணையோ முறைகள் தனது செய்கைகளினால். மலர் அவளைக் காயப்படுத்தி இருக்கின்றாள். இப்படி ஏறக்குறைய இங்கிருந்த அனைவரும்..."

அவள் அவ்வாறு கூற அங்கு வந்தாள் மலர்.

"அமுதா, நீ என்ன பேசுகின்றாய்?"

"அவளுக்கென நான் அத்தானையே விட்டுக் கொடுத்தவள் யான் உனக்கென தன் ஆவியையே விட்டுவிட்டாள்" என்று அமுதா எதேச்சையாக கூற மலரை முள்ளாய் தைத்தன – அமுதாவின் வார்த்தைகள் அமைதியானாள் மலர்.

"யார் யாருக்கு வாழ்வளித்தது மலர்? இப்பெரும் சோணாட்டை ஒரு குடையின் கீழ் ஆட்சி செய்யும் குலோத்துங்க சோழனின் மகள் அவள் என்பதை மறந்தாயோ? நீ உனது காதலர் கரம் பற்ற, அவளது இல்லற வாழ்வை துறந்தாள். தற்போது நீ எதை அடைய அவள் தன் இன்னுயிரை துறந்தாள் என்று தான் தெரியவில்லை?"

"போதும் நிறுத்து அமுதா" என்று அலறினாள் நிருதி.

"அமுதா, தயவு கூர்ந்து நிறுத்து! உனது வார்த்தை எமைக் கொன்று புதைக்கிறது" என்றான் கருணா.

"மன்னியுங்கள் அரசே. யான் தங்களைக் காயப்படுத்தும் நோக்கத்தோடு இவற்றைக் கூறவில்லை. நனது ஆதங்கங்களைத் தங்களிடம் தெரிவித்தேன்; அவ்வளவே! தங்களின் தங்கை என எண்ணியதற்கு நன் நன்றிகள். தங்களை யான் என்றும் மறவேன். நிருதியின் மீது தாங்கள் கொண்ட அன்பானது, எத்தகையது என்பதை யான் நன்கறிவேன். அதனை ஒரு நாள் இந்த உலகறியும் அரசே. அவள் மாண்டே போனாலும் அவளின் உயிர் தங்களையே வலம்வந்து கொண்டு இருக்கும் அரசே. அதனை எண்ணி நிம்மதி கொள்ளுங்கள்."

"தற்போதே உனது வார்த்தை நனது அகத்தே பால்வார்க்கிறது அமுதா."

"நல்லது அரசே! யான் புறப்படுகின்றேன்."

"ஆகட்டும் அமுதா!"

பெரும் பொழுதுகளை ஆலங்காட்டிலே கழித்தான் கருணா – தன் மனைவி மகனுக்குக் காவல் இருப்பதாகக் கூறி. மண்டல நிறைவுக்கான ஏற்பாடுகளையும் மற்ற சடங்குகளுக்கான ஏற்பாடுகளையும் கவனித்தன் ஆவுடையானும் அவன் மகன் இரண்டாம் திருவரங்கனும். நான்கு தினங்களுக்கு முன்னதாகவே சாவகத்தில் இருந்து வந்தான் திருவரங்கன். தனது அண்ணியாரின் மறைவு அவனைப் பெரிதும் துயரப்படுத்தியது. தனது தமையனின் கோலம் கண்ட திருவரங்கன், இனி கருணாவை விட்டு எங்கும் செல்லப்போவதில்லை என்றும் தனது

தமையனுக்குத் துணை நிற்பேன் என்றும் கூறினான். வெண்டையில் நடைபெறும் மண்டல நிறைவு மற்ற சடங்குகளைக் காண பல ஊர்களில் இருந்தும் வெண்டைக்கு வந்து குவிந்தனர் மக்கள். அவ்வூருக்குப் புதிதாக வந்திருந்த வியாபாரி ஒருவர், அங்கு சென்ற வழிப்போக்கன் ஒருவனை அழைத்து இவ்வளவு மக்கள் வண்டையில் கூட காரணம் என்ன? என்று கேட்டறிந்தான். நிருதியின் மரணத்தைப் பற்றி விவரித்த அந்த வழிப்போக்கன் அன்றைய சடங்குகள் பற்றி விவரித்தான்.

நிருதியின் மேல் சிறிய அளவிலான நினைவு மண்டபமும், அவள் மகன் பொருட்டு சுடுகற்களால் ஆன கற்றளி ஒன்றும் எழுப்பப்பட்டு இருந்தன. பார்ப்பனர் ஒருவரைக்கொண்டு வேதம் ஓதப்பட்டது. குலோத்துங்கன் உட்பட கருணாவிற்கு வேண்டிய அனைவருமே அதில் கலந்து கொண்டனர். நிருதியும் மறைந்து நாற்பத்தி எட்டு தினங்கள் சென்றுவிட்டன. ஆனால் நாள், கிழமை இன்னதென்றே தெரியவில்லை கருணாவிற்கு. எதையோ நினைத்துக் கொண்டவனாக, "மாதவா இன்று என்ன திதியை?" என்றான்.

"ஆடி மாத சிவன் ராத்திரி திதியை, கருணா ஏன்?" என்றான் மாதவன்.

"அப்படியானால் இன்றைய தினத்து நட்சத்திரம் என்ன என்று தெரியுமா, மாதவா?"

"பூரட்டாதியா, என்ன?" என்றான் – மாதவன் கூறுவதற்கு முன்னே.

"இல்லை கருணா, அது உனது நட்சத்திர நாள் ஆயிற்று. அதுவம் கடந்த வாரமே முடிந்திருக்கும் கருணா; இரு கருணா மூர்த்தியைக் கேட்கலாம் அவன் அறிவான்" என்றவன், மூர்த்தியை அழைக்க அன்றைய நட்சத்திரம் பூரம் என்றுரைத்தான் அவன். கண்ணீர் பெருகியது கருணாகரனுக்கு.

பதறிப்போனார்கள் நண்பர்கள் அனைவரும்.

"என்னவாயிற்று கருணா? ஏன் கண்கலங்குகின்றாய்? இப்பொழுது தாம் பைய இயல்புக்குத் திரும்புகின்றாய் என்று எண்ணி இருந்தேன். மீண்டும் இந்தக் கலக்கம் ஏன்?"

"நன் மகன் எம்மைப் போல ஆடி பூரட்டாதியிலே பிறக்க வேண்டும் என்பது அவளின் ஆவா, மாதவா. அதனால் தற்போது நன் மனையாள் உயிருடன் இருந்திருந்தாளேயானால், இன்றே நனது மகன் பிறந்திருப்பான்"

அதைக் கேட்ட அனைவருக்கும் முகத்திலே வருத்தம் குடிகொண்டது.

"கிடைப்பதற்கு அரியது ஆடி பூரம் என்பார்கள். உன்மகன் பிறந்திருப்பானேயானால், உலகாள்வது உறுதி, கருணா!" என்றான் பண்டிதனான மூர்த்தி.

"அய்யோ மூர்த்தி அவன் உலகாள வேண்டாமே. வண்டையை ஆண்டாளும் போதுமே எமக்கு. என்னவள் எம்மை ஆள்வது எந்நாளும் தொடர்ந்திருக்குமே. அனைத்தும் பாழாய்ப் போனது" என்று கண்ணீர் சிந்தினான் கருணா.

சிறிய அளவில் ஆன சிவலிங்கம் அதன் அருகே கும்பம் வைத்து பூசைகள் தொடர, பார்ப்பனர் அழைத்தார் கருணாவையும், அவன் தம்பியையும். அவர்கள் அருகே செல்ல தங்களின் பிள்ளைக்கு இன்ன பெயர் சூட்ட வேண்டும். என்ற எண்ணம் ஏதும் உண்டோ அரசே? என்றார்.

சற்றே நிதானித்த கருணா, 'ஆம்' என்று தலை அசைத்தான்.

"அப்படியானால் கூறுங்கள் அரசே – தங்களின் விருப்ப நாமத்தை"

"ஏகாம்பரநாதன்" என்றுரைத்தான் கருணா.

"ஆகட்டும் அரசே!" என்று கூறிய பார்ப்பனர் எழுந்து அச்சிவலிங்கத்தை எடுத்து கருணாவின் குடும்பத்து ஆண்களைத் தொடும்படிக் கூறி, 'பால ஏகாம்பரநாதன்' என்று அச்சிவலிங்கத்திற்குப் பெயரிட்டு அக்கற்றலியிலே வைத்தான். பூசைகள் தீப ஆராதனைகள் செய்யப்பட்டு மண்டல சடங்குகள் நிறைவடைந்தன வண்டையர் அரண்மனைக்குப் புறத்தே சாலையின் இருமருங்கிலும் குடிகள் குழுமி இருந்தனர்.

"ஏன் அய்யா? இத்துணை மக்கள் இங்கே கூட காரணம் யாது எனக் கேட்டால், இப்படி அரண்மனைக்கருகே அழைத்து வந்துள்ளீரே" என்றான் அந்த வியாபாரி.

"சற்று பொறுங்கள் ஐய்யா! இப்போது தான் ஆலங்காட்டிலே சடங்குகளை முடித்துக் கொண்டு அரண்மனை திரும்பி இருக்கின்றனர். வண்டை குடும்பத்தினர். மற்ற சடங்கு இன்னமும் ஒன்று மீதம் உள்ளது என்றான்.

"தாங்கள் கூறுவது விளங்கவில்லையே."

"அதாகப்பட்டது, அரண்மனையின் உள்ள பிள்ளை ஆடும் கூடத்திலே (போர்ப் பயிற்சி கொள்ளும் இடம்) மூன்று

கற்கள் ஒரே அளவில் செவ்வக வடிவில் வைத்திருப்பார்கள். அதனைக் கயிறு கொண்டு ஒவ்வொரு கல்லாகக் கட்டி அதை வண்டையர் கோன் ஒரு குறிப்பிட்ட தூரம் அரண்மனைக்குள்ளேயே இழுத்து வரவேண்டும். பிறகு அதைச் சற்று தொலைவிலே இருக்கும் களிறுடன் இணைத்துக் கட்டிவிடுவார்கள். அக்களிறின் மீது எங்களின் அரசர் அமர்ந்து கொள்ள, அது வண்டை நகர் ராசபாட்டை தோரணவாயில் வரை இழுத்து வந்து தரும். பிறகு அந்தக் கற்களை சதுர வடிவில் (ப) அவ்விடத்தே நிலை நிறுத்துவார்கள்."

"இது என்ன அன்பரே? இப்படியும் ஒரு சடங்கா? இது எதற்காக?" என்றான் அந்த வியாபாரி.

"இது வயிற்றிலே சிசுவுடன் மாண்டு போன தன் மனையாளுக்காக செய்யப்படும் ஒருவித சடங்கு முறை. இப்படி செய்வதனால், இனி ஒருமுறை இது போன்ற அசம்பாவிதம் இவர்களின் வம்சாவளியில் நிகழாதிருக்கும் என்பது ஜதீகம் அன்பரே!"

"அப்படி அக்கல்லை நடுவதால்தான் யாருக்கு என்ன பயன் அன்பரே?"

"என்ன பயனா? அந்நடுகல்லுக்குப் பெயரே சுமை தாங்கி ஆகும். தங்களைப் போன்ற வழிப்போக்கர்கள் அளவு கடந்த சுமையை சுமந்து செல்லும் பட்சத்திலே அதை அக்கல்லிலே இறக்கி வைத்து இளைப்பாறலாம் என்பதற்காக.

"அதுவும் அப்படியா? நல்லதொரு பயன்பாட்டிற்கான சடங்குதான். அது சரி அது என்ன நேராக களிறு இடத்திலே கல்லைக் கட்டாமல் சிறிது தூரம் அரசர் சுமந்து இழுக்கும் முறை எதனால்?"

"தன் பொருட்டு கருவை சுமந்து இறந்த மனையாளின் தியாகத்தை மெச்சும் படியாக, தான் சிறிது தொலைவு கல்லை சுமந்து அவளுக்கான பதில் மரியாதையைச் செலுத்துவது. பாவம்... எங்களின் அரசர் அவர்கள் ஏற்கனவே எங்கள் சக்கரவர்த்திகளின் பொருட்டு. இப்பெரும் சோணாட்டின் பாரத்தைத் தன் தோள்களிலே சுமந்து கொண்டு தான் இருக்கின்றார். தற்போது அவர் மகளின் பொருட்டு இந்தக் கல்லையும் சுமக்கும் நிலைக்கு வந்துவிட்டார்."

"என்ன மகளா? யார் யாரின் மகள்?"

"அய்யோ அவசரப்பட்டு உளறிவிட்டோமே. அரச குடும்பத்தாருக்குத் தெரிந்தால் சிறைச் சேதம் உறுதி."

"அது ஒன்றுமில்லை அய்யா, மனைவி என்பதை தான் வாய்குழறி 'மகள்' என்று விட்டேன்"

"ஓ... அப்படியா?" நீண்ட பெருமூச்சு விட்டான் அந்த வழிப்போக்கன்.

ஆலங்காட்டிற்குக் சென்று திரும்பிய ஆண்கள் அனைவரும் மீண்டும் ஒருமுறை நீராடி வந்தனர். தன் மகனை பூசை அறைக்கு அழைத்தார் அன்னவ ராயர். அங்கு அனேக ஆண்கள் நின்று கொண்டு இருந்தனர். அங்கிருந்த அனைவரின் ஒருமித்த வேண்டுதலுமே ஒன்று தான். இனி ஒரு முறை இது போன்ற பாதகம் நிகழக்கூடாது என்பது. நீறு பூசிக்கொண்ட கருணா, பிள்ளை ஆடும் கூடத்திற்கு வர, அவனைப் பின்தொடர்ந்தனர் அங்கிருந்த அனைவரும். தன் மகனின் இன்னிலை கண்டு அழுது தவித்தாள் உத்தமவல்லி. அங்கிருந்த அனைத்து பெண்டுகளில் முகங்களிலும் வருத்தம் குடிகொண்டு இருந்தது. சற்று தொலைவில் களிறு கொண்டு வந்து நிறுத்தப்பட்டது. அதனை அங்கிருந்து அழைத்து செல்லும்படி கூறினான் கருணா.

"ஏன் மகனே அதனை மறுக்கின்றாய்? வேறு களிறை அழைத்து வர உத்தரவிடவா?" என்றார் ஆவுடையான்.

"வேண்டாம் சிறிய தந்தையே, இங்கிருந்து தோரணவாயில் வரையிலும், யானே கற்களை சுமந்து செல்கின்றேன்."

"என்ன?" என்றனர் அங்கிருந்த அனைவரும்.

"கருணா, நீ ஏன் இவ்வாறாக நடந்து கொள்கின்றாய்?" என்றான் மாதவன்.

மாண்டது நனது மனைவியே ஒழிய, அக்களிறின் இணை அல்ல மாதவா. ஆகவே இச்சுமையை யான் சுமப்பதே முறையாகும்."

வேண்டாம் கருணா. யான் கூறுவதை தயவுகூர்ந்து கேள்டா. இக்கற்களின் கணம் அதிகம் என்பதால் நீ சுமக்க கடினமாக இருக்கும் கருணா. சிறிது தூரம் இதனை சுமந்து பின் நிறுத்திவிடு; களிறே சுமக்கட்டும்.

புன்னகைத்த கருணாவின் முகமதில் சோகம் நிழலாட நன் அகத்தே தாள இயலாத கணம் உண்டு மாதவா. அதனை ஒப்பிடுகையில் புறத்தே கிடக்கும் இக்கற்களின் கனமது எமை ஒன்றும் செய்யா." அவன் அவ்விதம் கூறியதுமே, கருணாகரனை கட்டித் தழுவிக் கொண்டான் மாதவன்.

இயல் 124

"என் செய்வேன்? உன் துயர் துடைக்க வழி ஏதும் அறியேன், யான்" என்றுரைத்தான்.

கற்களில் கயிறு கட்டி அதனை அவன் தோள்களிலே இணைத்துக் கொண்டான் கருணாகரன்.

"தங்களின் விருப்பத்தை நினைத்துக் கொண்டு கற்களை இழுக்கத் தொடங்குங்கள், அரசே!" என்றான் அங்கிருந்த அரசு அதிகாரிகளில் ஒருவன்.

"நிருதி, அன்றொரு நாள் அமுதா கூறினாள் – நீ என்னுடனே இருப்பதாக நீ இருப்பது உண்மையானால். இதைக் கேள் தேவி! எம் பொருட்டு கருசுமந்த இனியவளை, நன் அகத்துள்ளே வைப்பேன். அவள் பொருட்டு கனம் கொண்ட கற்களை நன் தோளிலே சுமப்பேன். இனிவரும் பிறவிகளிலும் நன் கருவை மீண்டும் நீ சுமக்கும் காலம் வரையிலும் நனது எண்ணமதை அந்த ஈசன் ஈடேறச் செய்யட்டும், என்று கூறியபடியே. அக் கற்களை இழுக்கத் தொடங்கினான் கருணா. மிகவும் கடினமான செயல் என்றாலும் முழு மனநிறைவுடனே செய்தான் கருணா.

"சுவாமி தாங்கள் ஏன் இப்படி? தங்களையே வருத்திக் கொள்கின்றீர்கள்?" தயவு கூர்ந்து இச்செயலை நிறுத்துங்கள் சுவாமி யான் எப்படி உணர்த்துவேன் தங்களுடனே யான் இருப்பதை? பரம்பொருளே எமக்கு ஏன் இந்தச் சோதனை? மாண்ட பின்பும், நிம்மதி இன்றித் தவிக்கின்றேன்? இந்தக் கொடுமை அதுவை எம்மால் காண இயலவில்லையே. சுவாமி நிறுத்துங்கள்" என்று எத்துணை தூரம் உரக்கக் கூறமுடியுமோ, அத்துணை தூரம் அவள் கதறியும் அவன் அல்ல. அங்கிருப் பவர்கள் எவர் செவிகளிலும் விழுந்ததாகத் தெரியவில்லை. ஓய்ந்துபோனது அவள் ஆவியும். கருணாவின் அத்தகைய செயலானது. அதுவரையிலும் எந்த ஒரு ஆணும் தன் மனைவியின் பொருட்டு இத்தனை சிரத்தை எடுத்ததில்லை. என அங்கு வந்த குடிகளும், கோட்டை வாசிகளும் பேசிக் கொண்டனர் அவனது செயலை பாராட்டியும், அந்த ஆடவல்லான் அவனுக்கு அருள்புரிய வேண்டும் என்று வேண்டிக்கொண்டனர். வண்டையின் தோரண வாயிலை அடைந்தான் கருணா. அரண்மனையில் இருந்து தோரணவாயில் வரை இழுத்து வந்த களைப்பு என்பது கருணாவை ஆட்கொண்டது. கார்ணம், கலிங்கத்தில் போர் துவங்கி இன்று வரையிலும் அவன் அன்ன ஆகாரங்களை

சரிவர எடுத்துக் கொள்ளவே இல்லை. அதிலும், அவள் மரணத்திற்குப்பின் ஒப்புக்கே உணவை எடுத்துக் கொண்டான் அவன். வண்டையின் தோரண வாயில் துவக்கத்திலே கருணாவும் அவன் இல்லத்து ஆண் மக்களும் கல்லைத் தூக்கி நிறுத்த, சுமை தாங்கிகல் நிலைநிறுத்தப்பட்டது அங்கு. மலர்கள் தூவி சிறுவழிபாடு செய்யப் பட்டது. அக்கல்லுக்கு. கருணாவின் குடும்பத்தினருக்கும் அச்சடங்கில் கலந்து கொண்ட குடிகளுக்குமான வேண்டுதல் இதுதான்: இனிவரும் பிறவிகளிலேனும் கருணாவும் அவன் மனையாளும் நன் மக்களைப் பெற்று நலமோடு ஆண்டாண்டு காலம் வாழ வேண்டும் என்பதேயாகும்.

-72-

சுந்தர புரவி

இயல் 125

மண்டல சடங்கில் கலந்துகொண்ட அனைவரும் வண்டையில் இருந்து புறப்பட்டனர்.

கருணாவிடம் விடை பெற்ற குலோத்துங்கன் அவனை வணங்கி, "நன் மகள் மாண்டே போனாலும் தங்களின் மனைவி என்றே பேசப்படுகின்றாள். இது குறித்து எமக்கு சிறிதும் வருத்தம் இல்லை மகனே. காரணம். நன் மகளின் மீது தாங்கள் கொண்ட அன்பு எத்தகையது என்பதனை யான் நன்குணர்ந்து கொண்டேன். தாங்கள் அவள்மீது கொண்ட பேரன்பே தங்களின் குடிகளிடமிருந்து பிரதிபலிக்கின்றது. இங்கிருப்போரின் அன்புக்குப் பாத்திரமான அவளுக்கு மரணம் என்று ஒன்று, அவள் சரீரத்திற்கு மட்டுமே ஒழிய அவளுக்கு இல்லை என்பதை யான் அறிந்து கொண்டேன் அரசே. அந்த ஆடவல்லான் எந்நாளும் தங்களுக்குத் துணை இருப்பான். அத்துடன் தங்களின் மனையாளும்"

'ஆம்!' என தலை அசைத்தான் கருணா. குலோத்துங்கன் குடும்பத்தார் அங்கிருந்து புறப்பட்டனர். அவர்களைத் தொடர்ந்து உறவினர்கள், நண்பர்கள், சிற்றசர்கள் குடிகள் என அனைவரும் அங்கிருந்து சென்றனர் அவனுக்கு ஆறுதல் கூறி. இளவேனில் மட்டும் சில திங்கள்கள் வண்டையிலே இருந்தாள்.

கருணாவிற் நிருதியின் இறப்பன்று ஏற்பட்ட துயரம் ஆனது. மீளாதுயரம், மாளாதுயரம், பெருந்துயரம் என்று வளக்குரைந்து ஏற்க வொண்ணா துன்பம். இது என்று அவன் வாழ்நாள் முழுக்க நிலைபெற்றது தனது மகன், மனையாள் துஞ்சிய பகுதியில் சண்பக மரங்களைப் பேணி வளர்த்தான். அது அவளின் விருப்பத்திற்குரிய பூ என்பதனால். தவிரவும், மாத சிவராத்திரி தவறாது, பால ஏகாம்பர நாதனிற்குப் பூசைகள் செய்வதும், அதிலே அவன் கலந்து கொள்வதும் தொடர்ந்தது. மாத சிவராத்திரியின் போது தன் மனைவி, மகனுடனே இருப்பதையே வழக்கமாக்கிக் கொண்டான் கருணாகரன். அதுபோல கணநேரமும் தன் கணவனைப் விட்டு பிரியாமல் இருந்தாள் நிருதி. ஆலங்காட்டைத் தவிர வேறு எங்கும் செல்வதில்லை கருணா. அவள் தன்னை விட்டுச் சென்ற இந்த ஆறுமாத காலமாக அவ்வப்போது குதிரைக் கொட்டிலுக்குச் சென்று, தன் வளர்ப்புப் பிள்ளைகளான சுந்தரம், மதுசூதனன், மதுரன், அமிர்தவல்லி, சுந்தரவல்லி சிறிது நேரம் பொழுதைக் கழித்து விட்டு தற்போதைய தனது

அறையான நிருதியின் அறையிலேயே பெரும் பொழுதைக் கழிப்பான் திருமுறைகளை வாசித்துக் கொண்டு.

கருணா தானாக இயல்பு நிலைக்கு வருகின்ற வரையிலும் காத்திருப்பது என்ற முடிவிற்கு வந்த சோழபுரத்து உடன் கூட்டத்திகாரிகளும், வண்டை நகர் அமைச்சர்களும். அவன் வகித்த பதவிகளை தாங்களே பங்கிட்டுப் பார்த்துக்கொண்டனர். அமைச்சர் வைத்திய நாதனின் மகன் சுப்புரத்தினம் என்பான் இரண்டாம் திருவரங்கனின் பிரதிநிதியாக வண்டையர்களின் வாணிபத் தொழில்களை மேற்கொண்டான். கருணாவின் பிரதிநிதியாக அவனின் சிறிய தந்தை ஆவுடையான் வண்டை அரசு பணியினைத் தொடர்ந்தான்; அவனுக்குத் துணையாக இரண்டாம் திருவரங்கன் இருந்தான்.

ஒரு நாள் இரவு அரண்மனையில் இருந்த அனைவரும் உறங்கிப்போயினர். வழக்கம் போல் தனது கணவன் அருகே அமர்ந்து அவனையே பார்த்த வண்ணம் இருந்தாள் நிருதி. நடுநிசி வேளை அது. குதிரைக் கொட்டிலில் இருந்து ஏதோ சத்தம் வர, அங்கு சென்றாள் நிருதி. சுந்தரத்தை அரவம் தீண்டியது. அதன் நஞ்சானது சுந்தரத்தின் உடல் முழுவதும் பரவ அது வலியால் துடித்தது. அவளது அறைக்கு வந்து சுந்தரத்தை அரவம் தீண்டியதை கருணாவிடம் கூற, எவ்வளவோ முயன்றும் பலன் இல்லை. அரண்மனையில் இருந்தவர்கள், அரண்மனை காவலர்கள் என்று, அனைவரிடமும் கூற முயன்றாள் நிருதி. பலன் அளிக்காது என தெரிந்தும், பதற்றத்தில் முயன்றாள். அவளின் முயற்சி தோல்வியிலே முடிவடைந்தது. குதிரை கொட்டிலுக்கு சென்றாள்.

'சுந்தரம் வாயிருந்தும் உன்னால் பேச இயலாது. யான் பேசுவதோ இங்கிருக்கும் எவருக்கும் கேட்காது. யான் என் செய்வேன் மகனே? உனைக் காப்பாற்றும் வழி அது தெரியவில்லையே எமக்கு. பரம்பொருளே, சுந்தரத்தைக் காத்தருளுங்கள். நன் பொருட்டு இல்லையானாலும், அவர் பொருட்டுக் காத்தருளுங்கள் பரமேஸ்வரா. இனி ஒரு இழப்பை அவரால் ஏற்க இயலாது, பரம்பொருளே கருணை செய்யுங்கள். நிருதி அங்கிருப்பதை உணர்ந்து கொண்ட சுந்தரத்தால் அவள் தொடுவதை உணர முடியவில்லை. வேதனையில் தவித்தது சுந்தரம். விழிகளில் நீர் கசிய அதன் முகமமைத் தடவிக் கொடுக்க முயன்றாள் நிருதி. கருணாகரனின் வெந்நிற சுந்தர புரவி மாண்டது. பிறப்பில்

இருந்து இறப்பு வரை படுக்க இயலா பிறவி "புரவி" மட்டுமே. நஞ்சது தலைக்கேறிதும் தரையில் சுருண்டு விழுந்தது சுந்தரம்.

"பரம்பொருளே, தங்களின் சோதனைக்கும் ஒர் அளவில்லையா பிரபு?" என்று புலம்பினாள் நிருதி.

சுந்தரத்தின் நிலை கண்ட உடன் இருந்த மாக்கள்*7 கனைக்கத் துவங்கின. அவற்றின் இரைச்சலைக் கேட்ட கொட்டில் காவலன் அங்கு வந்தான். சுந்தரத்தின் நிலை கண்ட அவனும் பதறியவாறு அங்கிருந்த மற்ற காவலர்களை அழைக்க சற்று நேரத்திற் கெல்லாம் ஊர்வன கொட்டகைகள் அல்லோலப்பட்டன. விலங்குகளுக்கு என்றே தனியே பரிபாசை இருக்குமோ என்னவோ? சுந்தரத்தின் இறப்பினால் உண்டான அதிர்வானது, அங்கிருந்த களிறுகள், பிடிகள், பசுகள், காளைகள், எருமைகள் எண்ணற்ற இவுளிகள், ஒட்டகங்கள், மான்கள் என அனைத்தும் ஒரு சேர ஓலமிட்டன. திடீர் என்று விலங்குகளிடம் இருந்து வந்த இரைச்சல். அங்கே அரண்மனையில் துயில் கொண்டிருந்த வர்களை எழுப்பியது.

"என்ன இது? இங்கே இத்துணை இரைச்சல்? என்று கூறிக்கொண்டு தனது மெய்க் காவலர்களுடன் அங்கு வந்தார் அன்னவராயர்.

"வணங்குகின்றோம், பிரபு!" என்ற காவலன் ஒருவன் தயக்கத்துடனே. "சுந்தரம் மாண்டது அரசே" என்றான்.

"என்ன பிதற்றுகின்றாய்?" என்றார் சினத்துடனே அன்னவராயர்.

"ஆம் பிரபு! அரவம் தீண்டி இருக்கின்றது அரசே. நஞ்சானது அதன் உடல் முழுவதும் பரவியுள்ளது பிரபு."

"ஐயோ பரம்பொருளே. இது என்ன சோதனை? நன் மகனை பரிட்சிக்க வேறு வழி ஏதும் தங்களுக்கு இல்லையா பிரபு? இப்படி அவன் பிராணனை வைத்த பரியையுமா அவனிடம் இருந்து பிரிக்க வேண்டும், நாதா? இந்த வாயில்லா பிள்ளை செய்த குற்றம்தான் என்ன தேவா?"

அரண்மனையில் இருந்த அனைவரும் அங்கு வந்தனர்.

"தந்தையே, என்னவாயிற்று? அனைவரும் இங்கு என்ன செய்து கொண்டிருக்கின்றீர்கள்? எதற்கு இந்த ஊர்வனவும்,

---

7. மா – குதிரை, களிறு – ஆண், பிடி – பெண் யானை

பட்சிகளும் ஓலமிடுகின்றன?" என்று கூறி அங்கு வந்தான் கருணா.

சுந்தரத்தைப் பற்றி யார் அவனிடம் எடுத்துரைப்பது என்று ஒருவரை ஒருவர் பார்த்துக் கொண்டனர்.

"ஏன் இந்த அமைதி? என்னவாயிற்று?"

"தமையா

சுந்தரம் நம்மை விட்டுச் சென்றுவிட்டது. என்றான் இரண்டாம் திருவரங்கன்.

என்ன? என்று சுந்தரத்திடம் சென்ற கருணா. இடிந்தே போனான் அது கிடந்த கோலம் கண்டு சுந்தரத்தின் வாயில் நுரை தள்ளி உடலில் நீலநிறம் பாய்ந்தது இருந்தது. யான் செய்த பாவம் என்ன? நன் பிரியத்திற் குண்டானவர்கள் எனைவிட்டு பிரியதான் காரணம் என்ன? என்று நொந்து கொண்டான் கருணா. எமை இப்படி சிறுக சிறுக கொள்வதற்கு பதில் முழுவதுமாக நன் ஆவியை பரித்து விடுங்கள் ஈசனே என்று புலம்பினான் கருணா. வெள்ளி முளைத்த போதிலும் விலங்குகளின் ஓலம் நின்றபாடில்லை. சுந்தரத்தை அங்கிருந்து அப்புறப்படுத்துவதே. அவற்றின் வாய் மூட சிறந்த வழி என்றுணர்ந்த காவலர்கள், சகடை ஒன்றை இழுத்து வந்து, அதிலே சுந்தரத்தை ஏற்றி அதனை வெந்நிற துணியில் மூடி, அரண்மனை ஊர்வன மாண்டுபோனால் அதற்கு ஈமை சடங்குகள் செய்யும் கிடங்கிலே கொண்டு வைத்தனர் சுந்தரத்தை. இருந்தும் கூட" ஊர்வன மத்தியில் ஓலம் நின்றபாடில்லை. கிடங்கிலே தனது தமையனுடன் இருந்தான் இரண்டாம் திருவரங்கன். சுந்தரத்துடன் தான் இருந்த பொன்னான தருணங்களை நினைவு கூர்ந்து கொண்டான் கருணா. ஆவணி திங்கள் அசுபதி நட்சத்திர நாளில் உதித்த புரவி சுந்தரம். தூய தும்பையின் நிறம் கொண்ட அது. அழகிலும், திறனிலும், அறிவிலும், மற்ற புரவிகளுக்கும் முன்மாதிரி. காலம் உணர்ந்து கடமை ஆற்றுவதில் சுந்தரம் வல்லவன். சுந்தரத்துடன் தான் இருந்த பொழுதுகளை தன் தம்பியிடம் பகிர்ந்து கொண்டு தன்னைத் தானே தேற்றிக் கொள்ள முயன்றான் கருணா. முடியவில்லை அவனால்.

"இனி ஒரு முறை இப்பிறவியில் எம்மால் ஈட்ட இயலா பெருஞ்செல்வங்களை எம்மிடம் இருந்து எடுத்துக் கொண்டார் அந்தப் பரம்பொருள். முதலில் உன் அண்ணியார் அவளுடனான நங்களின் பிள்ளை, தற்போது சுந்தரம். நன்

உலகையும், உயிரையும் பறித்துக் கொண்டு இக்கூட்டை ஆட்டுவிப்பதால் உண்டாகும் பலன்தான் என்ன அந்த ஈசனுக்கு தம்பி?" என்று புலம்பினான் கருணா.

"பார்த்தாயா தேவி? நம் சுந்தரம் மாண்டு போனான். எம்முடன் இருப்பதை விட நுங்களுடன் வந்து விடுவது மேல் என்று எண்ணிவிட்டானா, நிருதி? இக்கொடிய துன்பத்தில் இருந்து எமை மீட்டெடுத்து உன்னுடன் அழைத்துச் செல்ல வரமாட்டாயா தேவி?"

"தமையா, என்ன இது? ஏன் இவ்வாறாகக் கூறுகின்றீர்கள்? சற்றே அமைதி கொள்ளுங்கள். தாங்கள் இங்கு இருந்தீர்களே யானால் இது போன்று ஏதேனும் எண்ணங்கள் தோன்றுவது இயல்பே" என்று கூறிய திருவரங்கன், கருணாவை அவனது அறைக்கு அழைத்துச் சென்று ஓய்வெடுக்கும் படி கூறினான். ஓய்விற்கும் இடமில்லை. உறக்கத்திற்கும் வழியில்லை. தவிப்பும், வேதனையும் அவனை ஒரு சேர ஆட்டுவித்தன. தனது கணவனின் இக்கொடிய துயரத்தைக் குறைக்க இயலாமையை எண்ணி, தன்னை தானே நொந்து கொண்டாள் நிருதி. அந்த அறைக்கு ஆறுதல் கூறவந்த மலரை, அவன் ஏறெடுத்தும் பார்க்கவில்லை. அவள் அங்கிருப்பதாய் உணரவும் இல்லை. நஞ்செனவே கழிந்தது அவளுக்கு நாள் ஒவ்வொன்றும்.

வண்டை அரச குடும்பத்தாருக்குப் பிள்ளை போன்றதே சுந்தரம். அதன் உற்ற நண்பர்களாக உறவாடிய களிறுகள், சுந்தரம் இருந்த சகடையை இழுத்துச் சென்றன. ஊர்வன இட்ட ஓலமதில் அவை இருந்த கொட்டகையே அதிர்ந்தது. சுந்தரத்தின் பிரிவினை அவற்றால் பொறுத்துக்கொள்ள இயலவில்லை. பெரும் போர் வீரன் மாண்டுபோனால். அவன் இறுதி ஊர்வலத்தில் கலந்து கொள்வது போல, சுந்தரத்தின் இறுதி ஊர்வலத்தில் ஒப்பாரி வைத்து கலந்து கொண்டனர் வண்டை நகர் குடிகள். அவர்களிடையே அடல் அபயம் என்றும் (வலிய புரவி), கழல் பரி என்றும் (விரைவினையுடைய புரவி), துகள் வித்துவ இவுளி என்றும் (புழுதி பரப்பும் புரவி), எழில் துரகம் என்றும் (அழகான புரவி), மூரி மா என்றும் (வலிமையான புரவி) கடுக தூசி என்றும் (விரைந்து செல்லும் புரவி), இப்படி பல்வகையிலும் சுந்தரத்திற்கு புகழூராம் சூட்டினர் அந்த ஊர்வலத்திலே கலந்து கொண்ட குடிகள். ஆலங்காட்டிலே ராச மரியாதையுடன் சுந்தரம் நல் அடக்கம் செய்யப்பட்டது. தன் மனைவி, மகனுக்குத் துணையாய்

இருக்கட்டும் சுந்தர புரவி என அறிவித்தான் கருணாகரன். பொதுவாக, சிற்றரசன் ஒருவன் மாண்டு போனால், அவனுக்கு சொந்தமான நிலத்தில் அவனை நல்லடக்கம் செய்து அதன் மேல் அவன் நினைவு கற்றளி*8 ஒன்றை எழுப்பி அதனுள் அவன் பயன்படுத்திய போர்க் கருவிகள், காற்சிலம்பு போன்றவற்றை வைத்து அக்கற்றளியின் புறத்தே அவன் பேணி வளர்த்த களிறு, புரவி நாய் ஆகியவற்றை சுதை சிற்பமாக வடித்து அவ்வரசனை அக்குடியில் பிறந்தவர்கள் தங்கள் குல காவல் தெய்வமாகத் தொழுவதை ஆண்டாண்டு காலமாக வழக்கத்தில் கொண்டுள்ளனர். இது அந்நாளிலே தாய்த் தமிழகத்தில் இருந்து வந்த அனைத்துச் சிற்றரசர்களுக்கும் பொருந்தும். இதுவே அவ்வரசன் பால் அவன் குடும்பத்தார் வைத்திருக்கும் பேர் அன்பையும், பெரும் மதிப்பையும் உணர்ந்துவதாய் அமையும் இது இப்படியாக இருக்க.

தென்புலத்திலே முதன் முறையாக தான் இருக்க, தான் பேணி வளர்த்த புரவிக்கு அதை சிற்பம் அமைத்து அதனை வழிபட்ட முதல் சிற்றசன் வண்டையர் கோன் கருணாகர தொண்டைமான் மட்டுமே. சுந்தரத்தை அடக்கம் செய்த ஆலங்காட்டிலே, அதற்கு சிற்பம் அமைத்து அதன் வெண்மையை நினைவூட்டும் விதமாக சுந்தர பருத்தி வீரன் என அச்சிலைக்குப் பெயரிட்டு அப்புரவியை பெருமைப்படுத்திய மாண்பாளன் கருணாகர தொண்டை மானே. கருணாவின் பண்பு நலன் என்பது வண்டை நகர் குடிகள் அல்லாது சோணாடே அறிந்த ஒன்று தான் என்றாலும் அவன் பெயரை ஒத்த குணம் ஒன்றும் அவன் உள்ளத்திலே இருந்தும் இது போன்ற தருணங்களிலே தான். அனைவராலும் அறிந்து கொள்ள முடிந்தது. தனது கணவனின் குணச்சிறப்பு களை குடிகள் அறிய வேண்டும் என்பதே நிருதியின் கனவாக இருந்தது. அது ஒருவாறாக பலித்ததில் அவளுக்கு மகிழ்ச்சியே! நிழலும் இரவிலே விலகும்; நிருதியோ அவனைவிட்டு விலகியதே இல்லை. ஒரு விதத்தில் மலருக்கு நன்றி கூறலாம். அனுதினமும் அவனுடன் இருக்கும் வாய்ப்பதனை ஏற்படுத்தி கொடுத்ததற்கு. என்ன ஒன்று... ஊரார் கருணாவை மெச்சும் தருணங்களில் அது குறித்து அவனுடன் உரையாட முடியவில்லை என்கிற வருத்தமும் அவளை எண்ணி அவன் துயர் கொள்ளும்

---

8. சிறியளவினால் ஆன கோயில்

பொழுதுகளில் அவன் அருகே தான் இருப்பதை உணர்த்த இயலவில்லை என்கிற வருத்தம் மட்டுமே நிருதிக்கு. இந்த எட்டு திங்களில், இத்துணை நாட்கள் கடந்த பின்பும், அவன் நடவடிக்கைகளில் எந்த ஒரு மாற்றமும் இல்லை. சுந்தரம் மாண்ட பின் கொட்டிலுக்குப் போவதையும் குறைத்துக் கொண்டான். ஆலங்காடு அரண்மனையில் இருக்கும் அவன் அறையில் இப்படியே பொழுது கழிந்தது.

"அத்தான் தங்களின் மனைவியர் இருவருமே மாண்டு போகவில்லை; இங்கு இன்னமும் யான் ஒருத்தி உயிருடன் தான் இருக்கின்றேன். அது தங்களுக்கு நினைவிருக்கின்றதா?" என்று கருணாவின் அறைக்கு வந்தாள் மலர்.

"ஏன் இவ்வாறாக கூறுகின்றாய் மலர்? என்னவாயிற்று உனக்கு?"

"எனக்கு என்னவானதா? தங்களுக்கு தான் ஏதோ ஆனது என்று ஊரே பேசுகின்றது."

"நீ என்ன கூறுகின்றாய் மலர்?"

"ஆம் அத்தான் கலிங்கம் வென்ற வண்டையர் கோனா. தாங்கள் சோணாட்டின் இரும்பு அரண் மீது துரு ஏறிவிட்டதா என்ன? எங்கேபோயின தங்களின் வீரமும் விவேகமும்? எதற்காக இந்த அறை அதுவில் முடங்கிக் கிடக்கின்றீர்கள் அத்தான்? பெற்றவர், உற்றவர் என அனைவரையும் காண மறுக்க காரணம் தான் என்ன? இதில் இருந்து தாங்கள் இயல்புக்கு வர, யான் என்ன செய்ய வேண்டும்? என்றாவது கூறுங்கள் அத்தான்."

"நிருதியின் மரணத்திற்கான காரணத்தை அறிய வேண்டும் எமக்கு மலர். அது இன்றில்லை எனினும், என்றேனும் ஒரு நாள் அறிந்து கொள்வேன்."

"ஒரு வேளை, நிருதியின் மரணம் இயற்கைக்குப் புறம்பாக இருந்தால்? அது தங்களுக்குத் தெரியவந்தால்? அப்பொழுது தங்களின் நிலைப்பாடு என்னவாக இருக்கும் அத்தான்?"

"இதற்குக் காரணமானவர்களின் முடிவானது மிக கோரமாக இருக்கும் தேவி."

உள்ளிருக்கும் குலை நடுங்கியது மலருக்கு.

"இருப்பினும், இது குறித்து நீ சிந்திக்க தேவையில்லை மலர். காரணம் நிருதி கருவுற்றிருந்தது இச்சோணாடே அறிந்தே. அப்படியிருக்க, கருவுற்ற பெண்ணைக் கொலை

செய்யும் பாதகத்தை கொடிய அசுரன் கூட செய்ய துணியமாட்டான், அல்லவா? அப்படியிருக்க வேறெந்த விதத்தில் நிருதிக்கு இச்சம்பவம் நிகழ்ந்திருக்கும் என்பதே எமக்குப் பெரும் குழப்பமாக உள்ளது தேவி."

"பரம்பொருளே தங்களின் தில்லை ரகசியம் போன்றே இச்சம்பவமும் ரகசியம் காக்கப்பட வேண்டும் இறைவா. நனது இல்வாழ்க்கைக்காக இத்துணை பெரிய பாதகத்தை செய்ய துணிந்தேன். அது ஒரு நாளும் எவருக்குமே தெரியாமல் போகட்டும், இறைவா."

"என்னாயிற்று மலர்? ஏன் இந்த மௌனம்"

"அதெல்லாம் சரி பிரபு. அதனை, பின்னர் அறிந்து கொள்ளலாம். முதலில் இந்த அறையை விட்டுப் புறத்தே வாருங்கள். ஏதேனும் மாற்றம் நிகழ்கின்றதா என்று காண்போம்."

"இல்லை மலர் இந்த அறையை விட்டு இனி யான் எங்கும் வரப்போவதுமில்லை."

"ஏன் எதனால்? என்ன காரணம் அத்தான்? எமக்கும் நிருதிக்கும் மணம் ஆன நாள் துவங்கி அவள் மாண்ட நாள் வரையிலும் அவளை யான் காண வருவேன் என்ற நம்பிக்கையில் அல்லும் பகலும் இதே அறையில் அவள் காத்திருந்திருப்பாள். அதிலே அவளுக்கு ஏமாற்றமே மிஞ்சியிருக்கும். தனிமையின் கொடுமையை எத்துணை நாட்கள் இந்த அறை அதுவில் அவள் அனுபவித்திருப்பாளோ? அது எமக்குத் தெரியாது அவள் அனுபவித்த அதே கொடுமையை யானும் அவள் பொருட்டு அனுபவிக்க எண்ணியே அதே அறையில் அடைபட்டுக் கொண்டிருக்கின்றேன் – அவளைப் போலவே திருமுறைகளை வாசித்துக் கொண்டு. இது எமக்கு யானே அளித்துக் கொள்ளும் தண்டனையும் கூட. இந்த அறையில் இருந்து கொண்டு அனுதினமும் அவளையே நினைத்துக் கொண்டிருப்பேன்."

"இதனால் தங்களுக்குக் கிட்டும் பலன் தான் என்ன அத்தான்?

இப்படி அவளையே நினைத்துக் கொண்டிருப்பதே அவளுக்கு யான் தரும் ஒருவித தண்டனை தான் மலர்."

"தாங்கள் கூறுவது விளங்க வில்லையே அத்தான்."

"இது போன்ற நனது எண்ண அலைகள். எமைக் கடந்து அவளை எங்கும் செல்லவிடாது மலர். இதன் விளைவாக, எமை வந்து சேரும் வழியை அவளே கண்டறிவாள். அது வரையிலும் அவளை நினைப்பதை நிறுத்தப் போவதில்லை யான்."

தன் கணவனை ஆச்சர்யத்துடன் பார்த்தாள் மலர். கருணாவின் கருத்துக்களை ஆமோதிக்கும் விதமாக அவன் தோளிலே தலை சாய்ந்து கேட்டுக்கொண்டிருந்தாள் நிருதி.

"அத்தான், இத்துணை தூரம் அவளை எண்ணி வருந்தும் அளவிற்கு அப்படி என்ன தான் செய்துவிட்டாள் – யான் தங்களுக்கு செய்ததைவிடவும்?

"என்ன செய்யவில்லை அவள் எமக்கு மலர்? அன்ன மிட்டாள், அன்பைப் பொழிந்தாள், அவளையும் தந்தாள் இன்னமும் பல. என்ன வென்று கூறுவேன் யான்? உண்மையில், இப்படி ஒரு வினா வெகு நாட்களாக நிருதியிடமும் இருந்தது.

நாம் என்ன செய்தோம் இவருக்கு. நமை எண்ணி இத்துணை துயர் கொள்ள காரணம் தான் என்ன? என்று எண்ணிக் கொண்டாள். மலரின் உதவியினால் இன்று அந்த வினாவிற்கான விடையினைத் தெரிந்து கொண்டாள்.

இவற்றிற்கும் மேலாக ஒரு மனைவி தனது கணவனுக்குத் தரும் தலையாய பரிசு. அவன் பிள்ளையை அவனுக்கு ஈன்று கொடுப்பது. அதனையும் செய்தாள் சிறப்புடனே. நனது விதி அவளுடைய கடமைக்குத் தடையானது. அவள் உயிருக்கும் உலையானது.

சரி போகட்டும் அத்தான். நடந்தவை அனைத்தையும் தாங்கள் மிக விரைவிலேயே மறக்க யான் தங்களுக்கு ஒரு யோசனை வழங்குகின்றேன்."

"என்ன அது? எப்படி மலர்?"

மிகவும் சுலபம் அத்தான் ஒரு மனைவியின் இழப்பை, மற்றும் ஒரு மனைவியினால் ஈடு செய்ய இயலும், ஒரு பிள்ளையின் இழப்பை, இனி பிறக்க போகும் பிள்ளைகள் மறக்க செய்யும்" என்று கருணாவின் அருகே சென்று அமர்ந்தாள் மலர்.

அவளுடைய பேச்சுகள் நிருதிக்கு நியாயம் என்றே தோன்றியது. ஏதோ அன்று மரணத்தின் பிடியில் இருந்ததால்

ஏதேதோ கூறிவிட்டோம். இனி வரப்போகும் பிறவிகளிலே அவை அனைத்தும் பலிக்கட்டும் இப்பிறவியில் இவளே வாழ்ந்து விட்டு போகட்டும். இத்தகைய சூழலில் இருந்து இவரை மீளச் செய்வதற்கு இது ஒன்றே வழி என்று எண்ணிக் கொண்ட நிருதி மலரின் எண்ணங்களைப் புரிந்து கொண்டு அந்த அறையில் இருந்து வெளியேற முயன்றாள்.

"மலர் தயவு கூர்ந்து இங்கிருந்து செல்."

"ஏன்? எதனால் அத்தான்?"

கருணாவின் இந்த வார்த்தை நிருதியையும் அவ்விடத்தே நிற்கும்படி செய்தது.

"இல்லை மலர். இனி என்னாலும் யான் உன்னோடு கூடிகளிக்க இயலாது. நமக்கு இனி பிள்ளைச் செல்வமும் இராது. எமை மன்னித்துவிடு மலர்."

அதிர்ச்சி அடைந்த மலர், "தாங்கள் என்ன கூறுகின்றீர்கள், அத்தான்?" என்றாள்.

"ஆம், மலர். அகத்திலே ஒருத்தியை நினைத்துக் கொண்டு புறத்திலே ஒருத்தியுடன் கலவி கொண்ட போலி வாழ்க்கை போதும் எமக்கு."

"தாங்கள் என்ன கூறுகின்றீர்கள்? எமக்கு ஒன்றுமே விளங்கவில்லையே அத்தான்."

"யான் தற்போது கூறப்போவது எப்போதோ உன்னிடம் கூற எண்ணியவை; அப்பொழுது கூறுவதற்குத் தடையாய் இருந்தது -- உனது புரிதல் அற்ற தன்மை. அதன் பொருட்டு பாதிக்கப்படுவது நிருதி. அதனை யான் விரும்பவில்லை. அது குறித்தே இத்துணை நாட்களாக நனது நிலைபாட்டை உன்னிடம் மறைத்தேன். இனி மறைப்பதில் எமக்கு விருப்பம் இல்லை. ஆகையால் அனைத்தையும் நீ அறிந்து கொள்வது நல்லது."

"எது நல்லது? என்ன கூறப்போகின்றீர்கள், அத்தான்?"

நிருதியும் உன்னிப்பாக கவனித்தாள் – அவன் கூறப்போவதை.

நனது பதவி ஏற்பு நாள் அன்றே, ஆலயத்தில் முதன் முதலில் நிருதியைக் கண்டேன். அத்தருணமது தற்பொழுதும் நனது நெஞ்சில் நிழல் ஆடுகிறது. அவள் அரசனுடைய மகள் என்று அப்பொழுது யான் அறியேன். அவளைக் கண்டதும் நன் கண்களை மூடி அந்தக் காசிவிசுவ நாதரிடம் எம்மையும்

அறியாமல் யான் கேட்ட வரம். அவருக்கும் எமக்கும் மட்டுமே தெரிந்த ரகசியம். இன்று உனக்குரைக்கின்றேன். அவளையே நனது மனையாளாகப் பெறும் வரம் அதனை தாருங்கள்" என்றேன். பின் திடுக்கிட்டுக் கண்விழித்தேன். அதற்குள் நிருதி அங்கிருந்து சென்று விட்டாள். அப்பொழுது அவளுடைய பெயர்கூட எமக்குத் தெரியாது. இதை கேட்டதுமே, தனது உடலும், உயிரும் ஒன்றாய் ஒட்டிக்கொண்டது. போன்று பேரானந்தம் நிருதிக்கு."

"சுவாமி, அப்படியானால் தாமும் எம்மைப் போன்று தாம் எண்ணிக் கொண்டீர்களா?"

"பின்னர் இரண்டொரு நாளில் அவள் குலோத்துங்க சோழனின் மகள் என்று அறிந்து கொண்டேன். இருந்தும், அவளைக் காணும் ஆவல் அதீதமானதே ஒழிய குறையவில்லை. உனை யான் அப்பொழுது காதலித்தும், அவளைக் காணும் ஆர்வம் வந்தது எமக்கே பெரும் குழப்பமாகவே இருந்தது. அவள் பொருட்டு உனை யான் ஒரு போதும் தவிர்க்க நினைத்தது இல்லை என்பது எத்துணை தூரம் உண்மையோ, அது போல எதன் பொருட்டும் அவளை யான் இழக்க விரும்பவில்லை என்பதும் உண்மையே. உனக்கு ஒன்று தெரியுமா மலர்? எமக்கும் நிருதிக்குமான கண்ணான அறிவிப்பு வெளியானது. யானே எதிர்பாரா இன்ப அதிர்ச்சி. என்னை யன்றி இவ்வுலகில் வேறு எவரும் அவளை நினைக்கவும் கூடாது – மணக்கவும் கூடாது. காதலி என்றோ, மனைவி என்றோ. எனினும், இது போன்ற எண்ணங்கள் எமக்குத் தோன்ற என்ன காரணம் என்பதிலே எமக்கே பெரும் குழப்பம் நீடித்தது. நீ நன் காதலியாக இருக்கின்ற படியால், நனது மணமானது அவளின் அருகாமையை மட்டுமே பெரிதும் விரும்பியதே ஒழிய. அதற்கு அப்பால் ஒன்றை யோசித்ததே இல்லை மலர். அன்று ஆற்றுப் படுகையில் நீ எம்மிடமும் நிருதியிடமும் சத்தியம் பெற்றுக் கொண்ட வரையில் அந்த கணத்தில் இருந்து தான் நன் கருத்தில் புதுவித எண்ணம் தோன்றியது."

"என்ன அது அத்தான்?" என்றாள் மலர் – கருணாவின் கண்களை உற்று நோக்கியவாறு

நன் நிருதியுடன் இணை சேர வேண்டும் என்ற எண்ணமது தலைதூக்கியது. யான் எத்துணை முயன்றும் நனது எண்ணமதை கட்டுப்படுத்த இயலவில்லை, மலர்.

இக்காரணத்தினாலே தான் யான் அப்பொழுது தூரதேசப் பயணங்களை வலிய சென்று ஏற்றுக் கொண்டேன். அந்நாளிலே எமக்குக் கிடைத்த பெரும் மகிழ்ச்சியும், பேர் ஆறுதலும் ஒன்று தான். அவள் இக்கருணாகரனின் அழகிய மணவாளினி என்று இச்சோணாட்டார் கூற கேட்பது. நங்களுக்கு கண்ணானம் ஆன ஈராண்டுகளில் யான் வண்டையில் இருந்த அனைத்து நாட்களும் அவளே அறியாமல் அவளின் அறைக்குச் சென்று வருவேன். ஒவ்வொரு நள்ளிரவிலும் அவளை கண்ணெதிரே காண்பது என்பதே எனக்கு அலாதி ஆன ஒன்று. நித்திலத்தால் கோத்த சிவிகை, காஞ்சனத்தால் நெய்த சரிகை அவள். மணிக்குவளை மலருக்கு ஒப்பானவள் நன் நிருதி" என்று கூறி புன்னகைத்துக் கொண்டான் கருணா.

அவளே அறியாமல் என அவன் கூறியதைக் கேட்ட நிருதி புன்னகைத்தாள்.

73

தொண்டைமானின் அன்பு கட்டளையும், வரமும்

நன் கண்களுக்கு இனியவளை அருகேயே வைத்துக் கொண்டு அவளுடன் இணை சேர இயலாமல் இருக்கும் கொடுமையை வார்த்தைகளால் விவரிக்க இயலவில்லை மலர். அத்தருணத்திலே தான் நம் இருவருக்கும் கண்ணானம் நடந்தேறியது. நிருதியின் பால் யான் கொண்ட மோகம், உன் மூலமாக தீரும் என்று எண்ணினேன். தீரவில்லை மலர். கனல் விழுந்த காடு அனல் பற்றி எரிவது போல், அவள் மீது கொண்ட மோகத்தீ பற்றி எரிந்தது நன் தேகம் எங்கும். நூறு இரவுகள் உன்னுடன் யான் ஒன்று கலந்திருப்பேன். ஆயினும், அதில் ஒன்றில் கூட உன்னுடன் யான் இருந்த தாய் எண்ணியதே இல்லை மலர். நிருதியின் நினைவுகளே. நனது நெஞ்சமதில் நிறைந்து வழியும். ஒரு நாள், ஓர் இரவு, அதிலும் ஒரு சாமமே. யான் அவளுடன் ஒன்று கலக்கும் அரிய சந்தர்ப்பம் கிட்டியது. அகத்திலும், புறத்திலும் அவளே எமை முழுவதுமாக ஆட் கொண்டாள். அதுவரையிலும் யான் அடையா பேரானந்தத்தை அடைந்தேன். அந்தப் பேரானந்தத்தின் பலன், நம் குலம் தழைக்க ஒரு மகன் உதித்தான். அவன் உருவானது அறியும் முன்பே கலிங்கம் செல்ல வேண்டி வந்தது. அப்பயணத்தின் தொடக்கத்திலே தான் நிருதிக்கும் எமக்குமான இப்பிணைப் பிற்குப் பெயர் என்ன என்பதையே அறிந்து கொண்டேன்."

"என்ன?" என்றாள் மலர். காதல் என்ற கருணா. அன்று மாதவன் கூறியவற்றை விவரித்து நன் காதல் மனைவி நீ அல்ல மலர்.

"நிருதியே!" என்றான் கருணா. இதைக் கேட்ட மலருக்குக் கண்கள் கலங்கின.

"நீ என்றுமே நன் அன்பு மனைவி. அதனை யான் ஒரு போதும் மறுக்கமாட்டேன் மலர். முன்பு எப்பொழுதும் யான் ஒன்றைக் கூறுவேன். நிருதி நன் எண்ணம் ஆனால், நீ நனது நிழல் என்று. சில தருணங்களில் ஒரு மானுடனால் நிழல் இன்றிக் கூட வாழ இயலும்; எண்ணமின்றி வாழ இயலுமோ மலர்? எண்ணங்கள் இல்லா மனிதன் சவத்திற்கு ஒப்பாவான். அது போன்ற நிலையே தற்போது எமக்கு. ஒருவனுக்கு தனக்கென்று நிழல் இருப்பதையே தன்னுள் இருக்கும் எண்ணமே அறிவுறுத்தும். அந்த வகையில் உன்னோடு யான் கொண்ட இல்லறமும் இந்த அரண்மனையில் உனக்கென்று ஓர் மதிப்பும் நிருதியினாலே உண்டானது என்பதை நீ மறுப்பாயோ? அவள் இங்கில்லை. நீ இங்கிருப்பதை அறிவுறுத்த எவரும் இல்லை."

நீண்ட பெருமூச்சுடனே, "சரி தங்களின் விருப்பப்படியே இங்கிருந்து கொள்ளுங்கள் அத்தான். நிருதி குறித்து எண்ணுவதை இனி தாங்கள் நிறுத்தவும் வேண்டா. அவளின் பிரிவால் ஆகிய துன்பம் அதை, இனியும் தாங்கள் பொறுத்துக் கொள்ளத் தேவையில்லை. அவளை தங்களின் அகத்துள்ளே வைத்து நன்னுடன் மடலூர்வதில் தவறென்ன அத்தான்? என்றாள் மலர்.

புன்னகைத்த கருணா, "காமம் மலரைவிட மென்மை உடையதாகும் மலர். அந்த உண்மையறிந்து அதன் நல்ல பயனைப் பெற்றவர்கள் சிலரே. அதை யான் என்றோ பெற்று விட்டேன். அதனை எமக்கு அளித்தவளையும் தொலைத்து விட்டேன். ஆக, இனி அது எமக்குத் தேவையில்லை. தவிரவும் அவளை நினைந்து உன்னுடன் மடலூர்வதற்குப் பெயர் காமம் அல்ல அது இச்சை. நன் இனியவள் வாழ்ந்த நாள் அதுவில், அவள் பால் கொண்ட மோகம் அதைத் தணித்துக் கொள்ள உன்னுடன் யான் புணர்ந்த வேளைகள் உதவும் என்றே எண்ணினேன், மலர். இருப்பினும், நன் எண்ணமது தவறே. அவள் பால் யான் கொண்ட அதீத காமத்திற்கும், மோகத்திற்கும் அவளே அரும் மருந்தாவாள் என்பதை நன்குணர்ந்து கொண்டேன். இனியும் அவளின் பெயரை உச்சரித்து உன்னிடம் நன் இச்சையைத் தணித்துக் கொள்வதில் எமக்கு விருப்ப மில்லை. இச்செயலானது அவளை அலட்சியம் செய்து உன்னையும் இழிவுபடுத்துவதற்கு ஒப்பாகும் மலர். ஆகையால் இதை இனி யான் ஒரு போதும் ஏற்க போவது இல்லை மலர்."

"அத்தான் யான் இதனை மீண்டும் கூறியதால் தாங்கள் எம்மைத் தவறாக எண்ண வேண்டாம் நன் மடலேறும் எண்ணமதை தங்களிடம் தெரிவிக்கக் காரணம், காம மிகுதியினால் மட்டுமே அல்ல. மாறாக, நமக்கு மக்கட்பேறு கிட்டுமே என்ற நல் எண்ணத்தினாலே. தங்களிடம் முறையிடு கின்றேன் பிரபு. யார் கண்டது நிருதியே நமக்கு மகளாக பிறந்து, அவளால் தங்களுக்கு உண்டான காயமதை ஆற்றலாம், இல்லையா?"

இதைக் கேட்ட கருணா இடைவிடாது புன்னகைத்தான்.

"என்ன வாயிற்று, அத்தான்? ஏன் இப்படி நகைக்கின்றீர்கள்?"

"பிறகு என்ன தேவி, உன் கூற்றைக் கேட்ட யாருமே நகைக்க தான் செய்வார்கள்."

"ஏன்? யான் கூறியதில் இருக்கும் பிழை என்ன அத்தான்?"

"நீ கூறியதில் அல்ல தேவி; உன் புரிதலிலேயே பிழை இருக்கின்றது."

"என்ன அது அத்தான்?

மூவுலகிலும் கணவன் மனைவி ஒற்றுமைக்கு முன் உதாரணமாக இருப்பவர்களே அந்தப் பரம்பொருளும், பார்வதி தேவியும் தான். அப்படிப்பட்டவர்களுக்கே எத்தனையோ முறைகள் பிரிந்து வாழும்படியான சூழல்கள் ஏற்பட்டுள்ளன. அப்பொழுது இவ்வுலகில் நீ எங்கு சென்று பிறந்தாலும் எமை வந்து சேரக்கடவது என்றே அவர் மனையாளுக்கு வரம் அளித்தாரே ஒழிய தன் மகளாக பிறக்கும் வரத்தை அவர் ஒரு போதும் உமை அம்மைக்குத் தந்ததில்லை. அப்படி ஒரு வரத்தை அத்தாயும் விரும்பியது இல்லை, தேவி. அதுபோலவே, இனி வரும் பிறவிகளில் நன் நிருதி எவருக்கு வேண்டுமானாலும் மகளாய் பிறக்கட்டும்; ஆனால் எமக்கு மட்டுமே மனைவியாக இருப்பாள். நன் பிள்ளை என அவள் பிறக்க, எமக்கு ஒரு போதும் விருப்பம் இல்லை. தவிரவும், இப்பிறவியில் எமக்கு ஆலங்காட்டில் துஞ்சிக் கொண்டு இருக்கும் பால ஏகாம்பர நாதனே. நன் பெயர் சொல்லும் பிள்ளை ஆவான். அவன் அன்றி தந்தை என்றழைக்கும் பிள்ளை இனி எமக்குத் தேவையில்லை. இனியும் இது குறித்து விவாதிப்பதில் எமக்கு உடன்பாடு இல்லை, தேவி. கட்டிய மனையாளின் உணர்வுளுக்கு மதிப்பளிப்பதே ஒரு கணவனின் தலையாய கடமை என்பதை யான் நன்கறிவேன், தேவி. இருப்பினும், இல்லற

சுகமதில் எமக்கு நாட்டமில்லாமல் போனதே... என்ன செய்வேன் மலர்? எமை மன்னித்து விடு. உனை இப்படி வஞ்சிக்கும் நிலை உண்டானது. இப்பெரும் பாவத்தை எங்கு கொண்டு தொலைப்பேனோ, எமக்கே தெரியவில்லை, தேவி. இருப்பினும், உனது கனவுகளில் ஒன்று ஈடேறியதில் உனக்கு மன நிறைவிருக்கும். இல்லையா?"

"என்ன அது அத்தான்?

இவ்வண்டை மாநகருக்கு நீயே பட்டத்து அரசியாக இருக்க வேண்டும் என்பது தானே உனது கனவு? அது ஒரு விதத்தில் ஈடேறியதே. இனி நீ மட்டுமே வண்டையின் அரசி ஆவாய், தேவி."

"அமைதியானாள் மலர். பின் எதையோ நினைத்தவளாக, அத்தான் வண்டையின் அரசி என்றீர்களே; எனில், தங்களுக்கு?"

புன்னகைத்த கருணா, "நன் அகத்து அரண்மனையில் கொலு விருக்கும் அரசி யார் என யான் கூறிதான் நீ அறியவேண்டுமா மலர்? ஒரு விதத்தில் உனக்கு யான் நன்றி உரைக்க வேண்டும் மலர்." என்றான்.

"எதற்காக பிரபு."

"நன் அகத்து ஆழத்திலே உறுத்திக்கொண்டு இருந்த உண்மை களை உன்னிடம் பகிர்ந்து கொள்ளும் சந்தர்ப்பத்தை இன்று நீ வழங்கியதற்கு நனது நெஞ்சார்ந்த நன்றிகள், தேவி. செல்; உனது அறைக்குச் சென்று ஓய்வெடுத்துக் கொள் மலர்" என்றவன் அவள் பதிலுக்காகக் காத்திராமல் முறைகளை வாசிக்கத் துவங்கினான்.

"நிருதி, நீ எங்கிருக்கின்றாய்? முடிவில் நீ கூறியதே உண்மை ஆகிப்போனது. நஞ்சு உனக்கல்ல, எமக்கு யானே வைத்துக் கொண்டேன் என்பதை ஒப்புக்கொள்கின்றேன்" என்று எண்ணி கொண்ட மலர், விரக்தியுடனே அந்த அறையை விட்டு வெளியேறினாள் மலர். அங்கிருந்து சென்றதும் அப்பெரிய அறையின் கதவுகளை மூடி தாழிட்டான் கருணா. அந்த அறையில் இருக்கும் சிவலிங்கத்தின் அருகே சென்று அமர்ந்தான் கருணாகரன்.

எம் இறைவா. இப்பொழுதும் நன் அகமும், புறமும் அவள் மூட்டிச் சென்ற காமத்தீயானது இன்றும் பற்றி எரிந்து கொண்டு தான் இருக்கின்றது. ஆயினும், அத்னை அணைக்க மலரோ, அல்லது மற்ற அணங்குகளோ எமக்குத் தேவையில்லை. அவளே வந்து அணைத்தோலே ஒழிய நன் அகத்தீ அணையப்

போவதில்லை, தேவா. பரம்பொருளே தங்களின் அடியவர் கேட்கும் வரமதனை. வாரி வழங்குவதிலே தங்களை நிகர் செய்ய இவ்வுலகிலே ஒருவரும் இல்லை என்பார்கள். தங்களின் பால் பதிகம் பாடிய சைவக்குரவர்களுக்கு தாங்கள் பேரருள் புரிந்ததை இவ்வுலகே அறியும். நாதா, அவர்களுள் சுந்தர மூர்த்தி நாயனாரின் வரலாறு அதுவை ஒரு வாறாக யான் அறிவேன். அவர் தங்களின் மேற் பதிகம் இயற்ற வேண்டும் என்ற ஒரு காரணத்திற்காகவே அவர் முற்பிறவியில் காதலித்த பெண்ணை மணக்க? இப்பிறவியில் வேறு ஒரு பெண்ணுடன் நடக்க இருந்த கண்ணானத்தைத் தடுத்தாட் கொண்டீர்களாமே? அவர் விரும்பிய பெண்ணுடன் கூடிக்களிக்க தூது சென்றீர்களாமே, தேவா? அப்பெரும் சைவக்குரவர்களுடன் என்னை யான் ஒப்பிட்டுக் கொள்ள விரும்பவில்லை பிரபு. காரணம், எமக்குத் தங்களிடம் பக்தி மட்டுமே கொள்ளத்தெரியும்; பதிகம் இயற்றத் தெரியாதே, பிரபு என்று கண்கலங்கினான் கருணா.

நன் வாழ்நாளிலே தங்களை பூசிக்காத நாள் இல்லை. தங்களை எண்ணா வேளையும் இல்லை என்பதை தானே நன்கறிவீர். தங்களின் அடியவர்களுள் தங்களைப் பதிகம் பாடி தொழுதோர் பெரியோர் என்றும், பக்தி மட்டும் கொண்டு தொழுதோர் சிறியோர் என்றும் பேதம் உளதோ சுவாமி? அடியவர்களுக்கும் அடியேன் யான் என்பீர்களே மகாதேவா. தங்களின் பால் யான் கொண்ட பக்தி உண்மையாயின் அதை ஏற்று தாம் எமக்கு இரு வரங்கள் தரவேணும் இறைவா.

அங்கே அமைதி நிலவியது.

அவன் கேட்கப்போகும் வரம் என்னவாக இருக்கும் என்று உன்னிப்பாகக் கவனித்தாள் நிருதி.

நனது முதல் வரம் அது. இனி யான் எத்துணை பிறவிகள் எடுத்தாலும் அவை அத்துணையிலும் நன் நிருதியே நனது இல்லறத்தில் பங்கு கொள்ள வேண்டும். அவளின் பால் யான் கொண்ட காமம் அது தணிய. இனி வரும் பிறவி அதுவில். அவளுடன் யான் மடலூர இடையூறு ஏதும் அண்டா தாங்கள் காவல் இர வேண்டும். அவள் அன்றி வேறொரு அணங்கினை யான் அணுகாமல். எமைத் தடுத்தாட் கொள்ள வேண்டும் ஈசனே, நனது இரண்டாவது வரம் நன் மனைவியையும், மகனையும் தாம் ஈண்டு தரும் பிறவி அதில் தங்களுக்கு நன்றி, உரைக்கும் விதமாக தாம் கொலுவிருக்கும் ஆலயம் ஒன்றிற்கும் திருப்பணி செய்து அடியேன் பிறவிக் கடனைக்

கழித்துக் கொள்கின்றேன், பரம்பொருளே. எமக்கு இவ்விரு வரங்களை தந்தருளுங்கள், மகாதேவா' என்று வணங்கினான் கருணாகரன்.

ஈசனை பூசிப்பதும், நிருதியை நினைத்துக் கொண்டு இருப்பது மாகவே நாட்கள் நகர்ந்தன கருணாவிற்கு. அவ்வப்போது கருணாவின் நிலை குறித்து அறிந்து கொள்ள சோழபுரத்தில் இருந்து அரசு அதிகாரிகளும், அவன் நண்பர்களும், வண்டைக்கு வந்து சென்றனர். நிருதி மறைந்து ஓராண்டு எட்ட உள்ளதை நினைவு கூர்ந்து நாராயண பட்டர் அவளின் ஆன்ம சாந்திக்கான பூசைகள் செய்ய வேண்டும் என குலோத்துங்கனுக்கு அறிவுறுத்தினார். அவரின் அறிவுரையை ஏற்ற குலோத்துங்கன் அது குறித்து தகவல்களைத் தெரிவிக்க வீரசோழனை வண்டைக்கு அனுப்பி வைத்தான்.

வண்டைக்கு வந்த வீரசோழன் தன் தங்கையின் கணவனைக் கண்டதும் வாய் அடைத்து போனான் – கருணாவின் கோலம் கண்டு. கண்களில் ஒளி இழந்து முகத்திலே களை இழந்து காணப்பட்டான் கருணாகரன். எப்பொழுதுமே வீரசோழனைக் காணும் பொழுது நிருதியைக் காண்கின்ற நிறைவளிக்கும் கருணாவிற்கு. நல்ல முறையிலே வரவேற்றான் தன் மைத்துனனை கருணாகரன். இருவரும் ஒருவரை ஒருவர் ஆறத் தழுவிக் கொண்டனர். கருணாவின் இந்நிலை வீரசோழனை மிகவும் வருந்தச் செய்தது. இனியும் கருணாவை வண்டையிலே விட்டு வைத்தால், நிலைமை இன்னும் மோசமாகும் என்றுணர்ந்த வீரசோழன். தன்னுடனே கருணாவை அழைத்துச் செல்ல வேண்டும் என்ற முடிவிற்கு வந்தான். அத்துடன் தான் வண்டைக்கு வந்த காரணத்தை கருணாவிடம் தெரிவித்தான். வீரசோழன். நிருதியின் ஆன்ம சாந்திக்கான பூசையை யாரைக் கொண்டு செய்வது என்று அன்னவராயர் கேட்க என்ன இது குறித்து திருநறையூர் ஏனாதி கிழவரிடம் கேட்டறியலாம் என்று பரிந்துரைத்தார் அமைச்சர் வைத்திய நாதன். அதுவும் சரி என்று அவரிடம் சென்றனர் வீரசோழனும் கருணாகரனும், இந்த ஓர் ஆண்டில் அரண்மனை ஆலங்காடு அல்லாமல் வேறு ஓர் இடத்திற்குக் கருணா சென்றது அதுவே முதல் முறை.

திருநறையூர் ஏனாதி கிழவர் குடிலுக்குச் சென்றனர் வீரனும், கருணாவும்; அவர்கள் இருவரையும் வரவேற்று அமர வைத்தார் கிழவர். கருணாவை உற்று நோக்கிய கிழவர், அவர்கள் வந்ததற்கான காரணத்தை அவர்கள்

கூறாமலே அவர் முன்னுரைத்தார். தவிரவும், ஆத்மசாந்தி பூசை அவசியம் என்றும் உணர்த்தினார் கிழவர். இன்னும் இரு தினங்களில் ஓராண்டு நிறைவு பெறுவதால். குடந்தை கொள்ளிடக்கரையில் அவளுக்கு சாந்திக்கான பூசையை அங்குள்ள பார்ப்பனர்களால் செய்யும் படி அறிவுறுத்தினார். குடந்தைக்கு தானும் வருவதாக கூறினார் ஏனாதி கிழவர்.

"அப்படியானால் நாளை அதிகாலை தங்களை அழைத்து வர ஆட்களை அனுப்புகின்றோம் மூப்பரே. குடந்தைக்கு புறப்பட" என்றான் கருணா.

"ஆகட்டும் அரசே"

"நல்லது. நங்களுக்கு உத்தரவு தாருங்கள் மூப்பரே" என்றான் வீர சோழன்.

"சென்று வாருங்கள், பிள்ளைகளே!" என்றார்.

அவர்கள் அங்கிருந்து சென்றதும், கிழவரின் குடிலுக்குப் பின்னால் இருந்த நந்தவனத்தில் உள்ள செடிகள் வேரோடு பெயர்த்துக் கொண்டு கிடந்தன. மாட்டுத் தொழுவத்தில் கட்டப்பட்டு இருந்த பசுவும் கன்றும் ஓர் இடத்தில் நில்லாமல் அங்கும் இங்குமாக அலை மோதிக் கொண்டு இருந்தன. அங்கிருந்த மற்ற ஊர்வனவும் ஓலமிட அங்கு வந்த கிழவர், மகளே, உனக்கு நன் மீது கோபம் இருக்குமாயின், அதனை நனதிடத்திலே காட்டுவதுதானே முறை. அப்படி இருக்க ஒன்றுமறியா இவற்றை அச்சுறுத்துவது தகுமோ அம்மா? என்றார்.

"யான் இருப்பது எவர் கண்களுக்கும் தெரிவதில்லை. யான் உரைப்பது எவர் செவிகளிலும் விழுவதில்லை. இவை எமைக்கண்டு அரண்டு போவதற்கு யான் என் செய்வேன்?" என்றாள் நிருதி.

"நன் கணவரிடத்தே இருந்து எமை தாங்கள் பிரிக்க முயல்கின்றீர்கள். அதனை எதிர்க்கும் எண்ண வெளிப்பாடே. இங்கிருக்கும் தாவரங்களை கலைந்தேன்!"

"நீ இங்கிருப்பதையும், நீ உரைப்பதையும் எம்மால் நன்குணர முடிகின்றது, தாயே!" என்றார் கிழவர். அதைக் கேட்ட மாத்திரத்தில் நிருதி அடைந்த மகிழ்ச்சிக்கு அளவில்லை எனலாம். அது வரையிலும் அவள் கொண்ட ஆதங்கத்தையும் வேதனைகளையும் அவரிடத்தே கொட்டித் தீர்த்தாள் நிருதி. தன் நாதனுடன் இருப்பதே தனது ஆன்மாவிற்குக் கிட்டியிருக்கும் நிம்மதி என கூறி

முடித்த நிருதி. அதையும் ஆன்ம சாந்தி என்ற பூசையினால் கெடுப்பதாக நொந்து கொண்டாள். இப்பூசைக்குப் பின்னல் கருணாவுடன் தான் இருக்க இயலாது என்பதை நிருதியின் துயரத்திற்குக் காரணம்.

"மகளே உனது எண்ணமதை, நீ தெளிவாகக் கூறிவிட்டாய் தற்போது யான் உன்னை ஒரு கேள்வி கேட்கலாமா?"

"தாராளமாக அய்யா"

"நீ இயற்கையாக மரணிக்கவில்லை என்பதை யான் நன்கறிவேன். உன்னை இந்நிலைக்கு ஆளாக்கியவர்களை நீ நினைத்து இருந்தால் உன் கணவனிடம் காட்டிக் கொடுத்திருக்க இயலும். இருந்தும், நீ அதனை ஏன் செய்யவில்லை, தாயே?"

வேதனை சொறிந்த புன்னகை அவளுக்கு.

"அவரிடம் தெரியப்படுத்துவதால் ஆவதென்ன மூப்பரே? யான் மாண்டது மாண்டது தான்; மீள வழியில்லை. தவிரவும், இச்செயலுக்குக் காரணம் ஆனவர் யார் என தெரியவந்தால் நன் குடும்பத்தாரின் நிம்மதி குலையக் கூடும். அத்துடன் அவர் தன் இன்னுயிரையே துறக்க நேரிடும். இதனாலேயே இதனை யான் ஒருவரிடமும் கூறப்போவது இல்லை."

"உன் கணவன் உயிருடன் இருந்து தான், ஆகப்போவது என்ன தாயே? உன்னுடனே அழைத்துக் கொள்ளலாமே?"

"அதைக் கேட்ட நிருதிக்குக் கோபம் வந்தது."

"மூப்பரே, தாங்கள் என்ன கூறுகின்றீர்கள்? அவர் ஏன் சாகவேண்டும்? அவரால் இவ்வுலகில் ஆக வேண்டிய பணி ஒன்று உள்ளது. அதற்காகவே அவர் வாழ அந்தப் பரம்பொருளை அனுதினமும் யான் தொழுகின்றேன்."

"அது என்ன பணி, தாயே?"

"திருக்குவளை ஈசனுக்குத் திருப்பணி செய்ய வேண்டும் என்பது, அவர் வாழ்நாள் லட்சியம் ஆகும். அதனை அவர் சிறப்புடனே செய்து முடிக்க வேண்டும் என்பது நனது விருப்பம். அதன் பொருட்டே அவர் வாழவேண்டும், ஐய்யனே."

"அப்படியானால், அதற்கு முதலில் உனது ஆத்ம சாந்தியே முக்கியம், தாயே."

"அவரின் திருப்பணிக்கும் இதற்கும் என்ன சம்பந்தம் மூப்பரே? யானே எப்படி அவர் பணிக்குக் தடை ஆவேன்? யான் மாண்டே போனாலும் அவர் மனைவி என்கிற வகையில் அவரின் எண்ணங்களுக்கு இன்று வரையிலும்

மதிப்பளிக் கின்றேன் ஐய்யா. அப்படி இருக்க, தாம் இது போல் கூறுவதை எம்மால் ஏற்க இயலாது."

"அப்படி இல்லை மகளே உனது உயரிய குணமது எமக்கு நன்கு புரிகின்றது தாயே. நீ வண்டையர் கோன் அருகே இருக்கின்ற வரை உனையன்றி வேறெதுவும் அவர் சிந்தைக் கெட்டாது, மகளே! இதன் முடிவானது, தனது வாழ்நாள் காலம் வரையிலும். வண்டையர் கோன் அந்த அறை அதுவிலே முடங்கி இருப்பார். இதை தான் நீ விரும்புகின்றாயா மகளே?"

"அய்யா, தாங்கள் என்ன கூறுகின்றீர்கள் மூப்பரே?"

"ஆம் தாயே உனது ஆன்மாவின் தாக்கமானது, உண்மையில் அவரை செயல் இழக்க செய்துள்ளது, தாயே. திருக்குவளையில் திருப்பணி செய்வதாயின், அது முன்னே பல தவங்கள் செய்த பலனினாலே இயலும் என்பார்கள். அத்தவத்தின் பலனை நீயே கெடுக்கப் போகின்றாயா, மகளே?"

"அய்யோ இவ்வாறாக தயவு கூர்ந்து கூறாதீர்கள் அய்யா!" என்று வருந்தினாள் நிருதி.

"இதனை நீ சங்கடம் கொள்வதற்காகக் கூறவில்லை தாயே. உள்ளதைக் கூறினேன்."

"நான் யாருக்கு என்ன தீங்கிழைத்தேன்? எனக்கு ஏன் இக்கதி வந்தது? யான் இருக்கையிலும் சரி, இறந்த பின்னும் சரி. மற்றவர் மனம் நோக யான் நடந்து கொண்டதே இல்லை. ஆயினும், யான் உயிருடன் இருக்கையில் பிறர் நலன் கருதி நனது அனேக ஆசைகளை விட்டொழித்தேன். நான் தாய், தந்தையைப் புறக்கணித்தேன். நன் பிறந்தகத்தைத் தவிர்த்தேன். இவை அனைத்தையுமே யான் நன் மனமுகந்தே செய்தேன் நன் நாதனுக்காக; அவருடைய அன்பினைப் பெறுவதற்காக அதுவும் எனக்குக் கிட்டியது. அவருடைய பேரன்பினாலும் பெரும் கருணையினாலும் நன்னாள் ஒன்றில் நன்மகன் உதித்தான். வயிற்றிலே உதித்தவனை நன் கரத்திலே ஏந்துவதற்குள்ளாக யான் மாண்டு போவேன் என்று கனவிலும் நினையவில்லை அய்யனே" என்றழுதாள் நிருதி.

"அவரவர் முன்னோர்கள் செய்த பாவ புண்ணியத்தின் பலனே. நாம் அனுபவிக்கும் கர்மவினை என்பதனை நீ அறியாயோ மகளே? தவிரவும், நாம் முற்பிறவியில் செய்த பாவத்தின் பலனே. இப்பிறவியில் அனுபவிக்கக் கடவது என்பார்கள் பெரியோர்."

"தாங்கள் கூறுவதையே ஏற்றுக் கொள்கின்றேன் மூப்பரே. யானோ, நனது முன்னோரோ செய்த பாவ காரியத்தின் பலனாகவே எமக்கு இந்த மரணம் சம்பவித்தது என்று வைத்துக் கொள்ளுவோம். எனில், நன் பிள்ளை செய்த பாவம் தான் என்ன? அது எதற்காக சாக வேண்டும்? நனது அகப்பையிலேயே அவன் மாண்டு போக வேண்டும் என்றால், பின் அப்படி ஒரு பிள்ளையை ஏன் அந்த ஆடவல்லான் எங்களுக்கு வரமாகத் தரவேண்டும் மூப்பரே? மரணம் என்ற ஒன்றை அப்பரம் பொருளே நிர்ணயம் செய்ய வேண்டும். இப்புவியில் பிறக்கும் அனைத்து உயிரினங்களுக்கும். அப்படியிருக்க, இடையே தோன்றி மறையும் மானுடர்கள் இப்படி கொலைப் பாதகம் செய்யத் துணிவது தகுமோ?"

"உனது ஆதங்கத்திலும் உண்மை இருக்கின்றது மகளே. அவரவர் புரியும் பாவ புண்ணிய பலனை அதே பிறவியிலோ அல்லது இனி வரும் அடுத்தடுத்த பிறவிகளிலோ அனைவரும் அனுபவித்தே தீரவேண்டும் இதுவே அவரவர் தலை அதுவில் எழுதப்பட்டு இருக்கும் விதி. ஆகையினால் இந்தப் பிறவி பெருங்கடலில் நீந்தப் பழகு, மகளே. உனது துன்பமதை விட்டொழி. அழிவு என்பது உடலுக்கே ஒழிய, ஆன்மாவுக்கு இல்லை மகளே. உனது கணவனையும் உனது பிள்ளையையும் மீண்டும் பெறும் வரம் அதனை அந்தப் பரம்பொருளிடம் கேள் மகளே. உனக்கு மறு பிறவி அளித்து உன் எண்ணமதை ஈடேற்றுவான் அந்த ஈசன். இப்பிறவியில் உன் வாழ்வது சிறிதேனும் சிறப்பு பெற்றிருக்குமானால் அதற்கு அந்த ஆடவல்லானுக்கு நன்றி கூறு. உன் கணவன் திருப்பணி செய்து உனை வந்தடைய வாழ்த்து கூறு, மகளே. நீயும், உன் கணவனும் சந்திக்கப் போகும் காலமது தூரம் இல்லை என்று நம்பு மகளே. நீ ஒன்றை அறிவாயா, நிருபமை? உனது ஈமையில் கலந்து கொண்ட நாளில் இருந்து இன்று வரையிலும் யான் உன்னை நினையாத நாள் இல்லை. யான் பெற்ற மகளை இழந்ததாகவே எண்ணி வருந்துகின்றேன் தாயே. உன்னை இந்நிலைக்கு ஆளாக்கியவர்கள் தண்டிக்கப்பட வேண்டும். உன் ஆன்மாவது அமைதி கொள்ள வேண்டும். இனி வரும் பிறவியில் நீ உன் கணவனுடன் வாழவும் பிள்ளைகள் பல பெறவும் அந்தப் பரம்பொருளை யான் வேண்டா நாளில்லை, தாயே."

"மிக்க நன்றி அய்யனே" என்று அக்கிழவரைத் தொழுதாள் நிருதி.

"இனியும் இக்கிழவன் வாழ்கின்ற காலம் வரை நன் அன்பு மகள் ஆசைகள் நிறைவேற அந்த ஆடவல்லானைத் தொழுவது தொடரும்."

கண்ணீர் மல்க தனது கரம் கூப்பினாள் நிருதி.

"செல்வமகளே. இங்கிருந்து காலமதை விரயம் செய்ய வேண்டாம். உன் கணவனுடன் இரு. இன்னும் இரு தினங்களே உனக்குக் கால அவகாசம் அதனை அகமகிழ்வுடனே கழித்து செல் தாயே. ஏனெனில், மிக விரைவிலேயே உனது கணவனைச் சந்திக்க போவதை எண்ணி.

தலை அசைத்தாள். அங்கிருந்து செல்ல முற்பட்டவளை, "நிருபமை ஒரு கணம்?" என்றழைத்தாள்.

"கூறுங்கள் அய்யனே."

"இனிவரும் பிறவியில் உன் கணவனைக் கண்ட மகிழ்ச்சியில் இந்தக் கிழவனை மறக்க மாட்டாயே?"

இந்த ஒராண்டில் நிருதி வாய்விட்டு சிரித்தது அப்பொழுதே.

"இனி வரும் காலமதில் நன் நாதனை யான் அடைய காரணமாக இருக்கப் போகின்றவர்கள் இருவர். ஒன்று, அந்த பரம்பொருள், மற்றும் ஒருவர், யான் மாண்ட பின் எனை ஈன்ற தந்தையார். மறப்பேனா?"

கண்களில் நீர்ச்சொரிய, "அப்படியாயின், இனி எனை யான் மணவாளினியின் தந்தை என்றே கூறிக் கொள்வேன்."

"நன் அகத்தே அது எமக்கு கிட்டிய பெரும் பேறு அய்யனே. சென்று வருகின்றேன்."

"நல்லாசிகள் மகளே! குடந்தையில் சந்திப்போம்."

ஏனாதி கிழாரின் அறிவுரைப் படியே மிக உற்சாகமாய் தனது பொழுதைக் கழித்தாள் நிருதி. வண்டை மாளிகை எங்கும் சென்று, தான் விடைபெற்றுக் கொள்வதாக கூறிவந்தாள். பூசை அறைக்குப் புறத்தே நின்று இறைவனிடம் தனது கோரிக்கை களை முறையிட்டாள். தன் கணவனைக் காத்தருளும்படி கேட்டுக் கொண்டாள். கருணாவைப் பிரியாமல் அவன் அருகேயே இருந்தாள் அவ்விரு தினங்களும், 'சுவாமி தங்களை யான் மீண்டும் காண இன்னும் எத்துனை ஆண்டுகள் ஆகுமோ தெரியவில்லை. தாங்கள் திருக்குவளைக்குத் திருப்பணி செய்வதை காண வேண்டும் என்பதே நனது ஆசை. பணி நிறைவு பெற்ற நாளதுவில் நாவுக்கரசர் பதிகங்களை வேதியர்கள் பாடும்படி செய்து, அந்தப் பரம்பொருளையும்,

தங்களையும் மகிழ்விக்கச் செய்ய வேண்டும் என்பது நனது கனவு. இவை இரண்டுமே ஈடேறும் என்பதில் எமக்கு எந்த அய்யமும் இல்லை சுவாமி. இருப்பினும், அத்தருணமதில் யான் அங்கு இருக்கப்போவதில்லை என்று வருத்தம் மட்டுமே எமக்கு. அந்த ஆடவல்லான் அருள்பார்வை எந்நாளும் தங்களின் மேல் பதிந்திருக்கட்டும்."

குடந்தை கொள்ளிடக்கரைக்கு வந்தனர், கருணாவும் அவன் தந்தை மற்றும் வீரசோழனும். ஏனாதி கிழவர் உடன் இருக்க, பார்ப்பனர்கள் பூசையைத் துவங்கினர். ஆலங்காட்டிலே தன் மகனை கண்டு கொண்டு இருந்தாள் நிருதி.

"உன் தாய்க்கு விடை கொடு மகனே. உன் தந்தைக்கு துணை இரு. உன் உடன் இருப்பான் சுந்தரம்" என்று அங்கிருந்து சற்றுத் தள்ளியிருந்த சுந்தரத்தின் சிலையைக் கண்டாள் நிருதி. சண்பக கன்றுகள் தழைத்திருந்தன அக்காட்டில். தன் பிள்ளையைக் குறித்து ஏதேதோ எண்ணங்களோட நீண்ட பெருமூச்சுடனே அக்காட்டினை ஒருமுறை பார்வையிட்டு அங்கிருந்து சென்றாள் நிருதி. சோழகங்கம் ஏரியில் தன் மகளின் ஆன்ம சாந்திக்கென்று பட்டரைக் கொண்டு பூசை செய்தான் குலோத்துங்கன் – தனது மனைவியருடன் அங்கு வந்து. தனது தாய் தந்தையை வணங்கி சோழ அரண்மனையில் இருக்கும் தனது அறைக்கு வந்தாள் நிருதி. கூடவே அமுதாவின் நினைவும் அவளுக்கு வந்தது.

"அமுதா சுந்தர சுர பாண்டியனுடன் பாண்டி மண்டலத்திலே இருக்கின்றாள். இந்த ஒராண்டிலே அமுதாவை நினையாத நாள் இல்லை. அவளும் அப்படிதான்; எனை மறப்பதென்பது இப்பிறவியில் அவளால் இயலாது. அந்த ஈசன் அவளுக்கு அருள் புரியட்டும்; அவளின் இல்லறம் சிறக்கட்டும்" என்றெண்ணிய நிருதி, மறுகணமே பெரு ஆவுடையார் ஆலயம் முன் தோன்றினாள் நிருதி, தனது கரத்தைக் கூப்பி அப்பரின் மறை ஒன்றைப் பாடினாள். அதன் பின், பெரு ஆவுடையாரே! யான் இன்று தங்களிடம் வருவதன் காரணம் தாங்களே அறிந்த ஒன்றே. இன்றுடன் ஒராண்டு நிறைவுற்றது யான் மாண்டு. அவருடன் வாழ வழி இல்லையேனும், அவரைக் கண்ணாரக் கண்டு கொண்டேனும், நனது ஆவி இருக்க வகை செய்துள்ளீர்கள் என எண்ணி மகிழ்ந்தேன். அதுவும் இன்றுடன் முற்றுப்பெறப் போகின்றது இல்லையா தேவா? போகட்டும். எதற்கும் காரணம் இல்லாமல் காரியம் இல்லை என்பார்கள் பெரியோர். அதை யானும் ஏற்கின்றேன்.

இருப்பினும் யான் வேண்டும் கோரிக்கை, விருப்பம், வரம் அவை அனைத்தையும் தாம் எமக்கு தப்பாமல் செய்து தருவீர்கள் என்ற நம்பிக்கையை எடுத்துரைக்கின்றேன் ஈசனே! நன் நாதன் சிந்தையதை ஆட்கொள்வது உமை மணாளன் ஆனால், அவரின் உடல், பொருள் ஆவி நன தாகட்டும். அம்பலத்தான் உள்ள காலம் மட்டும். நன் நாதன் பூரண தேக ஆரோக்கியத்துடன் இருத்தல் வேண்டும். தாங்கள் வன்மீக நாதராய் வீற்றிருக்கும் திருக்குவளைக்கு மகத்தான திருப்பணி செய்து அப்பணிச் சிறப்பின் காரணமாக, தங்களைப் போலவே நன் நாதனின் திரு நாமும் அங்கே நிலை பெறட்டும். தாம் அங்குள்ள காலம் மட்டும்.

அடி முடி அறிய ஒண்ணா ஆடவல்லா அனுதினமும் தம்மை பூசிக்கும் மனம் தந்த மகா தேவா. தாங்கள் நன்பால் கொண்ட கருணைக்கு நன்றி. மனு முதல் கங்கை கொண்ட சோழன் வரை. எண்ணிலடங்கா மா மன்னர்கள் வாழ்ந்த மகத்தான குலத்தில் நன்னைப் பிறக்கச் செய்ததற்கு நன்றி. குடிகளின் நல் வாழ்வே கோ மகனுக்குப் பெருமை என எண்ணும் குலோத்துங்கனுக்கு நன்றி. எம்மை ஈன்றதனால். அறத்தைப் பேணும் அன்ன வராயருக்கு நன்றி – எம்மை மருமகளாய் ஏற்றதனால், வானர் குல வள்ளிக்கு நன்றி – நன் நாதனைப் பெற்றதனால். இந்நானிலம் காணா உத்தமனை நன் நாதனாகப் பெற்றேன். நன் நாதனுக்கும் கோடானுகோடி நன்றிகள் – நன் வாழ்வதனைப் பொருள்படச் செய்தமைக்கு ஏனாதிக்கு நனது நன்றிகள் – நன் பிள்ளையின் முகம் காணச் செய்ததற்கு. இன்னும், இன்னும் அநேகருக்கு, நன்றிகள். நன் வாழ்நாளில் நன்னுடன் பயணித்தவர்களுக்கு.

இனம் புரியா தவிப்பு நிருதியைப் பற்றி கொண்டது காரணம். இன்னும் சற்று நாழிகைகளுக்கெல்லாம், கருணாகரன் தனக்கு நீத்தார் கடன் செய்ய இருப்பதை எண்ணியோ என்னவோ இந்தப் பதற்றம் அவளுக்கு. இத்தருணத்தைத் தவறவிட்டால், இனி என்றுமே தன் அகக் கொதிப்பை ஆற்ற முடியாது என்பதனால் அவள் உள்ளத்துள்ளே உள்ளவற்றைக் கொட்டித்தீர்த்தாள் – நன்றென்றும் தீதென்றும் பாராது. மேலும் தொடர்ந்தாள் – தனக்கான காலக்கெடு முடிவடையப் போகிறது என்று எண்ணி.

இவனே உன் எதிர்காலம் என ஊக்குவித்து இல்லற வாழ்வதனை இன்னதென்று காட்டி விட்டு, பெரும்வற்றுள் அறிவெறிந்தது மக்கட்பேறு என்பார்கள். அதையும் எமக்களித்து

நன் வாழ்வது துவங்கும் முன்னமே அனைத்தையும் பறித்துக் கொண்டீர்களே. இறைவா! இது எதனால்? பரம்பொருளே! அது எதுவாக இருந்தாலும் அது குறித்து இனி யான் வருந்தப்போவ தில்லை. பிள்ளைகளின் நியாயமான தேவைகளை நிறை வேற்றுவதே பெற்றவர்களின் கடமையாகிறது, இல்லையா? ஈசனே. இதைத் தாங்கள் ஏற்பீர்களேயானால், அப்போது நனது கோரிக்கை இதுவே. எத்தனை யுகங்கள் தங்களைப் பிரிய நேர்ந்தாலும் இறுதியில் உமது இடப்பாகம் உமை வந்து சேரும் இனிய வரமதனை அளிக்கும் பார்வதி மணாளா. இன்னும் எத்துணை ஆண்டுகள் யான் பிறந்து மடிந்தாலும், நன் நாதனையே சேரும் இனிய வரமதனை எமக்குத் தரவேண்டும். நன் கண்டத்திலே அவர் அணிவித்த சோடிப்பும், நன் கருவிலே அவர் தம் பிள்ளையையும் யான் சுமக்கும் வரமதனைத் தர வேண்டும் இறைவா. தன் எண்ணத்தின் திண்ணத்தை வலியுறுத்திச் சொல்ல மானிடர் வடக்கிருத்தல் போல நன் நாதனை அடையும் வழியை அறிய வடக்கிருப்பதே உத்தமம் எனக் கருதுகின்றேன். நன் ஆவியைப் பிடித்து கொற்றவை குடியிருக்கும் ஆள் அரவமற்ற கானகத்தில் நிறுத்தி அங்கே யான் வடக்கு அமர அருள்புரியுங்கள் ஈசனே. அவ்விடத்தே நன் மகனும், நன் தாய் பெரிய நாயகியும் எமக்குத் துணை இருக்க அருள்புரியுங்கள் தேவா. என்னோர் பொருட்டு தம் மனையாளை தாம் பிரிந்திருந்த காலம் போல நன் பொட்டு தம் நாயகியைப் பிரிந்திருக்க மாட்டிரோ? நன் நாதனைப் போல, நாயகியை பிரிந்து தாங்கள் வருந்தும் காலமதில் யான் வாழ நல்லதோர் வழி காட்டுவீர்கள் என்று நம்புகின்றேன், பரமனே." என்று கூறி முடித்த அவள் பரமனை வணங்கி குடந்தை செல்ல.

தனது தமையனையும், கணவனையும் கண்குளிரக் கண்டு கொண்டிருந்த நிருதி ஏனாதி கிழவரிடம் தனது வணக்கத்தைத் தெரிவித்துக் கொண்டாள் தலை அசைத்தார் கிழவர். கருணாவின் கரத்தில் பிண்டமதைத் தந்து பொன்னி நதியில் இறங்கி ஆதித்தனையும், ஆடவல்லானையும் வணங்கி அவன் கோரிக்கைகளைத் தெரிவிக்குமாறு கூறினார் பார்ப்பனர்.

"மகளே, கருணா அளிப்பதை ஏற்றுக்கொள். அப்படியே உனது விருப்பத்தையும் அந்த ஈசனிடம் கூறுமகளே. தற்போது நீங்கள் இருவரும் முறையிடுவதே. அந்த ஆடவல்லானால் ஏற்றுக்கொள்ளப்படும்."

"ஆகட்டும், விடை கொடுங்கள் அய்யனே" என்றாள்.

"நல் ஆசிகள் மகளே."

கருணாவின் எதிரே சென்ற நிருதி இரண்டு கோரிக்கைகளையே முன் வைத்தாள். அது இனிவரும் பிறவிகள் அனைத்திலும் அவனே அவளுக்குக் கணவனாக அமைய வேண்டும் என்றும் அவன் பிள்ளைக்கே தாயாக வேண்டும் என்று கேட்டுக் கொண்டாள். அதையே தான் கருணாவும் கோருவான் என்று எதிர்பார்த்தாள் நிருதி.

கரத்திலே பிண்டத்தை ஏந்தியபடி நின்ற கருணாவின் கண்களில் நீர்பெருகி பொன்னி நதியோடு கலந்தோடியது.

"பரம்பொருளே வெய்யோனே தங்களுக்கு நனது வணக்கங்கள். நன் அன்பு மனையாள் நிருதிக்கு நனது நல் ஆசிகள். உன்னிடமும் அந்த ஈசனிடமும் யான் கோரும் நனது விருப்பம் யாதெனின், எனை நீ மணந்து கொள்வதினால் உனக்கு மரணமே பரிசாகக் கிட்டும் எனில் இனி நீ எனை மணக்கத் தேவையில்லை நிருதி. உனையே நன் உயிர் என நினைத்தது உண்மையானால், இனி வரும் பிறவியதில் நீயே நனது மனைவி என்பதை நன் உள்ளுணர்வு உணர்த்திக்கொண்டு இருக்கும். நனது ஊனும், உயிரும் உனதாகும். அதில் எவருக்கும் பங்கில்லை. ஆகையினால் யாதொரு பெண்ணையும் யான் மணக்கப் போவதில்லை, தேவி. இவற்றுக்கு இணையாக நீ எமக்கு ஒரு உபகாரம் செய்ய வேண்டும், தேவி."

அவன் கோரியவற்றைக் கேட்ட நிருதிக்கு தலையிலே இடி விழுந்தது போல் இருந்தது.

'இன்னமும் என்ன உபகாரம் தங்களுக்கு வேண்டும் சுவாமி?' என்று எண்ணிக் கொண்டாள்.

"உனது மரணத்திற்கான காரணம் அறியும் வரையில் நன் ஆவி அமைதியுறாது தேவி. இனி ஒரு முறை நீ பிறப்பது அந்த ஈசனால் நிச்சயிக்கப்படுமானால். அதே சமகாலத்தில் யானும் பிறக்க அந்த ஆடவல்லானை வேண்டுகின்றேன். அப்பொழுது நீ எங்கே, எப்படி இருந்தாலும் உனை வந்தடைவேன் யான். நம்பிக்கை கொள், தேவி. நாம் சந்திக்கும் தருணமதில் காலத்தினால் எனையே யார் என்று யான் மறந்தாலும் உனது நினைவுகள் மட்டும் நன் உள்ளமதில் ஒட்டிக்கொண்டிருப்பது உறுதி. அதைத் தூண்டி எனை உணரச்செய்து உன் மரணத்திற்கான காரணத்தை அப்பொழுதேனும் கூறு, நிருதி.

அது போதும் எமக்கு. உடலோடு ஒட்டி இருக்கும் உயிர் போல, உன் அகப்பையிலே குடியிருக்கும் நம் மகனோடு உனைக் காணும் தருணத்திற்காகக் காத்திருப்பேன். இனி வரும் காலமதில் உன் கருணாகரன். சென்று வா நிருதி. அனுதினமும் உனது நினைவே எமை உயிர்வாழச் செய்யும் என்பதை நினைவில் வைத்து" என்று கூறி பிண்டத்தை நீரிலே கரைத்தான் கருணா.

"விடை கொடுங்கள் சுவாமி" என்று கூறி மறைந்தாள் கருணாவின் நிருதி.

நீரிலே மூழ்கி எழுந்த கருணாகரன், தன் மனைவி ஆன்மா அமைதி கொள்ள, அந்த ஈசனை வேண்டி அங்கிருந்து சென்றான்.

தனது தந்தையின் அறிவுரையின் பேரிலும், வீரசோழனின் வேண்டுகோளுங்கிணங்கவும் சோழபுரம் சென்று தனது பணிகளைத் தொடர எண்ணினான் கருணா. இனியாவது தனது மகன் இயல்பு நிலைக்குத் திரும்பட்டும் என்று ஆசிகள் கூறி சோழபுரத்திற்கு அனுப்பி வைத்தனர் அவனின் குடும்பத்தார். ஏறக்குறைய ஓர் ஆண்டு காலம் கடந்து, கருணா சோழபுரம் வருதலை அறிந்து அங்குள்ள குடிகள், அவனுக்கு உற்சாக வரவேற்பளிக்க ஏற்பாடுகள் செய்திருந்தனர். வண்டை தொடங்கி, சோழபுரம் கோட்டை வரையிலும் வழி நெடுகிலும் மக்கள் அவனை வணங்கி வரவேற்றனர். கோட்டை வாயிலில் சோணாட்டு அரசு அதிகாரிகள் அனைவரும் வந்திருந்தனர். அவனை வரவேற்க. நீண்ட இடைவெளிக்குப் பின் கருணாவைக் கண்ட அனைவருக்கும் அதிர்ச்சியே. கலிங்கம் வென்ற கருணாகரன் அங்கே காணாமல் போயிருந்தான். அமைதியும் அடக்கமும் அவனிடத்தே குடிகொண்டிருந்தன. அவனைக் கண்டவர்கள் கரம்கூப்பி வணங்கத் தூண்டுவதாய் இருந்தது. அவனின் முகபாவம். துயரம் குடிகொண்டு வாடி இருந்த அவன் முகமது மெள்ள மலரத் துவங்கியது – இறை சிந்தனை மேலோங்கியதால்.

சோழர் கோட்டையில் இருக்கும் தனது மாளிகைக்கு வந்த கருணா. எதையோ நினைத்தவனாக தனது அறைக்கு விரைந்தான். அறையின் அகத்தே சென்ற அவனுக்குக் கண்களில் நீர் பெருகியது. இம்முறை துயரம் அல்ல; ஆனந்தத்தால் உண்டான நீர் அது. அறை அதுவில். நிருதியின் சித்திரம். 'இதை எப்படி மறந்தேன் தேவி இத்துணை

நாட்களாக?' என்று அதைத் தழுவிக் கொண்டான். மிகுந்த உற்சாகத்துடனே தனது அறையைத் தானே சுத்தம் செய்தான் கருணா. தடாகத்திற்குச் சென்று நீராடி நந்தவனத்திற்குச் சென்று செண்பகப் பூக்களைப் பறித்து வந்து, தனது மனைவியின் சித்திரத்திற்கு அருகே வைத்து விளக்கினை ஏற்றினான் கருணா.

"யான் சித்திர மண்டபத்திற்குச் சென்று வந்துவிடுகின்றேன் நிருதி" என்று கூறி அந்த அறையில் இருந்து வெளியேறிய கருணா, பணியாட்களை அழைத்து, தனது அனுமதி இன்றி அந்த அறைக்குள் யாரும் நுழையக் கூடாது என்று உத்தரவிட்டான். அதை ஏற்று அங்கிருந்தவர்கள் அவரவர் பணிகளைத் தொடர்ந் தனர். வரவேற்பறையில் கருணாவிற்காகக் காத்திருந்தான் வீரசோழன்.

"வணங்குகின்றேன் அரசே. புறப்படலாமா?"

"வாருங்கள், இளவரசே! வணக்கம்" என்றான் அவன்.

74

பரணி

இருவரும் தேரிலேறிச் சித்திர மண்டபத்திற்குச் சென்றனர். நீண்ட இடைவெளிக்குப் பின் கருணா தனது பணியைத் துவங்குவதால், அவனை வாழ்த்தி வரவேற்பதாக இருந்தது. அன்றைய சபை நடவடிக்கை. தனது தங்கையின் பிரிவுத் துயரில் இருந்து தன் மைத்துனனை மீட்டெடுக்க பெரும் பாடுபட்டான் வீரசோழன். கருணா இயல்பு நிலைக்குத் திரும்பிய பெரும் பங்கு வீரசோழனையே சேரும். எப்பொழுதும் கருணாவிற்கு உறுதுணையாக உடன் இருக்கத் துவங்கினான் வீரன்.

கருணா சோழபுரத்திற்கு வந்து பத்து தினங்களுக்கு எல்லாம் மதுசூதனனை (புரவி) கருணாவிடம் கொண்டு வந்து சேர்த்தான் குமரன். சோழபுரத்திலேயே இருந்து தனது பணியினைத் தொடர்ந்தான் கருணாகரன். திங்கள் தோறும் மாத சிவராத்திரியின் போது வண்டை ஆலங்காட்டிற்குச் செல்வதும் தொடர்ந்து கொண்டுதான் இருந்தது. தினப்படி தனது மனைவிக்கு சண்பக மலர் கொண்டு பூசிப்பதும் அதைத் தொடர்ந்து கோட்டையினுள் இருக்கும் ஆலயம் செல்வதும், அதன் பின் தனது பணியைத் தொடர்வதும் மாலையில் அக்கோட்டையில் இருக்கும் தனது நண்பர்களுடனும் வீர சோழனுடனும் உரையாடி விட்டு இரவில் நாவுக்கரசர், சுந்தரர் பதிகம் பாடுவதுமாகக் கழிந்தன கருணாவின் பொழுதுகள் தினமும்.

நிருதி மறைந்து இரண்டரை ஆண்டுகள் கழிந்தும் இதுவே தொடர்ந்தது. கருணாவின் வாழ்க்கைப் பயணத்தில் நெடு நாட்களாக குலோத்துங்கனும், சோழ குடிகளும் ஆவலுடன் எதிர்பார்த்த சயங்கொண்டாரின் தரணி புகழ் பரணி அரங்கேற்ற விழா. வெகு விமர்சையாக ஏற்பாடுகள்

செய்யப்பட்டு இருந்தன. அவ்விழாவிற்கு சோணாடு எங்கும் அழைப்புவிடப்பட்டு இருந்தது. தங்களின் வாழ்நாளிலே கிடைப்பதற்கு அரிய சந்தர்ப்பம் இது என்று கருதி, அழைப்பு பெற்ற அனைவரும் அதிலே கலந்து கொள்ள, சோழபுரம் விரைந்தனர். சிற்றிலக் கியங்களிலே தனக்கென தனியிடம் பெறப்போகும் பரணியின் நூல் ஆசிரியருக்குப் பாராட்டுகள் குவிந்தன. அதை அரங்கேற்றும் முன்பே. சோழபுரம் முழுவதும் கோலாகலமும் கொண்டாட்டமும் குடிகொண்டிருந்தன. சித்திர மண்டபத்திலே குலோத்துங்கன் எழுந்தருள, விழா இனிதே துவங்கியது. குலோத்துங்கன் சமிக்சை செய்ய, ஓலை நாயகம், சயங் கொண்டாரைப் புகழ்ந்து விழாவைத் துவங்கிவைத்தார்.

இன்றைய நாள் அதுவே பொன் ஏடுகளால் பொறிக்க வேண்டியதாகும். நம் அவைப் புலவர் சயங்கொண்டார் இயற்றிய "கலிங்கத்துப் பரணி" அரங்கேற்ற விழாவிற்கு வருகை தந்த அனைவரையும் வணங்கி வரவேற்கின்றோம் என்று கூறிய ஓலை நாயகம், புலவரை தொடரும் படி கூறி அமர்ந்தார். ஆடவல்லானைத் தொழுது தனது பரணியைப் பாடத் தொடங்கினார் சயங்கொண்டார்.

கடவுள் வாழ்த்து, உமாதேவன் வணக்கம், திருமால் துதி, நான்முகனைப் பரவுதல், கதிரவனை வேண்டல், ஐங்கரத்தானைப் பணிதல், ஆறுமுகனை துதித்தல், நாமகள் கொற்றவை வணக்கம். சப்த மாதர்கள் துதி என்று பாடல்களை தொடர்ந்து ஐந்நூற்று தொண்ணூற்று ஒன்பது தாழிசைகளை கொண்ட பரணி பாடிய சயங்கொண்டாருக்கு ஒவ்வொரு தாழின் முடிவதிலும் ஒரு பொற்றேங்காயை உருட்டி விட்டான் குலோத்துங்கன் – சயங்கொண்ட புலவருக்குப் பரிசாக. ஒவ்வொரு தாழிசை முடிவிலும் புலவரை உற்சாகப்படுத்தி அவருடைய பாடலுக்குத் தங்களின் வாழ்த்துக்களையும் தெரி வித்தனர். அங்கிருந்த மக்கள் அனைவரும். சயங்கொண்டாரின் கலிங்கத்துப் பரணியில் காமம், வீரம், வெகுளி, அச்சம், அவலம் போன்றவற்றை வரிசைப்படுத்தி அழகுற இயற்றி இருந்தார். புலவர், குதூகலம், ஆரவாரம், ஆர்ப்பரிப்பு என அனைத்துணர்வு களும் கலந்து இருந்தன. அங்கு கூடியிருந்த மக்கள் வெள்ளத்தில் இந்நூல் உருவாகக் காரணமாய் இருந்த கதைநாயகனும், களநாயகனும் மட்டும் அங்கில்லை. போரிலே தோற்றோடிய அனந்தவன்மனைப் பாடியதே கலிங்கத்துப் பரணி. ஆயிரம் களிறுகளைக் கொன்று

வெற்றி கொண்ட கருணாகரனைப் புகழ்ந்து பாடுவதும் பரணியே. அனந்தவன்மனோ கலிங்கத்தில்; கருணாகரனோ ஆலங்காட்டில். ஆம், அன்று வைகாசித் திங்கள் சிவன் ராத்திரி. தன்னைச் சிறப்பித்து எழுதப்பட்ட பரணி அரங்கேற்றப்பட்ட சபை அதுவில் இருப்பதை விடவும். தன் மனைவி மகனுடன் இருப்பதையே அவன் பெரிதும் விரும்பினான். அவன் வாழ்க்கையை விளக்கிக் கூறும் நூல் ஒன்றை இயற்றும் தனது விருப்பதைக் கூறினார் புலவர் சயங்கொண்டார். அதை மறுத்த கருணாகரன், தன்னையும் தன் மனைவியரையும் குறிப்பிட்டு பொறிக்கப்பட்ட கல்வெட்டு ஒன்றே போதுமானது என்று கூறினான்.

கால ஓட்டத்தால் முதலில் தன் தந்தை, அன்னவராயர் பிறகு தாய் உத்தமவல்லி, அவர்களைத் தொடர்ந்து குலோத்துங்கனின் ஆருயிர்த் தோழர் ஆன வானதி ராயரும் மாண்டனர். நிருதியின் இறப்பிற்குப் பிறகு யார் மாண்டதும் கருணாவிற்குப் பெரிதாக பாதிப்பை ஏற்படுத்தவில்லை. குலோத்துங்கனின் நாற்பத்தி எட்டாம் ஆண்டுகளின் முடிவில் தன் இளைய மகன் வீரசோழனை வேங்கிக்கு அனுப்பி விக்கிரமனை சோழபுரம் அழைத்துக் கொண்டான். சோழபுர மக்களிடம் விடை பெற்று கொண்ட வீரசோழன், தனது மைத்துனனும், நண்பருமான கருணாகரனை ஆறத்தழுவிக் கொண்டான்.

"இனி யான் சோழபுரம் வருவது என்பது அரிதே அரசே. இப்பெரும் சோணாட்டில் எங்கும், எப்பொழுதும் சென்று வரும் உரிமை படைத்தவர் தாம் தான். ஆகவே, அவ்வப்போது அடியேனைக் காண வேங்கிக்கு வரவேண்டும் அரசே" என்றான் வீரசோழன்.

"அவன் வார்த்தை கருணாவை நெகிழச் செய்தது. வீரனை மீண்டும் ஒரு முறை தழுவிக்கொண்ட கருணா, "நிச்சயமாக தங்களைக் காண வருவேன்" என்று வீரனுக்கு விடை அளித்த கருணா, அவனை சோழ மண்டல எல்லைவரை சென்று வழி அனுப்பி வந்தான். வேங்கிக்குச் செல்கின்ற வழியில் வண்டை நகர் ஆலங்காட்டிற்கு இறுதியாக ஒருமுறை சென்றான் தனது தங்கையைக் காண வீரசோழன். அங்கே அவளை வணங்கி தனது பயணத்தைத் தொடர்ந்தான் வீரசோழன். வேங்கியின் அரசனாக விக்கிரமனால் முடிசூட்டப்பட்டான் வீரசோழன். அதைத் தொடர்ந்து ஓரிரு முறைகள் வேங்கிக்குச் சென்று வந்தான் கருணாகரன் வீரசோழனைக் காண.

குலோத்துங்கனின் நாற்பத்தி ஒன்பதாம் ஆண்டு ஆட்சி காலத்தில் முறைப்படி தனது மூத்த மகனான விக்கிரம சோழனுக்குப் பட்டாபிஷேகம் செய்து வைத்தான் குலோத்துங்கன். திரிபுவன சக்கரவர்த்திகள் பரகேசரி விக்கிரம சோழன் என்ற பட்டத்துடன் சோணாட்டை ஆட்சி செய்யத் துவங்கினான் விக்கிரமன். 'அமைச்சர்களுக்கு அமைச்சன்' எனும் உயரிய பதவி இவன் ஆட்சியின் துவக்கத்தில் கருணாகரனுக்கு வழங்கப்பட்டது. வீரசோழன் அளவிற்கு இல்லை ஆனாலும். மிகுந்த மதிப்புடனே நடத்தினான் விக்கிரமன் கருணாகரனை குலோத்துங்கன் தனது ஐம்பதாவது ஆட்சி ஆண்டில் நோய்வாய்ப்பட்டு இறந்தான். சோழனின் போர்ச் செயல்கள் என்பது குலோத்துங்கனின் நாற்பத்தி இரண்டாம் ஆண்டு நடந்த வடகலிங்கப் போரே இறுதியாய் இருந்தது. பின் விக்கிரம சோழன் ஆட்சி முடியும் காலம் வரையிலும் போருக்கு வேலை இல்லாமல் போனது. விக்கிரமனின் ஆறாம் ஆட்சி ஆண்டில் தொண்டை மண்டலத்திலும், நடு மண்டலங்களிலும் பெரும் வெள்ளப் பெருக்கு ஏற்பட்டு அதன் விளைவாக கொடிய பஞ்சம் தலைவிரித்தாடியது. அதனை சரி செய்ய விக்கிரமனுக்கு மூன்று ஆண்டுகள் ஆயின. இது போன்ற இடர்களில் இருந்து சோழ குடிகள் தப்பி பிழைத்து, இயல்புக்கு திரும்பி, முன்பிருந்தது போல் அமைதியுடன் வாழ ஆண்டுகள் பத்து விக்கிரமனின் ஆட்சி அது நடந்து கொண்டிருந்தது. தனது நெடு நாள் கனவு லட்சியம் ஆன திருக்குவளைத் திருப்பணியைத் துவங்க அதுவே தக்க தருணம் என்று எண்ணிய கருணாகரன், திருப்பணி செய்வதற்கான அனைத்து ஏற்பாடுகளையும் செய்தான்.

தன் வாழ்நாளிலே தான் ஈட்டிய பெரும் செல்வங்களையும் தனது மூத்த மனைவியின் சீதனச் சொத்துக்கள் அனைத்தையும் திருக்குவளைத் திருப்பணிக்கென்றே செலவிட்டான் கருணாகரன். அந்நாளிலே பெரும் பொருட் செலவில் திருக்குவளை ஈசனுக்குத் திருப்பணி செய்த ஒரே சிற்றரசன். வண்டையர் கோன் கருணாகரத் தொண்டை மானே. அவனுடைய இப்பணி பலராலும் போற்றிப் பாராட்டப்பட்டது. விக்கிரமனின் பதினாறாம் ஆட்சி ஆண்டில், தான் வகிக்கும் அரசு பதவிகளில் இருந்து ஓய்வு பெறுவதாக அறிவித்தான் கருணாகரன். இது விக்கிரம சோழனுக்குப் பெரும் வருத்தத்தை அளித்தது. இருப்பினும், இதை அவன் ஏற்றுக் கொள்ளத்தான் வேண்டும்.

ஓய்வுபெற்ற கருணாகரன் தனது நகருக்குத் திரும்பினான். அப்பொழுது திருநறையூர் ஏனாதி கிழவரைக் காண விரும்பி அவர் குடிலுக்குச் சென்றான் கருணா. மிகவும் பழுத்த நிலையில் படுக்கையிலே இருந்தார் கிழவர். முன்னர் மாத சிவராத்திரிக்கு வரும்போது திருநறையூருக்கு அவ்வப்போது கிழவரைக் காணச் செல்வதை வழக்கமாகக் கொண்டிருந்தான் கருணா. அப்படி அவரைக் காணும் போது தான் திருக்குவளை ஈசனின் அடியாராகப் போவதாகக் கூறுவான். "அதற்கான காலமது இன்னும் கனியவில்லை; காத்திருங்கள், அரசே!" என்பார் கிழவர் அவரின் அறிவுரையை ஏற்பான் கருணா. அது போலவே அன்றும் தனது விருப்பத்தைத் தெரிவிக்கச் சென்றான் கருணா. அவனைக் கண்டதும் அந்தத் தள்ளாத நிலையில் எழுந்து அமர்ந்தார் கிழவர்.

"வணங்குகின்றேன் அய்யனே."

"வாருங்கள் அரசே வணக்கம். இந்த எளியோனின் குடிலுக்கு தாங்கள் வந்ததால் யான் பெரும் பேறு பெற்றேன் பிரபு."

"அய்யோ தாங்கள் என்ன வார்த்தை கூறினீர்கள் மூப்பரே. தங்களைப் போன்ற பெரியோர்களின் அறிமுகம் கிடைத்ததே நன் பாக்கியம் ஆயிற்றே."

"பெரியோர் என்ற பெயர் வயது முதிர்ச்சியினால் வருவ தில்லை அரசே; செயற்கரிய செயல்கள் புரிவதனால் வருவது. அந்த ஆடவல்லானுக்குத் திருப்பணி செய்து பெரும் பெயர் பெற்றவர் தாம். ஆகவே, தாங்களே என்னிலும் பெரியோன் அரசே!"

அமைதியானான் கருணா. பின் அவனே மௌனம் கலைந்தவனாக தனது நெடுநாள் விருப்பத்தைக் கிழவரிடம் கூறினான்.

சற்றும் தாமதிக்காமல் ஏனாதி கிழவர் கூறினார்: "இனி தடையேதும் இல்லை பிரபு – தாங்கள் திருக்குவளை நாதன் திருவடியில் சேர"

கிழவரின் வார்த்தை கருணாவிற்கு இன்ப அதிர்ச்சியை அளித்தது.

"தங்களின் அறிவுறுத்தலுக்கு நன்றிகள் அய்யனே."

"பிரபு யான் தங்களை ஒன்று கேட்கலாமா?"

"கேளுங்கள் மூப்பரே!"

"தாங்களோ அரசவம்சத்தே வந்தவர்; தங்களின் ராச சுகபோக வாழ்வைத் தவிர்த்து, இப்படி துறவு நிலை அடைய விரும்புவதன் காரணம் என்ன?"

"நனது மனையாள் அழகிய மணவாளினி."

"என்ன? தாங்கள் என்ன கூறுகின்றீர்கள் அரசே?"

"ஆம் அய்யனே அவளை யான் மீண்டும் பெற முதலில் அந்த ஈசனின் அருளைப் பெறவேண்டும். அதற்கு யான் அந்த இறைவனடி சேர்வதே உத்தமம். இவ்வுலகிலே அவளையும் அந்த ஈசனையும் தவிர மற்ற எதன் மீதும் எமக்குப் பற்றில்லை அய்யா. ஆகவே தான் அவளை அடைய அந்தப் பரம்பொருளின் திருவடிகளின் சரண் அடையப் போகின்றேன்" என்றான் கருணா.

உற்சாகத்துடனே, "ஆகட்டும் அரசே. தங்களின் எண்ணங்கள் யாவும் ஈடேறட்டும் அதற்கு, நனது நல் ஆசிகள் மகனே" என்ற கிழவர் கருணாவிற்கு சில அறிவுரைகளைக் கூறி வாழ்த்தி அனுப்பி வைத்தார். அவரை வணங்கி விடைபெற்றுக் கொண்டான் கருணா.

அவன் அங்கிருந்து சென்றதும், கட்டிலிலே தனை சாய்த்துக் கொண்ட கிழவர் மெள்ள கண்களை மூடி நிருதியின் ஆன்மா தனது குடிலுக்கு வந்ததை நினைவுகூர்ந்தார். அவள் தன்னிடம் கூறிய பல விசயங்களில் தன் கணவனைப் பற்றிய அவளுடைய உறுதிப்பாட்டை நினைத்துக் கொண்டார் கிழவர். கிழவரும், நிருதியும் உரையாடிய தருணமதில், "தாயே நீ தாம் உன் கணவனை எண்ணி, இத்துணை துயர் கொள்கின்றாய். நீ அவரை நினைக்கும் அளவிற்கு உன்னை அவர் நினைப்பாரா என்பது சந்தேகமே."

"ஏன் அவ்வாறு கூறுகின்றீர்கள், அய்யனே?"

ஆம் தாயே, உனது கணவனோ இந்நகர் அரசன். அரசன் என்பவன் ஒன்றுகும் மேற்பட்ட மனைவியரை மணக்கும் உரிமை உடையவன் ஆகின்றான். இப்படி இருக்க, ஒரு மனைவியின் இழப்பை ஈடு செய்ய இன்னும் இரு மனைவியரை மணந்து கொள்வார். இது இயல்பும் கூட. அப்படி இருக்க, நீ அவர் பொருட்டு இப்படி வருத்தம் கொள்வது வீணே."

"இல்லை அய்யனே, தாங்கள் தவறாகப் புரிந்து கொள்கின்றீர். நன் நாதன் மற்ற அரசர்களைப் போன்றவர் அல்லர். அவர் நனது மீது கொண்ட அன்பு தூய்மை ஆனது.

எங்களின் இல்வாழ்க்கை தனித்துவம் ஆனது. இன்றல்ல; இன்னும் எத்துணை ஆண்டுகள் ஆனாலும் எம்மை அவரால் மறக்க இயலாது, மற்ற பெண்களையும் மணக்க இயலாது; அய்யா. இதனை யான் உறுதியாக கூறுவேன்."

"இத்துணை புரிதல்களா நுங்கள் இருவருக்குள்ளும்? உங்களின் இந்த உள்ளார்ந்த ஒற்றுமையே உங்களை ஒன்று சேர்க்கட்டும் அந்தப் பரம்பொருள் அதற்கு அருள் செய்யட்டும் என்று எண்ணிக் கொண்டார் ஏனாதி கிழவர்.

தனது அரண்மனைக்கு வந்த கருணா, தன் விருப்பமதை மலரிடமும் அங்கிருந்த தன் குடும்பத்தினரிடமும் தெரிவித்தான். அவன் திருக்குவளைக்கு அடியவனாக செல்ல விருப்பம் இருந்தது அனைவரும் அறிந்ததே. ஆனால் இத்துணை விரைவாக அவன் செல்லப் போகின்றான் என்று அவர்கள் அறிந்து இருக்கவில்லை.

"அத்தான், தாங்கள் ஏன் இத்துணை சீக்கிரமாக இம்முடிவை எடுத்தீர்கள்? நன் நிலையைப் பற்றி தாங்கள் ஏன் சிந்திக்க வில்லை?"

இல்லை தேவி, யான் இங்கேயே இருப்பதனால் நீ எம் பொருட்டு பெறப்போவது என்ன? யான் திருக்குவளை செய்வதால் நீ இழக்கப் போவது தான் என்ன மலர்? இது இப்படி தாம் நடக்க வேண்டும் என்பது ஏற்கனவே இறைவனால் எழுதி வைக்கப்பட்டது, தேவி.

அத்தான் யான் இது போல் தங்களைக் கேட்பதற்காக எமைத் தவறாக எண்ண வேண்டா."

"கேள், தேவி! என்ன அது?"

"வெறும் இரண்டரை ஆண்டு காலமே தங்களுடன் வாழ்ந்த ஒருத்திக்காக, ஏறக்குறைய பதினெட்டு ஆண்டுகள் தங்களுடன் வாழ்ந்த எம்மை விட்டு இப்படி துறவு மேற்கொள்வது தகுமோ?"

புன்னகைத்த கருணா பிறந்தது முதல் இதே பதினெட்டு ஆண்டுகள் உன்னுடன் வளர்ந்த உன் உயிர் தோழியை இத்துணை ஆண்டுகளாக நீ மறந்து வாழவில்லையா, மலர்? அது போலத் தான் இதுவும். பிரிவும், மரணமும் மானுட வாழ்வில் இயல்பே. அதனுடனே நாமும் வாழப் பழகிக்கொள்ள வேண்டும், தேவி. இனி வண்டையில் இருப்பதும் அல்லது உனது தமையனுடன் தஞ்சையில் இருப்பதும் உனது விருப்பமே மலர்" என்று கூறி தனது அறைக்குச்

சென்றான் கருணா. இத்துணை ஆண்டுகளில் இரண்டாம் திருவரங்கனுக்கு பொன்னி தேவி என்பாளுடன் மணமாகி இரண்டாம் இளவேனில், இரண்டாம் வடிவுடையாள் என்ற இரு பெண் மக்கள் அவனுக்கு இருந்தனர். ஒரு நல்ல நாளிலே தனது தம்பி இரண்டாம் திருவரங்கனுக்கு வண்டையின் புதிய அரசனாக முடிசூட்டி வைத்தான் கருணாகரன். தனது குடும்பத்தினரிடமும், தன் குடிகளிடமும் விடைபெற்றுக் கொண்ட கருணாகரனை, "பெரிய தந்தையே தாங்கள் கவலை கொள்ளாமல் இறைவனுக்குத் தொண்டாற்றுங்கள். நாங்கள் இங்கு தங்களின் பொருட்டு பெரிய தாயாரைப் பார்த்துக் கொள்கின்றோம். அத்துடன் ஆலங்காட்டிலே துஞ்சிக் கொண்டிருக்கும் மணவாளினி தாயாரையும், நங்கள் தமையனாரையும், தங்களின் அறிவுரைப்படியே வணங்கி வருவோம். அத்துடனே சுந்தரத்திற்கான பரிபூசையையும் தவறவிட மாட்டோம் தந்தையே" என்றனர் திருவரங்கனின் பெண் மக்கள் இருவரும்.

இதைக் கேட்ட கருணா அவர்களை ஆறத் தழுவிக் கொண்டான்.

75

திருக்குவளை வன்மீக நாதர்

"நன் கண்மணிகளே. யான் உங்களை பிரிந்து இருப்பது எங்ஙனம், தாயே?" என்று கண்கலங்கினான் கருணா.

"தமையா, தங்களின் இம்முடிவைப் பரிசீலிக்க இயலாதா?" என்றான் திருவரங்கன்.

"இல்லை தம்பி. இது நனது முடிவல்ல; அந்த ஈசனின் சித்தம், இதனை யான் ஏற்பதே உத்தமம்."

கவலை தோய்ந்த முகத்துடனும் கண்ணீருடனும் கருணாவை வழி அனுப்பி வைத்தனர் வண்டை நகர வாசிகள். திருக்குவளை வரையிலும் அவனுடன் வர விருப்பம் தெரிவித்தனர் கருணாவின் குடும்பத்தினர். அதை ஏற்ற கருணா, அவர்கள் தன்னுடன் வர அனுமதித்தான். கருணாகரன் திருக்குவளை வன்மீக நாதர் திருவடிகளில் சேரப் போவது சோணாடு எங்கும் அறிவிக்கப்பட்டது. கருணாகரனை திருக்குவளையிலே கொண்டு விடுவதற்கான அனைத்து ஏற்பாடுகளையும் சிறப்புடனே செய்தான் விக்கிரம சோழன். சோழபுரத்தில் விக்கிரமனிடம் விடை பெற்றுச் செல்வதற்காக வந்த கருணா, அந்தப்புரத்து நிருதியின் அறை, நந்தவனத்து சண்பக மரம், கோட்டை சிவ ஆலயம், தனது மாளிகை அறையில் இருக்கும் நிருதியின் ஓவியம் என அனைத்தையும் கண்ணாரக் கண்டு கொண்டான். தனது தம்பியை அழைத்து, அன்று வரையிலும் தன் மனைவியைப் பூசித்ததைக் காட்டி "தம்பி இது உனது அண்ணியாரின் நினைவுகளைப் பிரதிபலிக்கும் அறை ஆகும் அப்பா. இதனை நனது அந்திம காலம் வரை பிறர் பயன்படுத்த அனுமதிக்கலாகாது, தம்பி" என்று கேட்டுக் கொண்டான் கருணாகரன்.

"தங்களின் சித்தப்படியே, தமையா. இருப்பினும். ஒரு சிறு திருத்தம்"

"என்ன தம்பி? இனி தங்களைத் தவிர இனி எவரும் இந்த அறையைப் பயன்படுத்த இயலாது" என்று கூறிய திருவரங்கன், ஐம்பொன் சிலைகள், எண்ணிலடங்கா கலைப்பொருட்கள் போர்க் கருவிகள், எண்ணற்ற ஓவியங்கள் இவற்றிற்கெல்லாம் மேலாக கருணா கருதும் நிருதியின் ஓவியமதையும் அந்த அறையில் இருந்தபடி அதைப் பூட்டி தாழிட்டு "தமையா இந்த அறை இனி என்றுமே திறக்கப்பட மாட்டாது" என்றான்.

தலை அசைத்த கருணா அங்கிருந்து புறப்பட்டான்.

கங்கை கொண்ட சோழீசுரர் ஆலயம் காலை முதலே மக்கள் வெள்ளத்தால் சூழ்ந்திருந்தது. கருணாவை வழி அனுப்பும் பொருட்டு பெரு ஆவுடையார் உடன் பெரிய நாயகி அம்மை, நர்த்தன வினாயகர் போன்ற மூர்த்தங்களுக்கு அபிஷேகம் செய்யப்பட்டது. அவன் பொருட்டு சோணாட்டு சக்கரவர்த்திகள் துவங்கி, அந்நாட்டுச் சிற்றரசர்கள், குறுநில மன்னர்கள் அரசு அதிகாரிகள் என அனைவரும் அங்கு வந்திருந்தனர். மாதவனும், மூர்த்தியும் கூட அதிலே அடக்கம். அவர்கள் அனைவரையும் சந்தித்து உரையாடிய கருணா, அவ்வாலயத்திலே இருக்கும் காசிவிசுவநாதர் சன்னதிக்கு வந்தான். அங்கே கண்களை மூடி அமர்ந்தான் கருணா. இருபது ஆண்டுகளுக்கு முன் அவன் அங்கே கண்ட காட்சி அவன் நினைவிற்கு வந்தது. கண் விழித்த கருணாகரனின். கண்களில் நீர்பெருகியது. நன்னிடம் இருந்த அனைத்தையும் துறந்துவிட்டேன். நிருதி பற்று அற்றவனாகி தற்பொழுது நன்னிடம் இருப்பது நான்கு. உன் நினைவு, உன்னினைவாக நீ எமக்களித்த ஓலையும் லிங்கமும், இன்னும் ஒன்று யான் உனக்களித்த பரிசு நித்தில மாலை. அனைத்தையும் துறந்த எமக்கும் இவற்றைத் துறக்கும் துணிவு வரவில்லை தாயே இது எதனால்? என்று புலம்பினான் கருணா. பின் தன் கண்களை மீண்டும் மூடிக் கொண்டு, "பரம்பொருளே. யான் தங்களின் திருவடியில் சேரும் முன். யான் அறிய விரும்புவது ஒன்று தான். நன் நிருதியை யான் மீண்டும் காண்பேனா? அவளிடத்தே யான் சென்று சேர்வேனா என்பதை எமக்கு நிமித்தமாக உணர்த்துங்கள் மகாதேவா. அமர்ந்தபடியே அழுத கோலத்தில் சில கணங்கள் கழிந்து இருக்கும்.

"அய்யனே!" என்ற குரல் கேட்டு கண்விழித்தான் கருணாகரன். அழகே உருவாகிய பெண்பிள்ளை.

"மகளே, யார் அம்மா நீ? உனக்கு என்ன வேண்டும்?

எனக்கு இந்த மணியிலிருந்து ஒலி எழுப்ப வேண்டும் உதவி செய்வீர்களா?

தாராளமாக என்ற கருணா. அப்பிள்ளையை ஏந்த (தூங்க) ஏதோ இனம் புரியா ஆனந்தம் அவன் உள்ளே. இடைவிடாது அந்த மணியை அடித்து, "போதும் ஐய்யனே. என்னைக் கீழே இறக்கி விடுங்கள்" என்றது. "சரி மகளே!" என்று கூறி இறக்கி விட அப்பிள்ளை அங்கிருந்து ஓடியது.

எதையோ நினைத்தவனாக "மகளே, ஒரு கணம் நில் அம்மா!" என்றான்.

"ஏன் அழைத்தீர்கள் எம்மை?"

"உன் பெயர் என்ன தாயே?"

"நிருதி!" என்று அப்பிள்ளை கூறிய கணமே அப்படியே அமர்ந்த கருணா. பேச வார்த்தைகள் இன்றி ஊமை ஆனான் சில கனம் – அப்பிள்ளையைப் பார்த்தபடியே.

"மகளே, நிருதி! இங்கே என்ன செய்து கொண்டிருக் கின்றாய்? உனை எங்கெல்லாம் தேடுவது?"

"அமுதா! நீயா? நீ இங்கே எப்படி?" என்றான் கருணா. அவனை கண்ட அமுதாவின் கண்களில் கண்ணீர்.

"அரசே தாங்கள் எப்படி இருக்கின்றீர்கள்? தங்களை காணவே பாண்டி நாட்டில் இருந்து வந்தோம். தாங்கள் திருக்குவளை நாதர் திருவடியில் சேரப் போவதாக தகவல் கிடைத்தது. ஆகையினால் தங்களின் ஆசி பெறவே இங்கு வந்தோம் அரசே."

"நல்லது. இது?" என்றான் கருணா.

"இவள் நனது பிள்ளையே அரசே. நம் நிருதியின் பெயரை தான் இவளுக்கு வைத்திருக்கின்றோம்; பானு நிருபமை."

அவள் கூறியதுமே அப்பிள்ளையை வாரி எடுத்து முத்தமிட்டான் கருணா.

"அமுதா உனக்கு இவள் மட்டும் தானா?"

"இல்லை அரசே! ஒரு மகனும் உண்டு" என்று அமுதா கூறிக்கொண்டு இருக்கையிலேயே, அங்கு வந்தான் சுந்தர சுர பாண்டியன் தன் மகனை அழைத்துக் கொண்டு.

"அதோ அவன் தான்"

"வணங்குகின்றேன் அரசே!"

"வணக்கம் சுந்தரர் அவர்களே; நலமா?"

"மிக்க நலமே. தங்களைக் காணவே இங்கு வருகை தந்தோம். பல்லவர் கோனே தாம் இங்கிருப்பதாக கூறினார்."

"ஓ... அப்படியா? நல்லது அமுதா. உனது மகளைவிட சிறு பிள்ளையா மகன்?"

"ஆம் அரசே. எங்களுக்கு மணமாகி பத்து ஆண்டுகளுக்குப் பின்னரே இவர்கள் இருவரும் பிறந்தனர். மகளுக்கு ஒன்பது அகவை ஆகின்றது. மகனுக்கு ஆறு அகவை ஆகின்றது."

"நல்லது. உனது மகன் பெயர் என்ன அமுதா"

"தங்களின் பெயர் தான் அரசே!" என்றான் பாண்டியன்.

"என்ன?"

"ஆம் அரசே! எங்களுக்குப் பிறக்கப் போகும் பிள்ளைகளுக்கு தங்களின் பெயரையும், தங்களின் துணைவியார் பெயரையும் வைக்க வேண்டும் என்பது நன் மனையாளின் ஆசை. அதனாலேயே நன் பிள்ளைகளுக்குத் தங்களின் பெயர்களை வைத்தோம்."

மௌனமாய் தலை அசைத்தான் கருணாகரன்.

சுந்தர சுர பாண்டியனின் மகனே பின் நாளில் விக்கிரம சோழனின் ஆட்சியின் பிற்பகுதியில் அமைச்சர் பதவி ஏற்று, தனக்கென தனியிடம் பெற்ற கருணாகரன், சுந்தரத் தோளுடை யான் ஆகிய வளவன் பல்லவரையன் எனும் பட்டம் பெற்றவன் ஆவான். சிறிது நேரம் அமுதாவுடனும், பாண்டியனுடனும் உரையாடிக் கொண்டு இருந்த கருணாகரன், தான் அணிந்திருந்த நித்தில மாலையை அமுதாவின் மகளுக்கும், லிங்கத்தை அவள் மகனுக்கும் பரிசளித்தான். அவை இரண்டுமே நிருதிக்கு மிக விருப்பமானவை என்பதை அமுதா நன்கறிவாள். பாண்டியன் அவர்களே, தாங்கள் முன்னே சென்று கொண்டு இருங்கள்; யான் இதோ வந்து விடுகின்றேன்" என்றான் கருணா.

"ஆகட்டும் அரசே என்று கூறி அங்கிருந்து சென்றனர் அமுதாவும் பாண்டியனும் அவர்கள் பிராகாரத்திலே சென்று திரும்பும் வரையில் அவர்களையே கண்டு கொண்டு இருந்தான் கருணா. இல்லை அவர்களின் மகளை என்பதை சரியாக இருக்கும். அவனைக் கண்டு புன்னகைத்து கண் சிமிட்டி

சென்றாள். அமுதாவின் மகள் நிருதி. மீண்டும் பரம்பொருளை வணங்கிய கருணா, "மகாதேவா, யான் மாண்டு பிறப்பேன் – நன் மனையாள் மரித்த கதி அறிய. நம்புகின்றேன் உம்மை – நன் இனியவளை, காணும் காலமது கைகூடும் என்று. இனி இறுக்கமது இல்லாமல் திருக்குவளை திருவடியை சரணடை வேன் சுவாமி!" என்று வணங்கி சோழீசர் ஆலயத்தில் இருந்து புறப்பட்டான் கருணாகரன். திருக்குவளையை நோக்கி அங்கு வரும் அடியார்க்குத் தொண்டனாய் இருந்து, சில காலங்களில் இறைவனடி சேர்ந்தான் பரணியின் நாயகனாம் வண்டையர் கோன் கருணாகர வேள் தொண்டை மான்...

– முற்றும் –

முடிவுரை

வணக்கம்! இந்த நாவல் வாசிக்க நேர்ந்த அனைவருக்குமே இதன் முடிவு என்பது அவ்வளவு ஏற்புடையதாக இருக்காது. காரணம், அதீத இறை நம்பிக்கை, கட்டுக்கோப்பான வாழ்க்கை முறை, நியதி அநீதிக்கு அஞ்சி நடப்பது, எந்நிலையிலும் தன்னிலை மாறாதிருப்பது. இவை போன்ற காரணிகளை முன் நிறுத்தியே இக்கதையில் வரும் பெரும்பாலான கதாபாத்திரங்கள் இருக்கும். அப்படி இருந்தும் நிருதியின் அகால மரணமும், கருணாவின், துறவு நிலையையும் காணும்பொழுது இறை நம்பிக்கை என்ற ஒன்று இங்கே அனைவரிடமும் கேள்விக் குறியாகின்றது. இக்கதையை தாங்கிய காகிதங்களில் ஏறக்குறைய ஏன்? அனைத்துத் தாள்களிலுமே ஈசனே! எம்பெருமானே! ஆவுடையானே! ஆடவல்லா! பொன் அம்பலத்தானே! பரமேஸ்வரா! உமை மணாளா! இடையொரு பங்கா! பரம்பொருள்! இப்படி தேவர்களுக்கும் தேவனை அடிக்கொரு முறை குறிப்பிட்டது வீணோ? அவர் பொருட்டு அறுபத்து மூவர் படைத்த மறையும் தான் பொய்யோ? அடியார்க்கும் அடியேன் யான் என்று அப்பொன்னம்பலத்தான் வாய்மொழிந்தது வெறும் ஒப்பனைக்கா? அருணகிரியை ஆட்கொண்ட பரமன் நிருதியைக் காக்க ஏன் வரவில்லை? என்ற எண்ணம் தோன்றுவது வெகு இயல்பே. அந்த எண்ணமது அப்படியாக உங்களுக்கும் மேலோங்கி இருந்தால், இதைத் தொடருங்கள். உண்மையில் ஆத்ம சாந்திக்குப்பின் நிருதி என்னவானாள்? எங்கு போனாள்? அவளை அப்பரம்பொருள் ஆட்கொண்டாரா? அபயம் அளித்தாரா? என்றால் எப்பொழுதும் பெரியோர் கூறும் பொன்மொழிகளை முன்னிறுத்தி நிருதியைத் தேடிக் கதையினைத் தொடருவோம். "எதற்கும் காரணமில்லாமல் காரியமில்லை"

நீத்தார் கடனுக்குப் பின்

என்ன இது? இத்துணை இருள் படர்ந்து இருக்கின்றதே? இது என்ன இடமாக இருக்கும்? நாம் எங்கிருக்கின்றோம்? என்று எண்ணிக் கொண்டாள் நிருதி. அவள் அவ்விதம் எண்ணும் கால் அவளைக் கடந்து சென்றது ஒரு கனத்த உருவம் -கண்ணிமைக்கும் நேரத்தில், அக்கனமானது நிருதிக்கு மீண்டும் ஒரு முறை மாண்டு மீண்டது போல் இருந்தது. ஆன்மாவிற்கும் வியர்க்குமா என்ன? சற்றே தன்னை ஆசுவாசப் படுத்திக் கொண்ட நிருதி அங்கிருந்து பைய நடக்கத் துவங்கினாள். இம்முறை தன்னை யாரோ பின் தொடர்வதாய் உணர்ந்த நிருதி திடுக்கிட்டுத் திரும்ப அங்கு யாரும் இலர். இது தனது பிரமை என்று அவள் திரும்ப, தலைகீழாகத் தொங்கி கொண்டு இருந்தன. கோரமான பேய்கள் இரண்டு. அவற்றைக் கண்ட அவள், தலைதெறிக்க ஓடினாள். அது என்ன இடம் என்றே அறியாது. ஒன்றிரண்டு அவள் கண்களில் பட்டது இருக்க, நூற்றுக்கணக்கில் அங்கே பேய்கள் இருப்பதைக் கண்டு மூர்ச்சையாகிப் போன முதல் பேய் இவளே.

பயசுரம் தெளிந்தவள் கண்விழிக்க, அங்கே பகலவன் தன் பணியைத் துவங்கி இருந்தார் – அக்காலைப் பொழுதில். அப்படியானால், இது நரகம் இல்லையா? கானகமா என்ன? என்ற நிருதி எழுந்து நிற்க, அக்கானத்துப் புற்கள் கூட அவள் தலைக்கு மேல் வளர்ந்து நின்றன. இன்னதென்று இது வரையிலும் அவள் அறிந்திடாத எண்ணிலடங்கா புற்களும், பூண்டுகளும், செடிகளும், கொடிகளும், மரங்களும் முட்புதர்களும் என்று அந்தக் கானகம் கூட கோரமாய்க் காட்சியளித்தது – அவளுக்கு. இருப்பினும், அச்சமயம் அது அவளுக்கு, ஒரு பொருட்டாய்த் தோன்றவில்லை. மாறாக, மகிழ்ச்சியே! காரணம், அந்தப் பரம்பொருள் தனது வடக்கிருத்தல் நோன்பிற்கு அனுமதித்ததாக எண்ணினாள் அவள்.

அதன் பொருட்டு அக்கானகத்தின் வடதிசையை அறிந்து கொண்ட அவள், வகையான இடம் தேடி அலைந்தாள். நோன்பின்றாக அப்படி அவள் தேடுவதற்குள் பொழுதும் சாய்ந்தது. இருளிலே சீர் அன்று கோரமான பற்களை உடைய பேய்கள் என்றும், சிதைந்த முகம் உடைய பேய்கள் என்றும், கூந்தலை மட்டுமே உருவாகக் கொண்ட பேய்கள் என்றும்,

தலையில்லா முண்ட பேய்கள், நீண்டு நெடிந்துயர்ந்து வளர்ந்த பேய்கள், குறும் பேய்கள் என அங்கே ஒன்றிரண்டு தவிர ஏனைய அனைத்துமே ஆண், பெண் பேதமின்றி கோரமாகவும், கொடூரமாகவும் காட்சியளித்தன.

மேலும் அவைபசித்தும், சினந்தும் காமவேட்கையுடனேயும், இன்னும் பலதரப்பட்ட உணர்வுகளை வெளிக்காட்டுவதுமாக இருந்தன. அவற்றின் நடவடிக்கைகள் வாயிலாக, அப்பேய்கள் எழுப்பும் பேரிரைச்சலும், பெருங்கூச்சலும், அக்காட்டையே கதி கலங்கச் செய்யும். அப்படி இருக்க, அங்கு வந்து அகப்பட்டவளின் நிலையை கேட்பானே? பெண் என்றால் பேயும் இரக்கம் கொள்ளும் என்பார்களே பெரியோர். அப்படி இருக்க, தானும் அந்த இனமே என்ற போதும் இப்படி தனக்கு இடைவிடாது இன்னல்கள் செய்வதால் தான் அவற்றுக்கு ஆவது என்ன? என்று எண்ணி வருந்தினாள் நிருதி. இரவிலே கோரப் பேய்களைக் கண்டு அஞ்சி ஓடுவதும், பகலிலே தான் அமர இடம் தேடுவதுமாக, சில நாட்கள் நகர்ந்திருக்கும். அக்கொடிய துன்பத்திலுமே கூட அந்த ஆடவல்லானையும், தன் நாதனையும் அனுதினமும் அவள் வணங்கத் தவறியதே இல்லை.

அன்றைய இரவும் அப்படியேதன்னை அப்பேய்களிடமிருந்து காப்பாற்றிக் கொள்ளும் எண்ணத்துடனே ஓடிக் கொண்டிருந்தவள் ஓரிடத்தில் நிற்க, அங்கே அவள் எதிரே பாறை ஒன்று, அதிலே அமர்ந்து கொண்ட அவள், பிறகு இவ்வாறாக எண்ணிக் கொண்டாள். இவர்களைக் கண்டு நான் ஏன் அஞ்ச வேண்டும்? என்னைப் போலவே தாம் இவையும் உடல் அற்ற உயிர்கள். இவற்றைக் கண்டு இனி நான் அஞ்சப் போவதில்லை.

துணிவுடனே எதிர்ப்பேன் – வண்டையர் கோனின் மனையாள் என்ற வகையில், அப்படி அவள் எண்ணிக் கொண்ட கனமே அங்கே ஒரு பேய் கூட இல்லை. "சுவாமி தங்களின் நாமத்தைக் கூற பேய்களும் அஞ்சுகின்றனர்" என்று கூறி பெருமிதம் கொண்டாள் நிருதி. சுவாமி "தாங்கள் எங்கிருக்கின்றீர்கள்? நலமா?" என்று கூறியவளின் குரலில் ஏக்கம் தெரிந்தது. நல்ல வேளையாக இத்துணை நேரமாக நம்மைப் பிய்த்துப் பிடுங்கிய பேய்கள் எங்கோ தொலைந்தன என்று பெருமூச்சு விட்டாள் நிருதி. எப்பொழுதும் மூர்ச்சை ஆகிப் போவதே வழக்கமாகத் தொடர்ந்தது. அன்றே முதன் முதலில் தெளிவுடன் இருந்தாள். அப்போது தூரத்தில்

எங்கோ சிலம்பின் ஒலி கேட்க, ஆள், அரவம் அற்ற கானகத்திலே யார் சிலம்பணியப் போகின்றார்? என்று அவள் எண்ணும்பொழுதே, அவள் செவி அருகில் சிலம்பொலி கேட்க, திடுக்கிட்டுத் திரும்பினாள் – அவ்வொலி வரும் திசையை நோக்கி. அப்பொழுது அங்கே அவள் கண்ணுக்கு எட்டும் தூரத்தில் பெண் ஒருத்தி, தலைவிரி கோலத்துடனே. அவளின் மயிரை விடவும், அவளின் முகமே அடர்ந்த கரிய நிறம் கொண்டதாய் இருந்தது, நிருதிக்கு. கோரைப் பற்கள் இரு புறங்களிலும் அதரங்களை அடைத்து வளர்ந்திருந்தன. அப்பெண்ணுக்கு குருதியில் தோய்த்து எடுத்தாற்போல் அவளின் அதரங்கள்.

எது ஆடை? எது இடை? என்று பிரித்தறியவொண்ணா கரிய நிறம் அவள் உச்சி துவங்கி பாதம் முதல் படர்ந்திருந்தது. அக்கோர இருள் அப்பெண்ணை மேலும் கரிய நிறமாக ஆக்கிக் காட்டிய போதும் கொள்ளை அழகாய்த் தெரிந்தாள் அப்பெண். நிருதியின் கண்களுக்கு.

அவள் அருகே வர, அவளையே உற்று நோக்கினாள் நிருதி. இவளைக் கடந்து செல்ல முயன்ற அவள். இவளை நோக்க சில கனம் மொழி ஏதும் பேசாமல் விழியாலே பேசிக்கொண்டனர். ஒரே கேள்வியை அவர்கள் இருவரும் தங்களுக்குள்ளாகக் கேட்டுக் கொண்டனர். இப்படியாக இப்பெண் தான் எத்துணை பேரெழிலாக உள்ளாள் என்று. பின் அங்கு வந்தவளே நிருதியிடம் பேசலானாள். என்ன அதிசயம்? இன்று நீ மூர்ச்சை ஆகவில்லையே? எதனால்? என்று வெகு இயல்பாய் கேட்டாள் அப்பெண். இதைக் கேட்ட நிருதிக்கு அதிர்ச்சி!

இன்றா? என்றால் இதற்கு முன் தாங்கள் என்னைக் கண்ட துண்டா?

அம்மா ஏன் இல்லாமல்? தினமும் இரவில் இக்கானகத்தில் ஏதோ ஓர் இடத்தில் மூர்ச்சியாகி கிடப்பாய் ஆகையினால் கேட்டேன், அவ்வளவே.

அப்படியானால் தாங்களும் இக்கானகத்தில்தான் இருக்கின்றீர்களா? எனில் எப்பொழுது வந்தீர்கள்? எப்படி வந்தீர்கள்?

இங்கு வசிக்க தங்களுக்கு அச்சமாக இல்லையா?

ஏன் அச்சம் கொள்ள வேண்டும் பெண்ணே?

இங்கிருக்கும் பேய்களைக் கண்டு தங்களுக்கு அச்சம் இல்லையா? என்ன? என்றாள் நிருதி. ஏன்? உனக்கு அச்சமாக இருக்கின்றதா, என்ன? அதற்கு அவள் 'ஆம்' என்றும் கூறவில்லை. 'இல்லை' என்றும் கூறவில்லை. சற்றே. அமைதிக்குப் பின்னர் நிருதியே தொடர்ந்தாள். "இவற்றைப் போலவே தான் நானும் மாண்டு இங்கு வந்தேன். அப்படியிருக்க என்னை இவை ஏன் இப்படி வதைக்கின்றன என்று தெரியவில்லை எனக்கு?" என்று கூறிய நிருதியின் குரலில் வருத்தம் மேலோங்கியது.

"இதற்கான விளக்கத்தை உனக்கு நான் நாளை அளிக்கின்றேன். தற்சமயம் இதைப் பெற்றுக்கொள். உன்னை யாதொரு பேயும் அண்டா" என்று கூறிய அப்பெண் தனது கரத்திலே இருந்த ஆயுதத்தை – வாளா? அறிவாளா? அல்லது இரண்டும் கலந்ததா? இன்னதென்று தெரியவில்லை. அந்த ஆயுதத்தை – நிருதியிடம் கொடுக்க, மிகுந்த அச்சத்துடனே அதனைப் பெற்றுக் கொண்டாள்.

"இதனை என்னிடம் கொடுத்தால் பின், தங்களுக்கு?" என்றவளிடம், "இல்லை தற்சமயம் தேவையில்லை. பிறகு பெற்றுக் கொள்கிறேன்" என்று கூறி அப்பெண் அங்கிருந்து நகர, மீண்டும் நிருதியின் எதிரே வந்து "ஆமாம், உனது பெயர் என்னவென்று கூறினாய்?" என்று கேட்டாள்.

எனது பெயர் அழகிய மணவாளினி. "ஓ! மிக்க நல்ல பெயர்!"

"உன்னை ஒத்ததே உனது இந்தப் பெயரும் எழிலாய் உள்ளது"

"நன்றிகள்" என்றான் நிருதி.

"சரி நான் பிறகு வருகின்றேன்" என்றவளாய், "தங்களின் பெயரைத் தாங்கள் கூறவில்லையே.." என்றாள் நிருதி சத்தமாக.

"எனது பெயர் விசும்பி"

"தங்களின் பெயரும் அருமை!"

தலையசைத்த அப்பெண் அங்கிருந்து வெகுதூரம் செல்ல அப்பொழுதே நிருதியைக் கடந்தது அவளின் தலைமயிர். குலை நடுங்கியது நிருதிக்கு. அப்படியானால்? இத்துணை நேரமாக நாம் உரையாடிக் கொண்டிருந்தது. கொற்றவையாக இருக்குமோ? எனில் இது பாலை நிலமா? என்று அவள்

எண்ணும் கணத்திலேயே தூரத்தே அப்பெண்ணின் சிரிப்பொலி கேட்டது. அவளின் ஆயுதத்தைப் பார்த்தவாறே உறைந்து போனாள் நிருதி.

பின் ஒரு இரவில் அப்பெண் அங்குவர, ஓடிச்சென்று அவள் தாள்களிலே சரண்புகுந்தாள் நிருதி. "கொற்றவை தாயே! என் பிழையைப் பொருத்தருளுங்கள்! தாங்கள் யார் என்று அறியாமல் தங்களிடம் சிறு பிள்ளைத்தனமாக நடந்து கொண்டேன்" என்று கண்ணீர் வடித்த, அவளை ஆதரவாய்த் தூக்கி நிறுத்தினாள் கொற்றவை. "மகளே! எதற்கு இந்த வருத்தம்? பேய்களிடம் உறவாடுவதே எனது இந்தப் பிறப்பின் நோக்கம். இக்கானகத்தைக் காப்பதே எனது பணி மற்ற அருவுருவங்களைப் போல நீயும் எனது உறவே. புரிந்ததா?" தலைமயை அசைத்தாள் நிருதி. "முதலில் உன் கண்களைத் துடைத்துக் கொள் அம்மா.

இங்கு வந்த நாளில் இருந்து நீ வடித்த கண்ணீர் ஆனது இந்த வருண்டை கானகத்தையே ஈரமாக்கியதை பார்மகளே! எதற்கு இந்தக் கண்ணீர்? எந்நேரமும் உன் கமல முகத்தில் வருத்தம் இழையோடுகிறதே ஏன் இந்த வருத்தம்? உண்மையில் நீ யார்? நீ மாண்டதன் காரணம் தான் என்ன?" என்ற கொற்றவையின் கேள்விகளுக்கு தனது இயற்பெயரையும் பிறப்பிடத்தையும் ஒருவாறாகத் தவிர்த்து விட்டு ஏனைய அனைத்தையும் கூறினாள் நிருதி.

அதைக் கண் இமைக்காமல் கேட்டுக் கொண்டிருந்த கொற்றவை. சில நேரங்களில் நகைத்தும், வருந்தியும், மகிழ்ந்தும், அப்படியா? என்ற அங்கலாய்ப்பு, அனுதாபம், வெறுப்பு, கோபம், அக்கறை, கருணை, ஆறுதல், வாஞ்சை, இன்னும் என்னென்ன உணர்வுகள் அக்கொற்றவைக்கு தோன்றினவோ அவை அனைத்தையும் அவளின் பொருட்டு தனது நிலையைப் பிரதிபலித்தாள். ஆவுடையார் கோவில் துவங்கி குடந்தை கொள்ளிடம் வரையிலும் குறிப்பிட்டாற் போல் சொல்லி முடித்தாள். அவளை ஆதரவாக நோக்கிய கொற்றவை, "உண்மையில் அந்தப் பரமன் உன்னை மிகவும் சோதித்துள்ளார் என்றே தெரிகின்றது மகளே" என்றாள்.

எனினும், தாயே அப்பெருமான் இன்னமும் அவரின் சோதனைகளை நிறுத்திக் கொண்டதாகத் தெரியவில்லையே"

"ஏன் மகளே? அவ்விதம் உரைக்கின்றாய்?

நானிலத்திலே நான் உயிர் வாழ்ந்த காலத்தில் மலரெனும் சுயநலப் பேய் என்னை விடாது துரத்தினாள். அவளின் விருப்பமது ஈடேற, இறுதியில் அவளின் சுயநலப் பசிக்கு நானும் எனது பிஞ்சு மகனும் இரையானோம்" என்று கூறும் பொழுதே ஆடியிலே பொன்னியதில் ஏற்படுமே ஒரு வெள்ளப்பெருக்கு அதனைப் பின்னுக்குத் தள்ளியது அவளின் விழி நீர் அது.

இதைக் கண்டு பதறிய கொற்றவை, "இவ்விதம் கலங்காதே மகளே!" என்றாள்.

பின் தனது கண்களைத் துடைத்துக் கொண்ட நிருதி மேலும் தொடர்ந்தாள். "அங்கே அவள் பொருட்டு ஓடினேன். இங்கேயோ காரணமே இன்னதென்று அறியாமல் இங்கிருக்கும் பேய்களுக்கு அஞ்சிகின்றேன். இதற்குக் காரணம்தான் என்ன தாயே?

"எமக்குத் தெரிந்தவரை இதிலே அவர்களின் பிழை ஏதும் இல்லை என்பேன் நான்..

"எனில் பிழை எனதா? தாயே?" என்றாள் மணவாளினி. "நான் அவ்விதம் கூறவில்லையே மகளே. உனது கணவனின் மேல் உனக்குண்டான உரிமையை அவள் பொருட்டுத் தளர்த்திக் கொண்டது உன் தவறே என் வரையில்.

எங்குமே பள்ளம் அனுமதியாமல் வெள்ளம் பாய்வதில்லை மகளே! உன் பொருட்டு அவளை நீ வளைந்து கொடுக்க சொல்லாவிடினும், உன் நிலையில் நீ உறுதியாய் இருந்திருந் தாயேயானால், இந்த அசம்பாவிதம் நடந்திருக்காது. அது போலவே தான் இங்கும் இங்கிருக்கும் மற்ற ஆன்மாக்களைப் போலவே தாம் உனக்கும் இங்கிருக்க முழு உரிமை உண்டு என்பதை முதலில் நீ உணர வேண்டும். அதனை அவற்றுக்கு வலியுறுத்த அவற்றைக் கண்டு அஞ்சாமல் எதிர்த்து நில். அப்பொழுது அவை தாமாகவே உன்னைவிட்டு விலகி ஓடும். புரிந்ததா?"

"புரிந்தது தாயே!"

மேலும் தொடர்ந்த கொற்றவை சில நேரங்களில் நமக்குள் இருக்கும் தனித்துவமே நமக்குப் பகையாகிப் போகும். வரம் எனவே மாறும்"

"தாயே, தாங்கள் கூறுவது எனக்கு விளங்கவில்லையே"

புன்னகைத்த கொற்றவை, "உனது இந்தப் தனித்துவமான நற்பண்பும் நயவடிவுமே நஞ்சாகிப் போனது நானிலத்தே. அதையே நீ உருவேற்ற வரமாக மாறுமது இக்கானகத்தே காரணம் உனது எண்ணதில் உறுதிப்பட இருக்கின்றாய் இன்னமும். இதன் பலனாக நீ மாண்ட பின்பும் உருமாறாமல் உனது எழிலை உன்னிடமே தக்க வைத்துள்ளது விதி. இது கொண்டே இங்கிருக்கும் பேய்கள், தங்களிலே தனித்துவமானவள் நீ என்பதைப் பொறுக்க மாட்டாமல் உன்னை விடாது துரத்துகின்றன." என்று கூறி சிரித்தாள் கொற்றவை. அந்நேரம் அவளை வருத்தம் ஆட்கொண்ட போதும் கொற்றவையின் வாய்மொழி அவளுக்கு குறுநகையை பூக்கச் செய்தது. அதைக்கண்ட கொற்றவை, "புன்னகைக்கும் மாணிக்கமே நன் கண்மணியே உன் கவலைகளை அறுத்தொழி; நீ இங்கு வந்ததற்கான காரணத்தைக் கண்டறி" என்று கூறி அவளை ஆதரவாகத் தலைக் கோதினாள். "தங்களின் சித்தப்படியே தாயே!" என்று வணங்கினாள் மணவாளினி. "சரி, நீ இரு அம்மா. நான் வந்து விடுகிறேன்" என்ற கொற்றவை அங்கிருந்து சில அடிகள் முன்னே எடுத்து வைத்து, "மகளே மணவாளினி" என்று அழைத்தாள்.

"கூறுங்கள் தாயே!" நீ உன்னை இன்னாரின் மகள் என்று கூறிக்கொள்ள விரும்பவில்லை என்பதனை நான் நன்கு அறிவேன். குலோத்துங்கன் மகளே" என்று கூறி அவளை ஏறிட்ட கொற்றவை. இருப்பினும், நீ எனது மகள் என்று நான் கூறிக் கொள்வதில் உனக்கு ஒன்றும் ஆட்சேபம் இராதே?" என்று கோட்டாள்.

இதைக் கேட்ட மணவாளினி கொற்றவையின் பாதங்களில் பணிந்து, "தாயே தாங்கள் என்ன வார்த்தை கூறினீர்கள்? நான் முன்னே செய்த பல கோடி புண்ணியத்தின் அருளாலே தான். தங்களைக் காண நேர்ந்தது என்று எண்ணி இருந்தேன். அப்படியிருக்க, தங்களின் மகளாக என்னை எண்ணும் பெயர் இவ்வுலகில் எவருக்குக் கிட்டும் தாயே! தங்களின் வாய்மொழியே இனி நிலைபெற அருள் புரியுங்கள் தாயே!" என்று வேண்டினாள்.

அங்ஙனமே ஆகட்டும், அம்மா!" என்ற கொற்றவை அங்கிருந்து சென்றாள்.

வெகு நாட்களுக்குப் பிறகு அகமகிழ்வு அவளை ஆட்கொண்டது. இருப்பினும், பெரும் பொழுதுகளில் கருணாவின் நினைவாகவும் ஆலங்காட்டிலே துஞ்சிக் கொண்டிருக்கும் தனது பிள்ளையை எண்ணியும் ஏங்கித் தவித்தாள் மணவாளினி. அக்கானகத்திற்கு வந்த நாள் முதலாய் பசி என்ற உணர்வே அவளுக்கு இல்லாமல் இருந்தது. ஏன்? அவள் மாண்ட நாளில் இருந்தே கூட அப்படியொரு உணர்வு அவளுக்கு வந்ததில்லை. அன்று ஏனோ பசிப்பது போல் உணர்ந்தாள். இதுகுறித்து தாயாரிடம் கூறலாமா? என்று எண்ணிய மணவாளினி கொற்றவை குடி இருக்கும் சூரைப் புதர் அருகே செல்ல, அங்கே கொற்றவை தன் கண்களை மூடி தியானித்து இருந்த கோலம் கண்டு வியந்தாள்.

பகலிலே கண் மூடி தியானிப்பதும், இரவிலே கண் விழித்துக் கானகத்தைக் காப்பதுமே அவளின் அவதார நோக்கம் என்பது அனைவரும் அறிந்ததே என்றாலும், அன்றே அதனைக் கண்டுணர்ந்தாள் மணவாளினி. இத்தருணத்தைத் தவறவிட இவளுக்கு மனமில்லை. அவளுடைய மோனக் கோலமது, இவளின் கண்களுக்கு.

ஆடவல்லானின் அரை பாதி திருமேனியை அலங்கரிக்கும் நாயகியே! கங்கையின் தங்கை என்பவள் கார் குழலாய் மாறி உன் சிரசில் குடி அமர்ந்தாளா? என்ன குமுத முகம், குளிர் நிலா நெற்றி, தாழை புருவம், வேல் விழி, அது எனைக் காண குளிர்ந்தும், இரவில் தனல் எரிந்தும் இருப்பதேனோ? எடுத்து நிறுத்திய நாசி பாலையின் வறட்சியிலும், உதிர பாலுறும் அதரம், குளை பூட்டி, அழகு பார்க்க தூண்டும் வகையான செவி, பச்சிளம் பிள்ளையை ஒத்திட்ட கன்னம், பற்களது முதுநீர் (ஒருவகை வெள்ளை நிற முத்து) கோத்தார் போல் அதில் இரண்டு மட்டும் நிம்போலம் (நீள் வட்ட வடிவ முத்து) ஒத்தது. கைகளிலே ஏந்தத் துடிக்கும் அழகிய தாடை, கடலுறை வலம்புரி கழுத்தை அலங்கரிக்க நய வார்த்தைகளை நல்கிடும் நனி நா, வளமான தோள்கள் வார்த்தெடுத்த கொங்கைகள், மூங்கில் கரங்கள், சண்பக விரல்கள், அதில் பவள நகரம் மினுக்க, இடைக்குள் இறைவனின் உடுக்கை ஒளித்து வைத்துக் கொண்டு இங்கே அமர்ந்திருக்க! அங்கே அவரோ உடுக்கை தொலைத்ததாக எண்ணி ஒருவரும் அறியாமல் தேடிக் கொண்டிருப்பாரோ? என்னவோ? அலிலை வயிறு அதில் ஓவியமாய் தொப்புள்,

தோதகத்தி, தொடை, தென்னம்பாளை இனத்து கால்கள், இவ்வாறாக, ஒப்பனையுடனே தாய் அவளின் உறுப்புகளை வர்ணித்தவாறே, ஆசையாய் கண்குளிர கண்டு கொண்டிருந்த அவள், பாதம் மட்டும் மீதம் அதனை எதனுடன் ஒப்பிடுவது என்று எண்ணியவள் பின் இவ்வாறாக எண்ணிக் கொண்டாள். கரிபவளமும், செம்பவளமும் ஒரு கோட்டை மையமாக வைத்திணைந்து அல்லிக்கு நிறம் பூச அது அல்லவோ தேவியின் பாதமானது. தும்பையை அகத்துள்ளே மலரச் செய்த தூமணியே, கான் காக்கும் பூரணியே, இந்தப் பாலை தான் பண்ணிய புண்ணியம் என்ன – காளியின் பாதம் பட? அதிலே ஆயிரத்தை ஒன்றேனும் அடியவள் செய்திருப்பேனா என்ன? அன்னை அவளின் கனல் பாதம் தொழ.

இப்படி எழில் திரண்ட பதுமையை, இனியவை கூறும் இறை பாவையை, வனத்திலே உலவ விட்டு பரமன் எப்படி தான் இருக்கின்றாரோ இமயத்தில்? இல்லை, இல்லை. அப்படி இருக்காது. தன் இனியவளின் தனிமையைத் தவிர்க்க, அவர் தம் குளிர்தேக நிழல் அதுவை தேவியின், தேகமதில் படரவிட்டு எந்நேரமும் இணைந்திருக்க நிழலின் நிறமது நிரந்தரமாக தாயின் உடலதுவில் ஒட்டிக்கொண்டது போலும். இப்படி எண்ணிக் கொண்ட கணமே அழகிக்கு நகைப்பை அடக்க முடியவில்லை. இருப்பினும், மெள்ள சிரித்துக் கொண்டாள் அவள். பின் ஏனோ இவ்வாறாக எண்ணிக் கொண்டாள். தாயின் உறுப்பதுவை எதனுடனும் ஒப்பிட இயலாது. ஒப்பிடுதலுக்கு அப்பாற்பட்ட உன்னத தேகமதை சிறு பிள்ளைத்தனமாக நான் செய்த ஒப்பிடும் பெரும்பிழையை மன்னித்து அருளுங்கள் தாயே!

முகத்துறுப்பு மூடி இருந்த போதும் அகத்துறுப்பின் வழியே உன் எண்ண ஓட்டமதை நான் காண்கின்றேன் மகளே. நீயே அறியாது. நன்றாக தான் இருக்கிறது உனது கற்பனை.

இரவில் கண் விழித்த கொற்றவை, "வா மகளே இங்கு எப்பொழுது வந்தாய்?" என்றாள் வாஞ்சையுடனே. "நான் முன்னமே இங்கு வந்துவிட்டேன். தாயே" என்ற மணவாளினியின் முகம் கண்டு அவள் பசியினால் வாடுவதை உணர்ந்தாள் கொற்றவை. காலம் காலமாக பிள்ளைகளின் தேவையது பெற்றவர்களுக்கே தெரியும், இல்லையா?

மகளே, ஒரு கணம் இரு அம்மா இதோ வந்துவிடுகின்றேன் என்று கூறி தூரை புதருக்குள் சென்றாள் கொற்றவை.

சென்ற அவள், ஒரு மண் கலையத்துடனே வெளிவந்தாள். "இதைப் பருகு மகளே" என்று அவளிடத்தே நீட்ட, "இது என்ன? தாயே" என்று கேட்டாள். "உதிரம் உனக்குப் பசிக்கின்றதல்லவா? இதனைப் பருக, பசி பறந்தோடும், என்றதும், கலையத்திலே உதிரத்தைக் கண்ட நிருதி, "வேண்டாம் தாயே" என்று அலறிக் கொண்டு ஓடினாள் அங்கிருந்து இதனைச் சற்றும் எதிர்பார்க்கவில்லை கொற்றவை.

ஓடிச்சென்று பாறையின் மீது அமர்ந்தாள் நிருதி. கதறி அழுத நிருதி, "எம் இறைவா, இன்னும் எதை எதை நான் அனுபவிக்க வேண்டும் என்கிறது – தங்களின் திரு உள்ளமது? என்று புலம்பினாள். அவளின் தோளிலே ஆதரவாக கரம் வைத்த கொற்றவை, "மருத நிலத்து மணிக்குவளை இவ்வறண்ட பாலை அதில் வாடுவது ஏனோ? என்றாள்.

தாயே? பசியினால் வாடுகின்றாயே என்று தாம் எனது உணவை உனக்கு அளித்தேன் அம்மா. இங்கிருக்கும் பேய்கள் இதையே தான் விரும்பும் என்பதனால் என்றதும் கொற்றவையை உற்று நோக்கினாள் மணவாளினி "அய்யோ மகளே! அழகி உனை நான் பேய் என்பேனா?"

"தாயே நீ எனது மகள் என்றே என் உணவை உனக்களித்தேன். என்று கொற்றவை கூறிக் கேட்ட மணவாளினி பயம் தெளிந்து இடைவிடாது நகைக்கத் தொடங்கினாள். அவளுடனே இணைந்து கொண்டாள் கொற்றவையும். அக்கானகமே அதிர்ந்தது – கொற்றவையின் புன்னகையால், சிறிது நேரத்திற்குப் பின் "மகளே இதோ இதனை எடுத்துக் கொள் அம்மா" என்றதும், தயக்கத்துடனே "இது என்ன? தாயே?" என்றாள். "இது பால் அன்னமே இதனை ஏற்பாய் தாயே" என்றதும் ஆவலாய் அதனைப் பெற்றுக் கொண்டு அருந்தத் தொடங்கினாள்.

இருவரும் உணவருந்துகள்.

"மகளே, உனது பொருட்டும், உன் கண்வன் பொருட்டும் அவ்வப்பொழுது மறைகள் ஓதுவாய் என்பாயே?"

"ஆம் தாயே, இன்று என் பொருட்டு ஏதேனும் ஒரு திருமுறையை எடுத்து ஓதுகின்றாயா? அதுவும் உனது விருப்பமானதாக இருக்க வேண்டும்" என்றதும், உற்சாகத்துடனே, "ஆகட்டும் தாயே" என்று நிருதி ஆரம்பித்தாள் மறை ஓத "பொன்னவன்" என்று துவங்கும் துதியை. அதனைக் கேட்ட கொற்றவைக்கு மெய் சிலிர்த்தது.

"மகளே, இன்றே எனது செவிகள் பிறவிப் பயன் அடைந்தன. இக்கானகத்திலே எந்நாளும் பேய்களின் பேர் இரைச்சலைக் கேட்டே பழகிய எனது மடல்களதில் இன்றே தேன் வந்து பாய்ந்தது அம்மா. நன்றிகள் தாயே."

"ம், இப்பொழுது தானே எனக்கு எல்லாம் புரிகின்றது"

"என்ன புரிகின்றது தாயே?"

"அப்பெண் உனக்கு ஏன் நஞ்சிட்டாள்?" என்று.

"என்ன?" என்றாள் அழகி. அவளின் கயல்கள் விரிய தாங்கள் என்ன கூறுகின்றீர்கள் தாயே?"

இப்படி மறை ஓதியே உன் மணாளனை நீ மயக்கி வைத்திருப்பதை அறியா அப்பேதை பெண் வேறு ஏதோ அற்ப காரணத்தை முன் நிறுத்தி உன்னைக் கொன்று இருக்கின்றாள்" என்றதும் நகைக்கத் துவங்கினாள் அழகி. அவளும் மறை ஓதும் முறையை உன் கணவனிடத்தே கையாண்டுடிருந்தாலே யானால், இந்நேரம் அவளையும், தன் தலைமேல் வைத்துக் கொண்டாடியிருப்பான் உனது கணவன். பாவம்... இதனை அவள் என்றுமே அறிந்து கொள்ளப் போவதில்லை." என்ற கொற்றவையின் வாய்மொழி அமுதாவை நினைவூட்டியது அவளுக்கு. இதனை எண்ணிய கணமே மீண்டும் நகைக்கத் துவங்கினாள் மணவாளினி. "மகளே எமக்கு ஒரு உதவி புரிகின்றாயா?"

"உதவியா? ஆணையிடுங்கள் தாயே தங்களின் மகளுக்கு" அதனை சிரம் மேற்கொண்டு முடிப்பேன்.

"நல்லது மகளே"

"அதிகாலையில் நான் மோன நிலைக்குச் செல்லும் போதும் அந்திமாலையில் நான் கண்விழிக்கவும் மறைகள் ஓதுகின்றாயா அம்மா?"

"ஆகட்டும் தாயே அது என் பாக்கியம்."

"நல்லது மகளே.

நாளை முதலே இந்நற்காரியத்தைத் துவங்குகின்றேன், தாயே!"

"நாளை என்ன? நாளை மகளே சற்று முன்பே நீ அதனைத் துவங்கிவிட்டாய்" என்று கூறினாள் கொற்றவை. அவள் அவ்வாறு கூறியவாறே அழகியின் கயல்களை உற்று நோக்கி, "மணவாளினி உனது எண்ணமது என்னவென்று நான் அறிவேன்" என்றாள்.

"என்ன தாயே? தாங்கள் என்ன கூறுகின்றீர்கள்?"

"இப்படி தங்களுக்கு மறை ஓதி கொண்டிருந்தால் நான் எப்பொழுது வடக்கிருக்கும் நோன்பை மேற்கொள்வது என்பது தானே உனது கலக்கம்?

கொற்றவையின் இந்தக் கேள்வியை அவள் ஏற்கவும் இல்லை. மறுக்கவும் இல்லை. "மணவாளினி அனைத்தையும் நான் நன்கு அறிவேன். நான் முன்னே பல முறைகள் கூறியது போல் "எதற்கும் காரணமின்றி காரியம் இல்லை" நம்பிக்கையுடனே காத்திரு அம்மா. உனது நோன்பிற்கான காலமது வரும் வரை"

"ஆகட்டும் தாயே" என்று தலையசைத்தாள் அழகி. தனது மகள் என்று உருத்தாய் கூறிக்கொண்டாலும், அக்கானகத்திலே ஒரிரு இடங்களுக்கு மட்டும் " அழகி செல்ல தடைவிதித்து இருந்தாள் கொற்றவை. அவ்விடங்களுக்கு அவ்வப்போது சென்று அங்கிருக்கும் புதர் அதுவில் யாருடனோ உரையாடிக் கொண்டிருப்பதை தூரத்திலே இருந்து கண்டிருக்கிறாள் அழகி. அங்கே என்ன? அல்லது யார் இருக்கின்றார்கள்? என்பதைத் தெரிந்துகொள்ளும் ஆர்வம் அவ்வப்போது அழகிக்குத் தலைதூக்கும். இருப்பினும், தாயின் கட்டளையை மீறினால், கொற்றவையின் கோபத்திற்கு ஆளாக நேரும் என்பதால் அதனை அவ்வளவாகப் பொருட்படுத்த வில்லை. நாட்கள் பல உருண்டோடின. கானகத்தை வலம் வருவதும், நாள் ஒன்றுக்கு இருமுறை மறை ஓதுவதும், கொற்றவையுடன் இருக்கும் நேரம் தவிர மற்ற நேரங்களில் தனது கணவன் மகனின், நினைவால் வாடுவதுமாகத் தொடர்ந்தன. மணவாளினியின் நாட்கள்.

"ஒரு நாள் வாடிக்கையாக கானக காவலில் ஈடுபட்டிருந்த கொற்றவை அழகி அமர்ந்திருக்கும் பாறை அருகே வர வணங்குகின்றேன், தாயே!" என்று கூறி எழுந்தவளை, கை அமர்த்தி தானும் அமர்ந்து கொண்டாள் கொற்றவை. "என் அன்பு மகளுக்கு, நான் அறியா வண்ணம் இங்கிருக்கும் பேய்கள் ஏதேனும் ஊறு செய்கின்றனவா? கூறு மகளே!"

"அய்யோ! அப்படியெல்லாம் ஒன்றுமில்லை தாயே.

"அதற்கில்லை அம்மா. நீ இங்கு வந்தபோது உனக்கு இடைவிடாது அவை செய்த துன்பங்கள் பல. அது இன்னும் தொடர்கிறதா, என்ன? அதனை இத்துணை நாட்களாக

உன்னிடம் கேட்க மறந்தேன். இன்றே என் நினைவிற்கு வந்தது.

"தாங்கள் நினைப்பது போல் இல்லை. தாயே தற்சமயம் நிலைமை தலைகீழாக உள்ளது"

"நீ என்ன? கூறுகின்றாய் மகளே?" என்றாள் கொற்றவை ஆச்சர்யத்துடனே.

"ஆம் தாயே, அவற்றைக் கண்டு நான் அஞ்சியது இருக்க, தற்போது அவை எனைக் கண்டு அஞ்சுகின்றன. மேலும், கோரபேய்கள் எதுவும் இதுவரை என் கண்களுக்கு அகப்படவே இல்லை. ஒன்றிரண்டு பெண் பேய்கள் என்னுடன் நட்பு பாராட்ட எண்ணி எனை அணுக. நான் அவற்றைத் தவிர்த்து விட்டேன்" என்ற அழகியின் குரலில் வருத்தம் மேலோங்கியது. "ஏன் மகளே? அவற்றிடம் நட்புக் கரம் நீட்டியிருக்கலாமே..." அதற்குப் பதில் ஏதும் கூறாமல் இருந்தவளிடம், கொற்றவை, "எனக்குப் புரிகின்றது மகளே. மன்னர் குல மாண்பதுவை நீ மரணித்த பின்பும் கடைபிடிக்க எண்ணுகிறாய். உன்னிடம் நட்பு பாராட்ட உனக்கு நிகரான ஆன்மா ஏதும் இங்கில்லை என்பதனால் சரிதானே?" என்றாள்.

இல்லை தாயே! தங்களின் கூற்றை நான் மறுப்பதற்கு எம்மை மன்னியுங்கள்!"

பின் என்ன காரணமோ மகளே? வலியவர், வறியவர் என்ற பாகுபாடுகளுக்கு அப்பாற்பட்டதே இங்கிருக்கும் ஆன்மாக்கள் என் வரையில். இருப்பினும் நட்பு எனும் நய கோடரி என் வாழ்வதனை கூறிட்டு குலைத்த, கொடுமையைதனை நான் மறக்க இன்னும் ஓராயிரம் ஆண்டுகள் ஆகலாம். இனி இழக்க என்னிடம் ஏதுமில்லை என்றாலும், நட்பு என்பது நன்னுயிர் அமுதாவுடனே முற்று பெறட்டும். இனி வரும் காலம் அதிலும் நட்பிற்கு என்னிடம் என்றுமே இடம் இல்லை. தாயார் தாங்கள் உடனிருக்க நான் தனித்திருந்தே பழகிக் கொள்வேன். பசலையும், பற்றும் அற்ற கொற்றவையின் மகள் எனும் பெயர் கொண்டு. சரி தானே தாயே?"

"மிகச் சரியே மகளே. இருப்பினும், மகளே! பற்று என்ற ஒன்று எம்மை மெள்ளப் பற்றிக் கொள்ளத் துவங்கி இருக்கின்றது."

"தாங்கள் என்ன கூறுகின்றீர்கள் தாயே?"

"ஒன்றும் இல்லை மகளே. இது குறித்து பிறகு உரையாடலாம். தற்போது நீ ஓய்வு எடுத்துக்கொள்"

"ஆகட்டும் தாயே" அங்கிருந்து சென்றாள் கொற்றவை.

"இரவும் பகலும் மாறி மாறி ஓடிக்கொண்டு இருந்தாலும், பாவம் அவளுக்கோ அவை நகர்வதைப் போலத்தான் இருந்தது. பாலை நிலத் தாவரத்தின் கோர வளர்ச்சி முன்பு, அவளை பயம் கொள்ள செய்தாலும், தற்போதோ அவை அருகே சென்று ஆராய்ந்து கொண்டிருக்கும் அளவிற்குப் பழகிபோனது பாலை நிலம் அவளுக்கு. அடே! அப்பா எத்துணை நீண்டு அகண்ட விருச்சங்கள். இவை முளைத்து துளிர்த்த காலம் எப்போதாக இருந்திருக்கும்? ஒரு வேளை இவை ராமபிரான் அவதரித்த திரேதாயுகம் என்பார்களே அந்நாளதுவில் முளைத்திருக்குமோ? என்று எண்ணியவள் பின் எதையோ நினைத்துக் கொண்டு கொற்றவை கொலுவிருக்கும் இடம் நோக்கி விரைந்தாள். அய்யோ! தாயார் மோன நிலை கலைய இன்னும் வெகுநேரம் உள்ளதே? என்ன செய்வது? சரி இருக்கட்டும். காத்திருப்போம். இன்று பொழுது சாய வழக்கம் போல் மறை ஓதி. தாயின் தவநிலை கலைந்து கானக காவலுக்கு செல்லுகையில், நாமும் தாயாருடன் சென்று அவர் பணிகளை குலைக்காத வாறு நமது ஐயப்பாட்டையும் கேட்டறிந்து கொள்வோம் அது தான் சரி என எண்ணிக்கொண்ட அழகி அன்று அவள் மறை ஓதும் பணியை நிறைவு செய்து உற்சாகத்துடனே கொற்றவையுடன் புறப்பட்டாள் கான் காவல் பணிக்கு.

"என் அன்புமகளுக்கு, இன்று என்னவாயிற்று? வெகு நேரம் முன்னதாகவே என் அருகே வந்து அமர்ந்து கொண்டாய். தவிர, இன்று மறை ஓதுகையில் கூடுதலாக உன் குரலில் இனிமையும், குளுமையும் வேறு தென்பட்டதே. முகத்திலே மலர்ச்சி, செயலிலே உற்சாகம். என்னுடன் வேறு காவலுக்கு வருகின்றாய். இன்று என்ன விசேடம் மகளே?"

"அப்படியெல்லாம் ஒன்றுமில்லை தாயே. தங்களிடம் ஒன்றை அறிந்து கொள்ளவேண்டும் என்று இன்று பிற்பகல் முதலே ஒரு அவா. அதுவே"

"எதைப்பற்றி அறிய வேண்டும், மகளே? கேள். எமக்குத் தெரிந்தவரை அதனைத் தெளிவுபடுத்துவேன்"

"ஆகட்டும் தாயே"

"இங்கிருக்கும் விருச்சங்களின் வளர்ச்சியைக் காணும் பொழுது எனக்கு ஒன்று நினைவிற்கு வந்தது. அது சீதா பிராட்டியை இலங்கை வேந்தனிடமிருந்து மீட்டெடுக்க,

அந்த ராமபிரான் தென்புலத்தார் உதவியை நாடியும், அதன்பொருட்டு தென்புல வனப்பகுதிகளில் சிறிது காலம் இருந்ததையும், பட்டர் கூற நான் அறிந்தது உண்டு. அந்த வகையில் அக்காலத்தில் இந்தப் பாலைக்கும், அந்தப் பரமாத்மா வந்திருக்கக் கூடும் அல்லவா? அவரைத் தாங்கள் கண்டதுண்டா, தாயே?" "இல்லை மகளே. நான் அப்பர பிரம்மத்தை இங்கே கண்டதில்லை. அந்நாளில் இங்கே நான் இருக்கவும் இல்லை."

"ஆச்சரியத்துடனே தாயே! தாங்கள் என்ன கூறுகின்றீர்கள்? எனக்கு ஒன்றும் விளங்கவில்லையே? பாலை இங்கிருக்க, தாங்கள் அன்று எங்கிருந்தீர்கள்? என்று கேட்டாள். தாயே!" காவல் பணியைத் தொடர்ந்து கொண்டே, "உனக்கு விளங்கும் படியாகவே கூறுகின்றேன் கேள் மகளே" என்றாள் கொற்றவை.

"பாலை இருக்கும் இடத்தில் நான் வசிப்பேன் என்பது அந்தப் பரமன் வகுத்த விதி. ஆனால் அந்நாளில் பாலை இங்கில்லை ஆகையால் நானும் இங்கில்லை.

"தாயே, இன்னமும் விளங்கவில்லையே?" என்றாள் அழகி. புன்னகைத்த கொற்றவை. புரியும் படியாகவே கூறுகின்றேன் கேள். இக்கலியுகத்திலே தான் இது பாலை நிலமானது. இதற்கு முன் துவாபரயுகம் என்றும் அதற்கும் முன், திரேதாயுகம் என்றும் இரு யுகங்கள் நிறைவுபெற்று இருக்கின்றன. பரந்தாம அவதாரங்களுடனே. இவற்றின் மொத்த எண்ணிக்கை இருபத்து ஒரு லட்சத்து ஐம்பத்து நான்காயிரம் ஆண்டுகள் ஆகும்.

இதிலே ராமபிரான் அவதரித்தாகக் கூறப்படும் திரேதாயுகத்தில் இந்நிலமது முல்லை வகையுடைதாய் இருந்தது. அதற்கு அதிபதியும் மாயோன் ஆன இராமனே. ஆக, அந்நாளதுவில் நான் இங்கிருக்கவில்லை. அதனை அடுத்த துவாபரயுகத்தில் இந்நிலம் குறிஞ்சி வகையாய் இருந்தமையால் குன்றுக்குடையோன் அதிபதியாய் விளங்க, அப்பொழுதும் நான் இங்கில்லை. அந்தந்த நிலங்களை அவை அவற்றுக்கு உடைய அதிபதிகளே ஆட்சி செய்ய இயலும். இப்பொழுது புரிந்ததா, உனக்கு – ஸ்ரீ இராமபிரானை நான் காணாதன் காரணம்?"

"நன்கு புரிந்தது தாயே. இருப்பினும், அவ்வேளையிலே தாங்கள் இங்கு இல்லை எனில் வேறு எங்கு தான்

இருந்தீர்கள்?" "தென்புற ஆழிக்கு அப்பால் குமரி இருந்ததே, அதை நீ அறிவாயா மகளே?"

"ஓ! நன்கு அறிவேன் தாயே. தந்தையாரும், பட்டரும், இன்னும் பலரும் தங்களுக்கு தெரிந்த தகவல்களைக் கூறிக் கேட்டிருக்கின்றேன். அந்நிலப் பரப்பை குமரிக் கண்டம் என்றும் இங்கு போலவே அங்கும் ஐவகை நிலங்கள் இருந்தன, என்றும், அதனை பாண்டியர்களே ஆண்டனர் என்றும், அத்தோடும் அங்கேயே தான் சங்கம் வைத்து தமிழ் வளர்த்தனர் பாண்டியர்கள் என்றும் தந்தை கூறுவார். அந்நாளிலே அனேக முறை ஆழிப் பேரலை தோன்றி அந்நிலப்பரப்பை முழுவதுமாக விழுங்கியது என்று சயம்கொண்டார் கூறியுள்ளார். தவிரவும், அந்நிலப்பரப்பின் எச்சமே இலங்காபுரி என்றும் கூறுவார்" என்று அழகி நிறுத்த, "அடே! அப்பா எனது மகள் அனைத்தும் அறிந்து வைத்திருக்கிறாளே. பிறகு என்ன? இனி நான் விளக்கிக் கூறுவது எளிதான காரியமே. குமரி அதுவில் இருந்த பாலையிலே தான் அந்நாளில் யாம் இருந்தோம் அந்த நிலப்பரப்பை முழுவதுமாக ஆழி ஆட்கொண்ட அதே வேளையில், இங்கு முல்லையும், குறிஞ்சியும் திரிந்து பாலையாய் போனது எனது உறைவிடத்தை இங்கு மாற்றி அமைத்துக் கொண்டேன். அவ்வளவே."

"குமரியை ஆழி ஆட்கொண்டதும் நல்லதற்குதான்!" "என்ன? நீ என்ன கூறுகின்றாய், மகளே?" என்றாள் கொற்றவை – அவள் கயல்கள் அகல. "ஆம் தாயே, குமரியை ஆழி ஆட்கொண்டால் தானே இங்கே தாங்கள் என்னை ஆட்கொள்ள நேர்ந்தது. இது நன்மை தானே?" என்று அழகி கூற, அதனைத் ஆமோதித்ததாக தலை அசைத்துச் சிரித்தாள் கொற்றவை. அதனை தொடர்ந்து, "உன்னை சொல்லிக் குற்றமில்லை மகளே. எல்லாம் கலியின் விளையாட்டு எங்கே? எப்பொழுது? என்ன நடக்கும்? என்பது அந்தப் பரமனுக்கே வெளிச்சம். இந்தக் கலியுகத்தில் விந்தையும், வினோதமும், வேடிக்கையுமாக அல்லவா உள்ளது"

"ஏன் தாயே, இதற்கு முந்தைய யுகங்களில் இப்பொழுது நிகழ்வது போன்று நிகழ்ந்துவதில்லையா, என்ன?"

"இல்லை மகளே, யுகங்கள் நான்கு என்பார்கள். அதன் படியே கிருத யுகத்து மக்கள் அறநெறியை அடிநாதமாகக் கொண்டு வாழ்ந்தமையால் அது ஒரு அற்புத யுகம் என்றே

கூறும் இதிகாசங்கள், திரேதா யுகம் அதில் நான்கில் மூன்று பங்கினரே அறநெறியைக் கடைபிடிக்க, அங்கே அவதார மூர்த்தியைக் கொண்டு அறநெறியை சீர் செய்ய இயலும் என்பதே ரகுராமனின் அவதார நோக்கம். அடுத்து துவாபர யுகம் இதில் சரிபாதி மக்கள் அறத்துடனும் அறம் அற்றும் வாழ்ந்தனர். ஒருவாறாக, கடந்த யுகம் வரை அறமது மக்களிடையே விகிதாச்சாரத்தின் படி இருக்கவே செய்தது. ஆனால் இந்தக் கலியுகத்திலோ அறத்தைக் காணவே ஆலயங்களுக்குச் செல்ல வேண்டும். மானுடர் இடத்திலே அது துளியும் இல்லை என்பதால் தான் சைவக் குரவர்கள் அறத்தை வளர்ப்பதற்கு ஆலயத்தினைத் தேர்வு செய்து அதற்கு அந்த ஆடவல்லானே மூலாதாரம் எனக் கொண்டு பல்லாயிரம் பாடல்கள் புனைந்துள்ளனர். அதனையும் உன் வாயிலாகவே அறிந்து கொண்டேன் மகளே" என்று கூறிய கொற்றவையை உற்று நோக்கிய அழகி.

"அருமை தாயே! சற்று நேரத்திற்குள்ளாக மூன்று யுகங்களை சுற்றிக் காட்டி நான்காம் யுகத்து மக்களின், வாழ்வியலையும் தெளிவுப்படுத்தியுள்ளீர்கள். அற்புதம் தாயே! எனினும், தற்போது நான் கலியில் அல்ல. கிருத யுகத்தில் இருப்பதனைப் போல் உணர்கின்றேன். அறத்தின் வடிவான தாய் கொற்றவை எனதருகே இருப்பதால்,

எமக்கும் அப்படியே தான் தோன்றுகிறது மகளே. அறத்தை உயிர் என உலவ விட்டு அது உதிர்க்கும் தாயே" எனும் அமுத மொழி கேட்க, என்ற கொற்றவையின் விழிகளத்தில் நீர் சுரக்க அழகியை ஆதரவாய் தன் நெஞ்சோடு அணைத்துக் கொண்டாள். அழகியின் விழிநீர் அவளின் கொங்கையை நனைக்க அங்கு அமைதி நிலவியது. வெகுநேரம். பின் மௌனம் கலைந்தவளாக "தாயே ஒருவேளை இனி வரும் காலமதில் இங்கிருக்கும் பாலை உருமாறினால் அப்பொழுது தாங்கள் இவ்விடம் விட்டுச் சென்று விடுவீர்களா, என்ன?" என்ற அழகியின் குரலில் ஏக்கம் தெரிய அவளின் அழகை தன் கரத்திலே ஏந்தி, "என் கண்மணியே பாலை இன்றியும் நான் வாழ இயலும். இனி உனைப் பிரிந்து உலவுவதும் இயலுமோ எமக்கு? உன் அருகேயே தான் நான் இருப்பேன். இனி எந்நாளும் மகிழ்ச்சி தானே?"

"மிக்க மகிழ்ச்சி தாயே. என்ன தவம் செய்தேனோ? என் தாய் அவளின் இனிதான வரம் கிடைக்க" என்று எண்ணிப் பூரித்தல் போனாள். அழகி

"சரி மகளே இன்று வெகு நேரம் உரையாடிக் கொண்டி, இருந்து விட்டோம். நீ ஓய்வெடு. பிறகு சந்திக்கலாம்.

"ஆகட்டும் தாயே!"

அன்று ஒரு நாள் விடிதலுக்கு முன்னமே விழித்துக் கொண்டாள் அவள். ஏனோ இனம் புரியா கலக்கம் அவளை வாட்டி வதைத்தது. எனினும், இம்முறை இந்தக் கலக்கம் கருணாகரன் பொருட்டு அல்ல; அவளின் தந்தை மற்றும் குடும்பத்தார் பொருட்டு. 'தந்தையே, தாங்கள் எப்படி இருக்கின்றீர்கள்? நலம் தானே? கொற்றவனின் நலமே குடிகளின் நலம் என்பார்கள். நம் நாடும், நாட்டு மக்களும் எப்படி இருக்கின்றார்கள்? தாயார்களும், தமையன்மார்களும், அக்கையார்களும் எவ்விதம் உள்ளீர்கள்? அமுதா, நீயும் நலம் தானே? அனைவரும் எப்படி இருக்கின்றீர்கள்? உங்கள் அனைவரையும் காண இயலாது என்றாலும் உங்களைப் பற்றிய ஒரு தகவல்களையும் அறிந்து கொள்ள இயலவில்லை என்னால். நான் பாலையிலே இருப்பதை இனி ஒரு நாளும் உங்களால் அறிந்து கொள்ள இயலாதே. என்ன செய்வேன், நான்? சுவாமி, தாங்களும் தான் என்ன செய்து கொண்டுள்ளீர்கள்? நலம் தானே? நமக்கு மலரின் வாயிலாக பிள்ளைகள் பிறந்தனவா? என்ன? அதனைக் கண்டேனும், அத்தையும், மாமனும் ஆறுதல் கொண்டனரா? தற்போது தங்களுக்கும், மலருக்கும், இல்லறம் அது இணக்கமாக தானே செல்கிறது. மற்றும் எனது சிறிய மாமனும், அத்தையும், எனதருமை மக கொழுனன் (இரண்டாம் திருவரங்கன்) இளவேனில், வானக் கோவ தமையனார் அவர்கள். அவர் தம் பிள்ளைகள் எப்படி இருக்கின்றனர்? சுவாமி. நுங்கள் அனைவரின் நிலை அதுவையும் எப்படி அறிந்து கொள்வேன்? நான்.

எனது நோன்பானது என்று துவங்கும் என்பதை இன்னமும் அந்தப் பரமன் நிர்ணயம் செய்யவில்லை என்றாலும், அவர் அதனை நிர்ணயம் செய்வதற்குள்ளாக, உங்கள் அனைவரின் நிலை அதனை அறிந்து கொண்டேனேயானால் என் மனமது சற்றே அமைதியும் தெளிவும் பெறும். அதற்கு வழிதான் என்ன?

"எதற்கு வழி தேடுகிறாய் மகளே?" என்று அங்கு வந்தாள் கொற்றவை. பொழுது புலரப் போவதால் தன் இருப்பிடம் திரும்பியவள். "வணங்குகின்றேன் தாயே"

நல்லாசீ மகளே. இக்காலை பொழுதிலே எதனைப் பற்றிச் சிந்தித்து கொண்டு இருக்கின்றாய்? உன் வதனம் வேறு வாட்டமாக உள்ளதே? என்னவென்று உன் தாயிடம் கூறு மகளே. அதனை உடனடியாக தீர்த்து வைப்பேன்.

சோணாட்டின் நிலை" குறித்து அறிந்து கொள்ளும் அவளின் அவாவை காளியிடம் தெரிவித்தாள். "இவ்வளவு தானே. அதற்கு என்ன? அறிந்து கொண்டால் போகிறது.

இருப்பினும், அது எப்படி இயலும் தாயே!"

"ஏன் இயலாது, மகளே?"

"அங்கு என்ன நடக்கிறது என்று அவ்விடம் சென்று தானே அறிய முடியும்?"

ஆமாம்

அதற்கு நான் அங்கு செல்ல இயலாது. தாங்களோ இந்தப் பாலையை விட்டு எங்கும் செல்லமாட்டீர்கள். பின் எப்படி அங்கு நிகழ்பவற்றை அறிந்து கொள்வது?"

புன்னகைத்த கொற்றவை. "நீயும், யானும் அங்கு செல்ல இயலாது என்பது உண்மை தான் இருப்பினும்,, இங்கிருக்கும் பேய்களை அனுப்பி அங்கிருக்கும் நிலையை அறிந்து வர சொல்லலாம். அவ்வளவு தானே"

"இதனைக் கேட்ட அழகிக்கு மகிழ்ச்சி பெருகா "தாயே உண்மையாகவா?" "ஆம் என் கண்மணியாள் கேட்க எது ஒன்றையும் மறுப்பேனா நான்?

காளி அவளின் அல்லிப்பூ பாதம் தனை ஆரத் தழுவி அதனைத் தன் கண்களிலே ஒற்றிக்கொண்டாள் அழகி. அவளைத் தூக்கி நிறுத்திய கொற்றவை, "யார் அங்கே?" என அழைத்த குரலுக்கு ஓடி வந்து, "வணங்குகின்றோம், தாயே, அழைத்தீர்களா?" என்று பணிவுடனே நின்றன பேய்கள் பல.

"ஆம் உங்களில் சிலர் உடனடியாக சோழ தேசம் செல்ல வேண்டும். அங்கே சென்று சோழன் பற்றியும், அவனது சுற்றத்தார் பற்றியும் விவரங்கள் சேகரித்து வர வேணும். அத்துடனே வண்டை நகர் சென்று அங்கிருக்கும் அரசனின் நிலை அறிந்து வாருங்கள். அதுவும் இன்று இரவு முதல் சாமத்திற்கு உள்ளாக. இது எனது உத்தரவு"

"ஆகட்டும் தாயே ஆணை என்றே ஏற்று அனைத்துத் தகவல்களையும் திரட்டி வருவோம். உத்தரவு அளியுங்கள், தாயே"

"நல்லபடியாக சென்று வாருங்கள்"

காளியை வணங்கி சில பேய்கள் அங்கிருந்து புறப்பட. அங்கிருந்த பிற பேய்களை அழைத்து கூழ் விருந்து படைத்து வெகுநாட்கள் ஆகின்றது அல்லவா?" என்றாள்.

ஆம் தாயே என்றன. அங்கிருந்த பேய்கள் ஏக்கத்துடனே" சரி இன்று அவர்கள் கொண்டு வரும் செதியை வரவேற்பதற்காகவும், அவர்களின் பணியை வாழ்த்திடவும் கூழ் விருந்துடனே உங்கள் விருப்ப புலால் விருந்திற்கும் ஏற்பாடு செய்து கொள்ளுங்கள். அத்துடனே எனது அன்பு மகளின் விருப்ப உணவான பால் அன்னமும் அதிலே இருக்கட்டும்" என்று கொற்றவை கூறிய மறுகணமே, "தங்களின் சித்தப்படியே. நன்றிகள் தாயே" என்ற பேய்களிடத்தே உற்சாகம் கரை புரண்டு ஓடியது. என்ன செய்வது? எது செய்வது? என்று அவற்றுக்கு விளங்கவில்லை. சில கணம்.

"பிறகு என்ன? என் கண்மணியாள் அறிய நினைத்த அனைத்தும், இன்றைய இரவிற்குள் தெரியவரும். மகிழ்ச்சி தானே!"

"தாயே என்னைப் பெற்றவளே இது போதும் எனக்கு. தங்களின் தாளிலே விழுந்து கிடக்க"

புன்னகைத்த கொற்றவை. "சரி மகளே பொழுது புலர்ந்து வெகுநேரம் ஆனது. யான் நிலை அமர நீ மறை ஓதுகிறாயா?"

"ஆகட்டும் தாயே" அவர்கள் இருவரும். கொற்றவை குடி அமரும் புதருக்குச் செல்ல. மறை ஓதி அவளை நிலை அமர்த்தி. அங்கிருந்து தனது இருப்பிடம் வந்தாள் அழகி. வந்தவளுக்கு பெரும் அதிர்ச்சி. வெகு நாட்களாக அவள் கண்களில் படாத அனைத்துப் பேய்களும், ஒரே இடத்தில் அதுவும் நூற்றுக்கணக்கில்.

"எம் இறைவா! இது என்ன? சோதனை. இவை அனைத்தும் இங்கு ஏன் வந்தன? இப்பொழுது பார்த்து தாயார், வேறு மோன நிலைக்கு சென்றுவிட்டாரே? நான் என்ன செய்ய? இவற்றுக்கு அஞ்சி ஓடுவதா? அல்லது எதிர்த்து நிற்பதா? ஒன்றும் விளங்கவில்லையே என்று அவள் எண்ணிக்கொண்டு இருக்கையிலேயே அவளின் அருகே வந்த அனைத்துப் பேய்களும் கரம் இருப்பவையும், இல்லாதவையும் ஒரு சேர அவளை தாயே என்று வணங்க. அதைக் கண்ட அழகிக்கு ஒரு கணம் ஒன்றும் விளங்கவில்லை. தான் காண்பது கனவா நனவா? என்று.

இருந்தும் அவளும் பதிலுக்கு அவற்றை வணங்க "தாயே, தாங்கள் இங்கு வந்ததில் இருந்து தான் கொற்றவை தாயின் குரோத முகம் குளிர்ந்தது. ஆகையினால் பாலையும் துளிர்த்தது. இதனை நாங்கள் அறிந்து கொண்டதை தாங்கள் அறிந்திருக்க நியாயமில்லை. கொற்றவையை ஏறிடும் துணிவு இங்கு எவருக்கு உண்டு. தங்களைத் தவிர? தாய் தங்களை 'மகளே!' என வாயார அழைத்ததனால் அவரைப் போலவே தாம் தங்களும் இனி எங்களுக்கு எங்களைத் தங்களின் பிள்ளைகள் என பாவித்து இது வரை நாங்கள் செய்த பிழைகளை மன்னித்து ஆட்கொள்ளுங்கள் தாயே. தாங்கள் இங்கே வந்ததனால் தாயின் முகம் மலர்ந்து தங்களை காரணமாக கொண்டு அவர் மகிழ்ந்த நாட்களில் எல்லாம் எங்களுக்குக் கூழ் விருந்து படைக்க. எங்களின் வயிறும் குளிர்ந்தது. தாயையும், தங்களையும், அண்டி இருக்கும் எங்களைக் காத்தருளுங்கள் தாயே! என கரம் கூப்பி அவை வணங்க, கூப்பிய கரத்துடனே கண்ணீர் மல்க தலை அசைத்தாள்.

"தாயே எங்களுக்கு விடையளியுங்கள். விருந்திற்கான ஏற்பாட்டைக் கவனிக்க" "நல்லது சென்று வாருங்கள்

அங்கிருந்து உற்சாகமாகக் கலைந்து சென்றன பேய்கள்.

"சற்று முன் இங்கே என்ன நடந்தது? இங்கு வந்த நாட்கள் அதுவில் அல்லும் பகலும் பதைபதைக்க வைத்த பேய்கள் இன்று 'தாயே!' என வணங்குவதா? என்ன ஒரு கால மாற்றம்? இல்லை. இது கால மாற்றம் என்பதை விட காளியின் கரிசனமும், பேரன்புமே என எண்ணிக்கொண்ட அழகி. கொற்றவையிடத்தே செல்ல அங்கு அவள் அமர் கோலம். அதைக் காண உயிரும், விழி நீரும் ஒன்றாய் உருகி ஓடியது. அழகிக்கு. எப்போதுமே மறை ஓதி கொற்றவைன மகிழ்வித்த அழகி. அன்று அவள் மீது தான் கொண்ட பற்றைப் பாடலாக்கிப் பாடத் துவங்கினாள் இப்படி.

"பாலையில் முளைத்த கற்பகமே

நனியாய் மிளிரும் இரத்தினமே

காணக் கிடைக்காத அற்புதமே

நவ கோளும் நயந்தே தொழும் உன் பொற்பதமே

என்று இன்னும் இன்னும் நீண்டு கொண்டே போனது. பட்டர் தனக்கு கற்றுத் தந்த தமிழை இன்று தான் முழுமையாகப் பயன்படுத்தியதாக உணர்ந்தாள் அழகி. இருந்தும் தாய்

அவளிடம் தான் கொண்ட பேரன்பை இன்னும் முழுமையாக தாயிடம் எடுத்துரைக்கும் பாடல் ஏதும் பாடியதாய் அவளுக்குத் தெரியவில்லை.

காரணம் இத்துணை துதிகள் என்று கணக்கில் கொள்ளாதவாறு, பாடல்கள் பாட அவை அனைத்தையும் செவிமடுத்த கொற்றவை. அதன் மூலமான தனது உள்ளக் களிப்பை உவகை கொள்ளும் வதனத்தில் வெளிப்படுத் தினாலும், விழி திறக்கவில்லையே என்ற கவலை அழகிக்கு. 'அது சரி இன்னும் பொழுது சாய வெகுநேரம் உள்ளது. இதற்கிடையில் நாம் எத்துணை துதிகள் பாடினாலும் தாயார் கண்திறக்கப் போவதில்லை. தவிரவும், நாம் என்ன சைவக் குரவர்கள் இயற்றிய மறையா ஓதினோம்? மகிழ்ச்சியின் மிகுதியால் தாய் கண் திறக்க. 'ஏதோ நமக்குத் தெரிந்த வார்த்தைகளைக் கொண்டும் அவர் மேல் நான் கொண்ட பேரன்பை எடுத்துரைக்குமாறும் பாடினேன். ஒரு வேலை இவை பாடல் போல் அல்லாது, நான் பிதற்றுவதாகத் தெரிந்திருக்குமோ அன்னைக்கு? அதனால் தான் கண் திறக்க மறுக்கின்றாரா என்ன? ம் என்று அழகி வருந்திய மறு கணமே.

பாலையே அதிரும் அளவிற்கு இடைவிடாது நகைக்கத் துவங்கினாள் கொற்றவை? அந்தப் பகற் பொழுதில் இவ்வேளையில் கொற்றவை விழித்திருக்க மாட்டாளே' என்று எண்ணிய பேய்கள் அவள். இருப்பிடத்திற்கு விரைந்தன – அவை செய்து கொண்டிருந்த பணியை அப்படியே விட்டு விட்டு. கண் விழித்த கொற்றவை, "அனைவரும் இங்கு என்ன செய்து கொண்டிருக்கிறீர்கள்?" "தாயே, இவ்வேளையில் தாங்கள் விழித்திருக்க மாட்டீர்களே? இது என்ன புதிதாய்? என்றே இங்கு வேந்தோம் அம்மா!" "ஓ! அதுவா? ஒன்றும் இல்லை. எனது அன்பு மகள். எனைப் புகழ்ந்து துதி பாடினாள்." அதில் மகிழ்ந்து. என் மோனம் கலைந்து நகைத்துவிட்டேன் அவ்வளவே. அவற்றுள் ஓர் மிக முதிர்ந்த பேய் முன்வந்து, "ஆம் தேவி கூறுவதும் உண்மைதான். அழகி தேவியார் அருளுடனே பாடிய துதிகளை அடியேனும் கேட்டு மகிழ்ந்தேன் ஆனந்தம் கொண்டேன். மிக்க நன்றிகள் அம்மா" அந்த முதிர் பேய் அழகியை வணங்க. "அய்யோ! தாங்கள் அகவையில் என்னை விடவும் எவ்வளவோ பெரியவர். அப்படியிருக்க, தாம் என்னை வணங்குவதா மூப்பரே? அது முறையும்

ஆகாது. அத்தோடு இங்கே வணங்குவதற்கு உரியவர் தாய் கொற்றவை மட்டுமே"

அவர்கள் இருவரின் உரையாடலை அமைதியுடனே கேட்டுக் கொண்டிருந்தன. அங்கிருக்கும் காளியும், பேய்களும், "நாங்கள் இங்கு வந்து யாண்டு நூறதுவை கடந்திருக்கும். இருப்பினும், எங்களுக்கு உறைவிடம் தந்து, உய்ய வழி தந்த தாயைப் போற்றிப் பாட, ஒரு நாளும் எங்களுக்குத் தோன்றவில்லை. இன்றுவரை இங்கிருக்கும் செடி, கொடியுடனும் சேரா பதர்கள் நாங்கள். ஆனால் தாங்களோ இங்கு வந்து சில நாட்களிலே தாயின் மகத்துவம் அறிந்து, அது கொண்டு தாயின் மேல் தாங்கள் கொண்ட பேரன்புதனை இன்று துதிதாய் வெளிப்படுத்தி யுள்ளீர்கள்.

தங்களின் துதி வழியே கொற்றவையின் பெருமைதனை இன்றே நான் நன்குணர்ந்து கொண்டோம் அம்மா" அம்முதிர் பேயின் வாய்மொழிக்கு நன்றி கூறுவதா? அல்லது அமைதிக் காப்பதா? என்று அழகிக்கே விளங்கவில்லை. தாய் அவளை நோக்க, "அப்பேய் கூறுவதும் மெய்தான் மகளே. நீ இங்கு வரும் முன்பு வரை பாலை என்றாலே பேய்களின் ஓலமே விண்ணைப் பிளக்கும். நீ வந்த பிறகு பாலை மறை ஒலிக்க விண் நகர் ஆனது. என்பதே உண்மை. இதனை அங்கிருந்த பேய்கள் அனைத்தும் ஆமோதித்து ஆரவாரம் செய்தன. "பார்த்தாயா மகளே? பேய்களிடத்தே ஓலம் போய் ஆரவாரம் ஆர்ப்பரிப்பதை. இந்த மாற்றமும் உன்னாலே மட்டுமே. சரி, எம்மையும், நுங்களையும் மகிழ்வித்த எனது மகளுக்கு சிறப்புப் பரிசு ஏதும் தரவேண்டாமா?" என்றதும் வேங்கையின் பற்களைப் பரிசளிப்போமா? இல்லை. பகட்டின் கொம்மைப்ப பரிசாகத் தரலாமா? யாழியின் விலா எலும்பைப் பரிசளித்தாள்? ஏனெனில் அது தற்சமயம் அரிதானா ஒன்றே. அரிமாவின் தலையைத் தந்தால் என்ன?" இப்படி சில பேய்கள் பேசி கொள்ள, ஆதிசேடனின் இனத்தை அறுத்து அதைச் சமைத்துத் தரலாமா?" "இல்லை வேண்டாம் கவரியின் தோள் (மான்) அதனைத் தரலாமா? அவற்றின் உரையாடலைக் கேட்டுக் கொண்டிருந்த அழகிக்கு கதி கலங்கியது. மெல்லிய புன்னகையுடனே அவற்றையும் அழகியையும் நோக்கி கொண்டிருந்தாள் கொற்றவை.

தொடர்ந்த வரை நவ்வியின் (மான்) சங்கை அறுத்து அதில் பீறிடும் உதிரம் அருந்த அருமையாக இருக்கும். அதையே பரிசளித்தால் என்ன?" என்றதும் அங்கிருந்த

பேய்கள் அனைத்தும் "அதுவே சரி என்று கூற "அய்யோ! தாயே என்ன இது?" என்று அலறினாள் அழகி. ஓங்கி சிரித்தாள். கொற்றவை. இதனைக் கண்ட பேய்களும் ஒன்றும் விளங்கவில்லை. சற்றே ஆசுவாசப்படுத்திக் கொண்ட கொற்றவை உங்களின் இந்தப் பரிசளிக்கும் ஆர்வத்தை நான் மெச்சுகின்றேன். இருப்பினும், உங்களின் பரிசுகளைக் கண்ட மாத்திரத்திலே என் அன்பு மகள் இந்தப் பாலையை விட்டே ஓடி விடுவாள். பின் அந்தப் பரமன் எமக்கு அளித்த பரிசை நான் எங்கு சென்று தேடுவது?" என்றாள். அவளை உற்று நோக்கியே அழகிய "அப்படியானால், தாங்களே கூறுங்கள், தாயே. எங்களை மகிழ்வித்த அழகியை நாங்கள் எப்படி மகிழ்விப்பது என்று கூறுங்கள் தாயே."

பரிசு என்பது பொருளானால் அது என்றுமே நிலை பெறா. அதை பெயரைப் பரிசாக வழங்க அது காலம் கடந்தும் நிலைபெறும். அதுவே சிறந்ததும் கூட!" என்றாள் கொற்றவை.

அங்கே சில கணம் பொன்னியில் அவளும், அவள் தன் நாதனும் இது போன்றதொரு உரையாடலில் ஈடுபட்டது நினைவுக்கு வந்தது அழகிக்கு. 'சுவாமி, தாங்கள் எங்கிருக்கிறீர்கள்? அழகி, என்ன யோசனை?'

"ஒன்றும் இல்லை தாயே!"

கொற்றவையின் கூற்றை ஏற்ற அங்கிருந்த பேய்கள் அவளை, அவை அழைப்பதற்குத் தகுந்தாற் போல் நல்லதோர் நாமத்தைச் சூட்டும்படி அங்கிருந்த முதிர் பேயிடம் கூற, "அரசினர் வழிவந்தவர் தாங்கள் என்பதை நீங்கள் இங்கு வர நான் அறிந்து கொண்டேன் தாயே" என்றது. முதிர் பேயின் மொழி கேட்ட பிற பேய்கள்" என்ன? அரசினர் வழி வந்தவர்களா? அப்படியினால், இவர், யாரின் மகள்? யாருக்குத் துணைவியாக இருப்பார்? என்று அங்கிருந்த பேய்கள் ஆச்சர்யம் கொள்ளவே! சற்றே அமைதியாய் இருங்கள்" என்றாள் கொற்றவை. மேலும் தொடர்ந்து முதிர் பேய். "அரசனின் வழித் தோன்றல் என்பதாலும், இறை அன்பின் முதிர்ச்சியினாலும் தங்களுக்கு "நாச்சியார்" என்னும் நாமமே மிகச் சரியாக இருக்கும் என்பது அடியேனின் கருத்து" என்றதும் அங்கிருந்து பேய்கள் ஆரவாரத்துடனே அதனை ஆமோதித்தனர். இனி அழகிக்கு நாச்சியார்" என்றே நாங்கள் அழைக்க அனுமதி அளியுங்கள் தாயே" என்றன பேய்கள். "அப்படியே ஆகட்டும்" என்றாள் கொற்றவை.

'அழகு நாச்சியார்' என்று உச்சரித்த கொற்றவை. மிகவும் அருமையாக இருக்கின்ற; உனது புதிய நாமம்" என்றாள். "நன்றிகள் தாயே"

"நல்லது சரி அனைவரும் கலைந்து சொல்லுங்கள். கூழ் வார்க்கும் பணி பாதியிலே நின்று விட்டதே"

"ஆம், தாயே. இதோ..." என்று அங்கிருந்து சென்றன பேய்கள் அனைத்தும். அமைதியாய் இருந்த அழகியை நோக்கி, "என்னவாயிற்று மகளே? உனது வதனத்தில் ஏன் இந்த வாட்டம்?" என்றாள் கொற்றவை. ஒன்றும் இல்லை தாயே. "ஓ! சோணாட்டிற்கு தகவல் திரட்ட சென்ற பேய்கள் இன்னும் வரவில்லையே என்று வருந்துகிறாயா? அவை வருவதற்கு இன்னும் நாழிகை நிறைய உள்ளதே! முதல் சாமம் வரை"

"எனது வருத்தம் அதுவல்ல தாயே" "பின் எது குறித்து மகளே?"

"இன்று தங்களின் பால் நான் கொண்ட பேரன்பைப் பாடல்களினால் விவரித்தேன். அதற்குப் பேய்கள் கூட பெயரைப் பரிசளித்துச் சென்றன. தாங்களோ ஒன்றுமே கூறவில்லையே?" புன்னகைத்த கொற்றவை. "ஓ! இது தான் நீ வருந்த காரணமா?" என்று கேட்க, தலையசைத்தாள் அழகி. அவளின் தலையைக் கோதிய கொற்றவை" குறிப்பிட்ட ஒருவர் மீது ஒருவர் கொள்ளும் பேரன்புதனை துதி கொண்டு அளக்கவோ, அடைக்கவோ இயலாது மகளே. இருப்பினும், அப்பேரன்புதனை ஒரு பெயர் கொண்டு ஒருங்கிணைக்கும் இயற்கை. அது, தாய் என்றும், மகள் என்றும் ஆகும். நீ வாஞ்சையுடனே தாயே என எனை அழைக்க, அது ஓர் ஆயிரம் துதிகளைத் தன் உள்ளடக்கிப் பிரதிபலிக்கும் எந்நாளும். ஆகவே தான் மூவுலகிலும் தேவ அனங்குகளை வணங்க துதி என்ற ஒன்று தேவையில்லை; தாயே எனக் கூறும் வாய்மொழி ஒன்றே போதுமானது. அவை ஆட்கொள்ள என் வரையில்" "ஐயோ! தாயே" என்று கொற்றவையின் பாதங்களில் சரண் புகுந்தாள், அழகி. "இன்று அறியாமையால் நான் தங்களிடம் மிகவும் சிறு பிள்ளைத் தனமாக நடந்து கொண்டேன். மன்னியங்கள் தாயே" அவளைத் தூக்கி நிறுதிய கொற்றவை, "தாயிடம் சிறு பிள்ளைத் தனமாக நடந்து கொண்டதில் தவறில்லை, மகளே" என்றாள்.

"இருப்பினும், இதனை நான் ஒப்புக் கொண்டே ஆக வேண்டும். நீ இன்று 'பாடிய துதிகள் அனைத்துமே மிக அருமை' என்ன ஓர் அறிவு முதிர்ச்சி. ஆழ்ந்த பற்று என் மேல் உனக்கு. அதிலே ஒரு வரி "பாலையில் முளைத்த கற்பகமே" நயம்படவே பாடினாய். கற்பகத் தருவைச் கண்டதுண்டா நீ?" "இதோ கண் குளிர கண்டு கொண்டுதான் இருக்கின்றேன் தாயே. எனக் கூறி சிரித்தாள் அழகி. "கொற்றவன் பெற்றெடுத்த கோ மகளே. பெற்றவனும், உற்றவனும் உனை நீங்கி எப்படி தான் வாழ்கிறார்களோ பாவம்" எனதருகேயே நீ இருந்தாலும் நான் விழிமூடி திறக்க உனை தேடும் ஆவல் என் உள்ளே ஒட்டிக்கொண்டது சில காலமாய். அப்படியிருக்க உனக்கு உயிர் கொடுத்தர்களும், உனையே உயிர் என நினைத்தவனும், உன்னை நீங்கி வாழ்வது என்பது மிகவும் கொடுமையே மகளே!" அதனைக் கேட்ட அழகியின் கண்கள் குளமானது. "ஐயோ! மகளே நீ வருந்தும் படியாகப் பேசிவிட்டேனா?" "அப்படி ஏதும் இல்லை தாயே. இன்று ஏனோ தந்தையாரின் நினைவே ஓடிக் கொண்டுள்ளது. அதனாலேயே தான் தங்களின் இருப்பிடம் வந்தேன். இங்கோ, தாங்களும் தந்தையை நினைவூட்டும் விதமாக உரையாடிக் கொண்டு உள்ளீர்கள். அது தான் ஏன் என்று விளங்கவில்லை. 'ஒரு வேளை தந்தையாரின் உடல் நிலையில் பாதிப்பு இருக்குமோ' என்று கவலை"

"ஏன்? அப்படி மகளே?" "சில நாட்களுக்கு முன்பு தந்தையார் எனை அழைத்தது போன்று ஓர் எண்ணம்"

"இதனை ஏன் என்னிடம் முன்பே கூறவில்லை மகளே?"

"இது எனது எண்ணம் என்றே எண்ணினேன் தாயே. ஆகையால் கூறவில்லை."

"சரி, உனது தந்தை உன்னை எப்படி அழைப்பார்?" "அவர்..." என்று தயங்கியவளை, "உனது கணவனின் விதிமுறைகள் சோழ தேசத்திற்கே; எமக்கு பொருந்தா உண்மையில்.

"உனது தந்தை உனக்கு இட்ட பெயர்தான் என்ன! மகளே?"

"பானு நிருபமை. நிருதி என்று அழைப்பர் – எனது சுற்றத்தார் துவங்கி அவர் உட்பட"

"அருமையாகத்தான் உனக்குப் பெயர் வைத்துள்ளனர் உனது பெற்றோர்."

"நன்றிகள் தாயே"

"உனது இந்த இருவகை நாமங்களுமே தனித்துவம் எனவை தான். அத்தோடு உனக்குப் பொருந்தும் படியாகவும் இருக்கின்றன. கதிரவனுக்கு நிகரானவள். அழகிய அகம் உடையவள் என்று இருப்பினும் அழகு நாச்சியார் எனும் பெயரே நிலை பெறட்டும். "ஆகட்டும் தாயே தங்கள் நல் ஆசீகள்" "சரி வா மகளே. அந்தி சாய தொடங்கிவிட்டது. சோணாடு சென்றவை வந்தனவா? எனக் காணலாம்" என்று கூறி, அழகி அமரும் பாறை அருகே சென்று அமர்ந்தனர் அவளும், கொற்றவையும். அவர்கள் அமர்ந்த சிறிது நேரத்திற்கெல்லாம் அங்கு வந்து சேர்ந்தன. சோணாடு சென்று பேய்கள் அனைத்தும்.

அவற்றைக் கண்டதும் அளவில்லா மகிழ்ச்சியில் திளைத்தாள் அழகி. "வணங்குகின்றோம். தாயே" போன காரியம் என்னவானது?" கொற்றவை என்றாள். "ஒரு வாராக அங்கிருப்பவர்களின் நிலை குறித்து அறிந்து கொண்டோம் தாயே"

"நல்லது"

"முதலில் வண்டையர்கள் குறித்து தெரிவிப்பதா? அல்லது சோழர்கள் குறித்து தெரிவிப்பதா? தாயே"

"மகளே உனது விருப்பத்தைக் கூறம்மா"

"சிறு தயக்கத்துடனே முதலில் வண்டையர் குலம் பற்றிய தகவல்களைக் கூறுங்களேன்" என்றாள் தாழ்மையுடன் ஆகட்டும் அம்மா. என்று பேய்கள் அங்கே அறிந்தவற்றைக் கூறத் தொடங்கின.

திருவரங்க அன்னவராயரும் அவருடைய மனையாளான உத்தமவல்லியும் மாண்டு, யாண்டு ஏழு ஆனதாம்" "அய்யோ!" என்றாள் அழகி. "அமைதி கொள், மகளே! உன் நிலைக்குப் பிறகு இயற்கைக்குப் புறம்பாக எது ஒன்றும் அங்கு நடந்திட வாய்ப்பில்லை என்பதனை நன்கு உணர்ந்து கொள். அப்பொழுது யாதொரு துயரும் உனை அணுகாது"

"ஆகட்டும் தாயே. என தலையசைத்தாள். மேலும் தொடரும்படி, பணித்தாள் காளி அவற்றை.

"வண்டையர் கோனின், சிறிய தந்தையும், மரணம் அடைந்தார். அவருடைய மனையாள் நலமே. அவர்களின் மகனுக்குக் கண்ணனம் ஆகி, மகள் ஒன்றும் இருக்கிறது. அவர் தற்போது வண்டையிலே தான் இருக்கின்றார். தனது தமையனுக்கு துணையாக. அத்துடனே வண்டையர் கோன்

கருணாகர தொண்டைமான் அவர்கள்..." என்று அப்பேய் கூறியதுமே, உற்சாகமாய் உன்னித்தாள் அழகி. "தற்போது வண்டையில் அல்ல; சோழபுரத்தில் உள்ளார். முன்னே வகித்த பதவிகளுடனே தற்போது தலைமை அமைச்சர் எனும் பெயர் கொண்டு."

"திங்களில் ஒரு நாள் வண்டைக்கு வந்து செல்வாராம். "பிள்ளைகள் எத்தனை?" என்றால் ஆர்வமாய் அழகி. ஏதேனும் மாறுதல் நிகழ்ந்திருக்கக் கூடும் என்ற நம்பிக்கையில், "இல்லை தாயே. அவருக்குப் பிள்ளைகள் என்று ஏதும் இல்லை. ஒரு மகன் மட்டுமே. அதுவும் ஆலங்காட்டிலே துஞ்சிக் கொண்டிருப்பதாய்க் கூறுகின்றார்கள். நாங்கள் அங்கும் சென்றுவிட்டு தான் வந்தோம். அக்காட்டிலே சண்பக வனம் அமைத்து அதன் நடுவே. வண்டையர் கோனின் மனையாள் என்றும், மகன் என்றும் தனித்தனியே பீடங்கள் நிறுவப்பட்டுள்ளன. அதன் அருகேயே புரவி ஒன்றும் சுதை சிற்பமாக உள்ளது. மன்னர் அவர்கள் வண்டைக்கு வருகை தருவதே இக்காட்டிற்கு வருதலின் பொருட்டே என்கின்றனர். அங்குள்ளோர் அரசரின் இரண்டாம் மனையாள் ஆன மண்டையாழ்வார் சில திங்கள் வண்டையிலும், சில திங்கள் தன் சகோதரனுடன் தஞ்சையிலும் வசிப்பதாய் கேள்வி. "அரசரின் தங்கை அவர்களுக்கு முன்பு பெண்மகவும், பின் ஆண்மகவும் பிறந்துள்ளது. அரசின் மைத்துனன் வானக்கோவன் தஞ்சையிலே தாம் தொடர்ந்து வசித்து வருகிறார். இதுவே வண்டையின் நிலவரம்"

"நல்லது. சோழர்களின் நிலவரம் குறித்து கூறு" என்று கொற்றவை கூறியதுமே பேய்கள் ஒன்றையொன்று பார்த்து கொள்கின்றன. "என்னவாயிற்று? ஏன்? அமைதியாக உள்ளீர்கள்? எதுவாயினும் கூறுங்கள்"

"ஆகட்டும் தாயே. குலோத்துங்க சோழ தேவர் அவர்கள் மாண்டு மூன்று நாட்கள் ஆகின்றன தாயே!" என்று கூறியது தான் தாமதம். "தந்தையே!" என்று கூறி "ஓ!" என அழத் தொடங்கினாள் அழகி. சோழனின் மகள் அவள் என்று அப்பொழுதே அங்கிருந்த பேய்கள் அனைத்தும் அறிந்து கொண்டன. அவை மலைத்துப் போய் அவளைக் காண மரணத்திலேனும் எனது அருமை தந்தைக்கு நிம்மதி வாய்த்ததோ எனத் தெரியவில்லையே" என்று புலம்பினாள் அழகி. "அமைதி கொள். மகளே. இப்படி அழுவதால் ஆவதென்ன?"

"இல்லை தாயே... எனது தந்தைக்கு அரசன் என்ற வகையிலும் அமைதி இல்லை. தகப்பன் என்ற வகையிலும், நிம்மதி இல்லை. அதனை நான் நன்கு அறிவேன். ஆண் பிள்ளைகள், சோழர்களின் ஆளுமையைப் பறைசாற்ற வேண்டும் என்றும், பெண் பிள்ளைகளில் ஒருவரேனும், எம் குலத்தோன்றல் மங்கையர்க் கரசியார் போல அறம் வளர்த்து பெரும் பேறு பெற வேண்டும் என்பதே எனது அன்பு தந்தையின் தீரா அவா. அதன் பொருட்டு அறத்தைச் சிறப்பித்த மீண்டும் ஒரு சோழனின் மகள் என்று உலகம் பேச தனது பிள்ளை காரணமாய் இருக்க வேண்டும் என்ற தன் தந்தையாரின் கனவு கனவாகவே போனதே என்ன செய்வது?"

"மகளே! எதற்கு இந்தக் கலக்கம்? உனது தந்தையின் கனவு பலிக்குமா! பலிக்காதா என்பதனை நீயோ நானோ அல்ல. காலமே முடிவு செய்யும். அதற்குள்ளாக ஏன் இந்தக் கவலை? அதனை அறத்தொழி. உண்மையில் கலங்குவதற்கான நேரம் இதுவல்ல, மகளே திருநீற்றுச் சோழனை பரமன் தனது திருவடியிலே இணைத்துக் கொண்டார் என்பதனை எண்ணி அமைதி கொள்.

'பிறவி பெருங்கடலில் நீந்தி கரை சேர்ந்த அபயனுக்கு இனி ஒரு பிறவி வேண்டா' எனும் பெரும் வரம் அதனை அந்தப் பரமனிடம் கேள் மகளே. அதுவே உன் தந்தைக்கு. நீ செய்யும் பெரும் கைம்மாறு ஆகும். மேலும் இப்பெரும் துயரத்திலிருந்து உன் குடும்பத்தாரும், சோணாட்டு மக்களும், மீள அருள் புரியும்படி அந்த ஆடவல்லானை (சோழர் குலதெய்வம்) வேண்டு"

சற்றே அமைதிக்குப் பின் தன் விழிகளைத் துடைத்துக் கொண்டே அழகி, "ஆகட்டும் தாயே" என்றாள்.

"சரி போகட்டும். மற்ற தகவல்களைக் கூறு" என்று பேய்களை பணிக்க அவை தொடர்ந்தன.

"ஆறு திங்களுக்கு முன்னமே குலோத்துங்கன் தனது மூத்த மகனான விக்கிரம சோழனுக்கு முடி சூட்டிவிட்டார். அவரே தற்போது சோழ தேசத்து அரசரும் ஆவார். அவர் மனைவியர் மற்றும் மகனுடனே சோழபுரத்திலே தான் வசிக்கின்றார் கடந்த ஓர் ஆண்டு காலமாக குலோத்துங்க தேவரின் மனைவிமார்கள் அனைவரும் நலமுடனே இருக்கின்றனர். மும்முடி சோழன் என்பார் தொடர்ந்து பாண்டி மண்டலத்தையே ஆண்டு வருகின்றார்.

இது வரையும் அவருக்குப் பிள்ளைகள் ஏதும் இல்லை. அவரை அடுத்த சோழகங்கன் என்பார் ஏதோ கடல்கடந்து வெகுதூரத்தே உள்ள தேசத்தின் அரசன் மகளை மணந்து அங்கேயே வசித்து வருகின்றாராம். அவரை அடுத்த வீர சோழன்..." என்றதும் ஆர்வமாய் செவிமடுத்தாள் அழகி. "அவர் தற்போது வேங்கியின் அரசனாய் முடிசூட்டப்பட்டுள்ளார். அத்தோடு பல்லவ குலத்து பெண்டை மணந்துள்ளார். அவருக்கு தற்போது பிள்ளைகள் ஏதும் இல்லை" என்றதும் "ஜயோ! எம் இறைவா! ஏன்? இந்தச் சோதனை. தலைமயன்மார்கள் அனைவருமே ஏதோ, ஒரு துன்பத்தில் அகப்பட்டதாய்த் தோன்றுகிறது? என்ன செய்வது?" என்று வருந்தினாள். "வானதிராயர் பற்றிய தகவல்கள் ஏதேனும் அறிவீரோ?" என்று அழகியிடம், "இல்லை தாயே. அவரும் அவர் தன் மனைவியும் மரணித்து வெகு ஆண்டுகள் ஆகின்றனவாம்."

தற்போது அங்கே விக்ரம் சோழனுக்கு ஆலோசகராக இப்பவர் மூத்த அமைச்சர் காலிங்கராயர் என்பவரும். அவருடனே, வண்டையர் கோன் கருணாகரன் தொண்டைமான் அவர்களும் சோழ அரசவையில் பொறுப்பு வகிக்கின்றனர். பரணி பாடிய புலவரும் சில ஆண்டுகளுக்கு முன்னே மாண்டு போனார்."

"மகேஸ்வரா! மகத்தான மனிதர்களை கூட தாங்கள் விட்டு வைக்க வில்லையா?" என்று எண்ணினாள் அழகி. "திரு நாராயண பட்டர் என்பவர் "குலோத்துங்க சரிதம்" எனும் நூலை இயற்றிக் கொண்டிருக்கிறார். நெற்குன்றகிழார் கலப்பராயர் என்பவரும் வீரை பரசமய கோளரி மாமுனிவர் என்பவரும் தற்போதைய அவைப் புலவராக உள்ளனர். சோழப் பெரும்படையின் தலைமை, சேனாபதியாக சுந்தர பாண்டியன் என்பவர் பதவி வகிக்கின்றார்" என்றதும், 'இவர் அமுதாவின் கணவர் ஆயிற்றே' என்று எண்ணிக் கொண்டாள். அத்தோடு நிறுத்திக் கொண்டே பேய்கள் "தாயே தங்களுக்கு வேறு எவரை பற்றி ஏனும் தகவல்கள் அறிய வேண்டுமா? ஏனெனில், சோழர் மாண்டு மூன்று தினங்கள் தான் ஆகின என்பதால், சோணாட்டுக்கு அடங்கிய பிற தேச அரசர்கள் என்றும், சிற்றசர்கள், மேன்தரத்து அதிகாரிகள் என்று அனைவருமே அங்கே குழுமி இருக்கின்றனர்."

"பெரும் விரக்தியுடனே 'எனது அருமை தந்தையே மாண்டு போனார். இனி எவரைப் பற்றி நான் அறிந்து கொண்டு எதனை சாதிக்கப் போகின்றேன்?' என்று அகத்துள்ளே எண்ணிக்

கொண்டவள், "இல்லை வேண்டாம். இதுவரையிலுமே தாங்கள் திரட்டி வந்த தகவல்களுக்கு மிக்க நன்றி. தாயே, என் பொருட்டு இவர்களை சோழ தேசம் அனுப்பியதற்கு தங்களுக்கும் எனது நன்றிகள்" என்று அவள் கரங்களைக் கூப்ப, "இதற்கெதற்கு? நன்றிகள் மகளே?" என்றாள் கொற்றவை.

"பாவம் என்பொருட்டு வெகுதூரம் அலைந்து வந்துள்ளார்கள். நீங்கள் அனைவரும் சென்று உணவருந்துங்கள்" என்றாள் அழகி – குறும் புன்னகையைத் தவழவிட்டு.

"ஆகட்டும் தாயே. தங்களின் உத்தரவு" என்று பேய்கள் அங்கிருந்து செல்ல, "வா மகளே. நீயும் உணவருந்து" என்று கொற்றவை அழைத்தாள்.

இல்லை தாயே, எனக்கு தற்போது வேண்டாம். பிறகு அருந்தீர் கொள்கின்றேன். சற்றே இறுக்கமாக உள்ளது தாயே. தாங்கள் அனுமதித்தால் ஓய்வெடுத்துக் கொள்ளட்டுமா?'

"உன் நிலை அது நன்கு அறிவேன் மகளே. ஓய்வெடு. உனைப் பிறகு சந்திக்கின்றேன். "ஆகட்டும் தாயே" அங்கிருந்து விடை பெற்ற காளி, கூழ் விருந்து படைக்கும் இடத்திற்கு வர "தாயே அழகி நாச்சியார் தங்களுடன் வரவில்லையா?" "இல்லை அவள் சற்றே ஓய்வு எடுக்கட்டும் என்று கேட்ட பேய்கள் அதுவே அவளுக்குத் தற்சமயம் உகந்தது.

பெற்றவரின் இழப்பில் இருந்து மீள. அவளுக்கு சில நாட்கள் அல்லது வார, திங்கள்கள் தேவைப்படலாம். அதுவரையிலும் அவளை அவள் போக்கிலே விட்டுவிடுவதே சிறந்தது."

"தங்களின் உத்தரவு தாயே"

"சரி நீங்கள் அனைவரும் உணவருந்துங்கள். நான் உங்களைப் பிறகு சந்திக்கின்றேன்" என்று கான் காவல் பணிக்குச் சென்றாள் கொற்றவை.

தனது அருமை தந்தையுடன் கழித்த இனிமையான பொழுதுகளை நினைவு கூர்ந்து, மகிழ்ந்தும், நொந்தும் கொண்டாள் நிருதி. கொற்றவை கூறியதும் உண்மைதான். இப்பொரும் துயரத்திலிருந்து மீள, அழகிக்கு, திங்கள் ஒன்றிக்கு மேல் ஆனது. மெள்ள மெள்ள இயல்பு நிலைக்குத் திரும்பினாள். கொற்றவையின் அரவணைப்பினால்.

இதற்கிடையே அவளையும் அறியாமல் ஒவ்வொரு மாத சிவராத்திரி அன்றும் அவனின் நினைவது அவளை வாட்டி

வதைக்கும். 'சுவாமி தாங்கள் எப்படி இருக்கின்றீர்கள்? நான் இக்கானகத்தில் இருப்பதை தாங்கள் என்று அறிவீர்கள்?' என்று அழத்தொடங்கினாள் அழகி. அங்கு வந்த கொற்றவை. 'என்ன இது, மகளே? உன்னிடம் இன்னும் எத்துணை முறைதான் நான் எடுத்துரைப்பது – இப்படி அழாதே என்று? நீ வரும் முன் வறண்டு இருந்த இக்கான் ஆனது நீ இங்கு வந்ததும் உன் கண்ணீரில் கலந்துள்ள உப்பின் பொருட்டு, கடல் என உருமாறும் அதிசயம் நிகழ்ந்துவிடும் போல் உள்ளது – இன்னமும் இதனையே நீ தொடர்ந்தாயானால், முதலில் கண்களைத் துடைத்துக் கொள். எதற்கும் ஓர் முடிவுண்டு. அதனை நாளை விடியலில் நீ அறிவாய் மகளே!"

"தாயே, தாங்கள் என்ன கூறுகின்றீர்கள்?" என்றாள் ஆர்வமாய்.

"ஆம் அம்மா காலமது கணிந்தது. உன் விருப்பது நிறைவேற"

"தாயே சற்றே விளக்கமாகக் கூறுங்களேன்" என்றாள் அழகி தனது கரம் கூப்பி.

"அதற்கு நாளை விடியல் வரை நீ காத்திருக்க வேண்டும், மகளே!"

"ஆகட்டும் தாயே! நான் காத்திருக்கின்றேன்" என்றாள் மகிழ்வுடனே மணவாளினி.

"நல்லது அம்மா" என்று கூறி அங்கிருந்து சென்றாள் கொற்றவை.

அன்று மாலை கொற்றவையின் இருப்பிடம் வந்த மணவாளினி அவளை வணங்கி மாணிக்கவாசகர் அருளிய எட்டாம் திருமுறையில் இருந்து ஒரு பதிகம் பாட

கறந்த பால், கண்ணலோடு நெய் கலந்தாற்போல்ச்

சிறுந்தடியார் சிந்தனையுள் தேன் ஊறி நின்று

பிறந்த பிறப்பு அறுக்கும் எங்கள் பெருமான்

நிறங்கள் ஓர்ஐந்து உடையாய் விண்ணோர்கள் ஏத்த

மறைந்திருந்தாய் எம்பெருமாய் வல்வினையேன் தன்னை

மறைந்திட மூடிய மாய இருளை

அறம்பாலும் என்னும் அரும் கயிற்றால் கட்டி

புறம்தோல் போர்த்து எங்கும் புழு அழுக்கு மூடி

மலம் சேரும் ஒன்பது வாயில் குடிலை

மலங்காப் புலன் ஐந்தும் வஞ்சனையைச் செய்ய

விலங்கு மனத்தால் விமலா உனக்கு

கலந்த அன்பாகிக் கசிந்து உள் உருகும்

நலம் தான் இலாத சிறியோர்க்கு நல்கி

நிலம் தன்மேல் வந்து அருளி நீள்கழல்கள் காட்டி

நாயிற் கடையாய்க் கிடந்த அடியேற்கும்

"திருச்சிற்றம்பலம்" என கண்திறந்தாள் கொற்றவை. "தாயே இன்று தங்களுக்கு என்னவாயிற்று? அதற்குள்ளாக திருச்சிற்றம்பலம் கூறிவிட்டீர்களே? எதனால்? தாங்கள் கண்விழித்த போதும் சில நேரங்களில் எம்மைத் தொடர சொல்வீர்களே, அப்படியிருக்க, இன்று ஏன்? இவ்விதம்? அத்தோடு கூட தங்களின் கருங்குவளை வதனமதில் இழையோடும் இந்த வருத்தரேகையை இது வரையிலும் யான் கண்டதே இல்லையே. ஏன் தாயே?" என்று வினவினாள் அழகி. இல்லை மகளே இன்று உன்னுடன் சிறிது நேரம் உரையாடிக் கொண்டிருக்க வேண்டும் என்று தோன்றியது. அதனாலயே பதிகம் அதை நிறுத்தக் கூறினேன். அதனால் என்ன? தாயே? பதிகங்களை முழுவதுமாக பாடி முடித்த பின் உரையாடலாமே? இல்லை மகளே பதிகம் பாடி முடித்து உரையாட போதிய கால அவகாசம் தற்சமயம் இல்லை மகளே.

"ஏன் தாயே? தங்களுக்கு ஏதும் முக்கிய பணி உள்ளதா?" "அப்படித்தான் வைத்துக் கொள்ளேன்."

"அப்படி என்றால் சரி தாயே. கூறுங்கள் எது குறித்து உரையாடலாம் என்று"

"பரமனைப்பற்றிய உனது கருத்து என்ன? மகளே? நீண்ட பெரும் மூச்சுடனே அவள். "எனக்கு நேர்ந்த முடிவு கண்டு முன்பெல்லாம் அப்பரம்பொருளை நான் கடிந்து கொண்டதுண்டு. என்பது உண்மையே. தாயே அவரின் மீது முறையான புரிதல் இல்லாதே அதற்குக் காரணம் என்று. எனது இந்த நிலைக்கு நான் மட்டுமே காரணம். என் ஊழ்வினையும், விதிப்பயனும் என்று நன்குணர்ந்து கொண்டேன் தாயே. தவிரவும், இக்கானகத்திலே எவ்வித இடையூறும் இன்றி, அனுதினமும் என் நாதனையும், மகனையும் நினைத்திருப்பது என்பதே அந்தப் பரமன் எமக்களித்த வரம் என்றே எண்ணுகின்றேன். அத்தோடு

தாங்கள் அழுத்திச் சொன்ன சேதி ஒன்று, ஆழப் பதிந்தது எமக்கு தாயே."

"என்ன அது, மகளே!"

"எதற்கும் காரணம் இல்லாமல் காரியம் இல்லை என்பீர்களே. அதையும் நான் ஏற்கின்றேன்."

அதன் பொருட்டே எனது நோன்பு துவங்கும் நாள் அந்தப் பரமனே நிர்ணயிக்கட்டும் என்ற முடிவிற்கும் வந்துவிட்டேன்" இதனைக் கேட்ட கொற்றவை, "மிகச் சிறப்பு மகளே உனது இந்த தெளிந்த அறிவு எம்மை மிகவும் கவர்ந்தது. இனி, எனது பணி மிக எளிதாகும்" என்றாள்.

"என்ன? தாயே, தாங்கள் என்ன கூறுகின்றீர்கள்? எமக்கு ஒன்றும் விளங்கவில்லையே"

"தெளிவாகவே கூறுகின்றேன். கேள் மகளே. இதுநாள் வரையிலும், உன்னிடத்தே பிறந்த அனைத்துக் கேள்விகளுக்கும்..."

"கூறுங்கள் தாயே" என்று ஆர்வமானாள் நிருதி.

"முதலில் மானுடனின் பிறப்பை எடுத்துக் கொள்வோம். இந்நாரே இச்சிசுவின் பெற்றவர்கள் ஆவர். என்பதை பரமனே நிர்ணயம் செய்கின்றான். அதனை மாற்ற அவ்வுயிரோ அதனைப் பெற்றவர்களோ கூட மாற்றி அமைக்க இயலாது. அது போல அதே மானுடன் மறிக்கும் வேளையையும் அந்தப் பரமனே நிர்ணயம் செய்ய வேண்டும். இடையே தோன்றி மறையும் மனிதர்கள் அதனை ஒரு போதும் செய்யலாகாது அப்படி அவர்களின் செய்கையினால் மாண்டவரின் நிராசை கொண்ட ஆவிதனை அப்பரமன் தன் திருவடியில் ஒரு நாளும் ஏற்கமாட்டார். மாறாக, அவற்றின் நிறைவேறா ஆசைதனை நிறைவேற்ற, அவரே வழிவகை செய்து தருவார். அதன் பின்னே அவரிடத்தே ஏற்றுக்கொள்வார். அத்தோடு உனைப்போல எந்நிலையிலும் தன்நிலை மாறாது. ஏற்ற நோன்புதுவை இறுகப் பிடித்து உனது நாதனைக் காணும் விதையது உன் அகத்துள்ளே விழுந்து, வேர் ஊன்றி புரையோடி உன் ஆவியதனை ரணமாய் வதைக்க அதையும் பொறுத்துக் கொண்டு நல்லதோர் விடிவிற்குக் காத்திருக்கின்றாய் இல்லையா? இதனை எப்படி அந்தப் பரம்பொருள் கவனியாமல் இருப்பார் மகளே?"

அதனை ஆமோதிக்கும் விதமாக தலையசைத்தாள் அழகி. மேலும் தொடர்ந்து கொற்றவை, "மகளே, நீ இந்தக் கானகம்

வந்து எத்துணை நாட்கள் கழித்து இருக்கும்? இங்கே இரவு, பகல் மட்டுமே நான் அறிவேன் தாயே. எவ்வளவு நாட்கள் என்பதனை, நான் அறிவேன் தாயே? தாங்களே கூறுங்கள் தாயே?"

"சரி அதனை நானே கூறுகின்றேன். முழுவதுமாய் இன்றுடன் நீ இங்கு வந்து இருப்பது ஒரு யாண்டுகள் நிறைவடைந்தன. மகளே!" என்றதும் அதைக் கேட்ட அழகிக்குப் பெரிதாய் எந்த ஓர் உணர்வும் ஏற்படவேயில்லை மாறாகா "ஓ! அப்படியா?" என்று ஒரு வார்த்தையில் முடித்துக் கொண்டாள் கொற்றவையும் எதிர்பார்த்ததே. "மகளே உன்னிடம் சில வினாக்களுக்கு எமக்கு விடை வேண்டும்"

"கேளுங்கள் தாயே?"

"கேட்பது அத்துணை பெரிய காரியம் அல்ல மகளே இருப்பினும், அவை அனைத்திற்கும் நீ மறுக்காமல் பதில் அளிக்க வேண்டும்."

"ஆகட்டும் தாயே. நிச்சயமாக."

"உம் பொருட்டு உன் தந்தையின் அவா என்ன மகளே?" "அவர் குலத்துப் பெண்டுகள் சிலரைப் போல நானும் வரலாற்றிலே சிறப்புப் பெயர் பெறவேண்டும் என்பது. அதற்கு இனி என்றுமே வாய்ப்பே இல்லை"

"பார்த்தாயா? சற்று முன்பு தானே கூறினேன். முதல் அதுவும் முடிவதுவும் பரமன் கரமதிலே என்று. முடிவுகளை நாம் செய்யலாகாது மகளே"

"மன்னியுங்கள் தாயே? பிழை பொறுத்தருளுங்கள் இனி ஒருமுறை இவ்விதம் உரைக்கமாட்டேன்"

"அதனால் ஒன்றும் பாதகமில்லை. சரி போகட்டும் எனது அடுத்த கேள்வி. உனது விருப்பமது என்ன?"

"என்ன விருப்பமது..." என்று தயங்கிய அழகி. பின், என் நாதனைக் காண்பதுவும், நன்மைகள் பெறுவதுவும்"

"தெளிவாகக் கூறு, மகளே! உனது நாதனைக் காண்பது மட்டுமே உனது விருப்பமா? அல்லது அவருடன் ஒன்று கலப்பதா?" என்றதும், அவள் விழிகளிலே நீர் பெருகியது.

"இதிலே தயங்க என்ன உள்ளது மகளே?" என்று அவள் விழிகளைத் துடைத்த கொற்றவை, "இணை சேர்தல் என்பது அந்த பார்வதிக்கே வகுக்கப்பட்ட விதி. அப்படியிருக்க, இது

குறித்து இத்துணை தயங்குவது ஏனோ? தவிரவும், இதனைத் தவிர்த்து மகனைப் பெறுவது எங்ஙனம்?" என்றாள்.

"உண்மைதான் தாயே. மற்றவர் பொருட்டு அவருக்கு பினக்கு உண்டாகுமோ என்ற அச்சத்தில் இருப்பினும், உண்மையது வல்ல.

எத்துணையோ முறைகள் என் நாதன் அவர்தம் விருப்பத்தை நயம்படவே தெரிவிப்பார். அவர் அருகமர்ந்தாலும் போதும் என்று அத்தருணங்களைத் தவறவிட்டு, நன் நாதனை வஞ்சித்துள்ளேன். நனது இந்தப் பெரும் பிழையினாலோ, என்னவோ? எனது பிஞ்சு மகனை இழக்க நேர்ந்தது." என்று புலம்பித் தவித்த அழகி, "இருப்பினும், தாயே இனி ஒருமுறை இப்பிழையினைச் செய்யேன். இனி வரும் பிறவியதில் எதன் பொருட்டும். யாருக்காகவும் அச்சம் கொள்ளேன். என் நாதனின் மடலூரும் விருப்பதை அறிந்த கணமே. அதற்கு இசைந்து கொடுப்பேன்" நீண்ட பெருமூச்சுடனே. "இந்த துணிவு முன்பே வந்திருந்தால், நீ இங்கே வரவேண்டிய அவசியம் இராது. இல்லையா, மகளே?" என்றாள் கொற்றவை. அதற்கு 'ஆம்' என்று தலையசைத்தாள் அவள்.

"சரி மகளே, உனது மற்ற விருப்பங்களையும் கூறி விடு"

"அவரைக் கடந்து விருப்பம் எனும் ஒன்று எனக்கு இருந்ததே இல்லை, தாயே. எனினும், அவர் திருக்குவளை புற்றுடைய ஈசன் வன்மீக நாதர் பால் பேரன்பு கொண்டிருந்தார். அத்திருத் தலத்திற்கு திருப்பணி செய்வதே அவரின் வாழ்நாள் இலட்சியம். எனது விருப்பமும் அதுவே. எப்படியும் எடுத்த காரியத்தை முடிக்காமல் இருக்கமாட்டார் எனது நாதன். ஆகையால், அப்பணியை எப்படியும் இந்நேரம் நிறைவு செய்திருப்பார் என்றே நம்புகின்றேன்."

"நல்லது மகளே. உனது கணவனின் விருப்பம் என்னவாக இருக்கும் என்பதனை நீ அறிவாயா?"

"நன்கு அறிவேன் தாயே"

"என்ன அது? மகளே? இத்திருப்பணி நிறைவு பெற்றிருக்குமேயானால் அடுத்து அவர் செய்ய நினைப்பது எனது நிலை குறத்து அறிவதும், என்னை மீட்டெடுக்க முனைவதுமோ தாயே. அதுவும் அவருக்கு அத்துணை அருமையான காரியமாய் இராது" என்ற மணவாளினியின் குரலில் நடுக்கம் இருந்தது.

"ஏன் மகளே, இந்த நடுக்கம்? உன் நாதன் உனை சேர்வதென்பது உனக்கும் மகிழ்ச்சி தானே? அதன் பொருட்டு தானே நீயும் வடக்கே அமரப் போகின்றாய்? பின் எதற்கு? குரல் தழுதழுக்கிறது உனக்கு?"

"ஒன்றும் இல்லை தாயே. எப்படியேனும் அவர் எனைக்கான வந்துவிடுவார். வந்தவர் 'நீ இங்கிருக்க என் மகன் எங்கே? என்று கேட்டால், நான் என்ன செய்வேன், தாயே? என் மகன் என்னுடன் இருக்க வேண்டும் என்று வேண்டினேன். அந்தப் பரமனிடம் எனது பிஞ்சுமகன் எனதருகே இருப்பதாய் உணர முடிகிறது, தாயே... இருந்தும், அவன் எங்கிருக்கின்றான்? என்று அறியமுடியவில்லை" என்ற அழகியின் விழிகள் குளமாக, "நம்பிக்கை கொள் மகளே. அனைத்தும் நல்லதற்கே என்று" என்று நம்பிக்கையூட்டினாள் கொற்றவை.

"ஆகட்டும் தாயே. ஆக இவைதான் உனக்கும், உன் நாதனுக்கும் இருக்கும் பொதுப்படை விருப்பம் இல்லையா?"

"ஆம் தாயே?"

"இதன் பொருட்டே வடக்கிருக்கப் போகின்றாய்?"

தலையசைத்தாள் அழகி.

"நல்லது மகளே, நாளையபொழுது உனக்கானது என்பதனை கருத்தினிலே வைத்து ஓய்வு கொள் அம்மா!"

"ஆகட்டும் தாயே!"

"சரி இரண்டாம் சாமம் துவங்கிவிட்டது... நான் சென்று வருகின்றேன் மகளே!"

"ஆகட்டும் தாயே!" என்று மணவாளினி தானும் அவள் இருப்பிடப் பாறைக்குச் சென்றாள். பாறையிலே காண்மூடிக் கிடந்தவளாய் கண்கொட்டாது பார்த்த வண்ணம் இருந்தாள் கொற்றவை.

"மகளே அழகி, இனியும் நீ இங்கேயேதான் இருக்கப் போகின்றாய் என்றாலும், இனி உன் வாய் திறந்து கூறும் மொழிகளை எம்மால் கேட்க இயலாது மகளே. உன்னுடன் உரையாடுவதும், உண்டு களிப்பதும், கானகத்தே வலம் வருவதும் என்ற இவை அனைத்தும் இன்றுடனே முற்றுப்பெற்றது. எனும் போது இது முன்னமே அப்பரமனால் நிர்ணயம் செய்யப்பட்டது தான் என்றாலும் ஏனோ அதனை ஏற்க என் மனம் மறுக்கிறது தாயே! மானுடத்தைப் போல எமக்கும் பிள்ளைச் சவலை ஒட்டிக் கொண்டதா என்ன?

உன்பொருட்டு பெரும் பேறு பெறப்போகும் இக்காண் ஆனது என்பதை எண்ணி மகிழ்வதா? அல்லது இனி நீ எம்மோடு பேசும் நாளது இன்னமும் முடிவு செய்யப்படவில்லை என்பதை எண்ணி வருந்துவதா மகளே/ கொற்றவையையும் குளிரச் செய்த தூமணியே உன் அமர்க்கோலம் கண்டு கொண்டே இன்னும் ஆயிரம் யாண்டை கடந்திடுவேன் தாயே" இந்த இருப்பத்து ஒரு யாண்டுகளில் அழகியுடன் கிழத்த பொழுதுகளை நினைத்துக் கொண்டே அவள் அருகேயே அமர்ந்திருந்தாள் கொற்றவை. அன்று காலை வெள்ளி முளைக்க வெகு நேரம் முன்னமே கண் விழித்தாள் அழகி. அவளின் எதிரே கொற்றவை.

"வணங்குகின்றேன் தாயே. தாங்கள் தங்களின் இருப்பிடம் செல்லவில்லையா?"

"இல்லை மகளே. இன்று உன்னுடனே தான் இருக்கப் போகின்றேன். நீ சென்று சுனை நீரில் நீராடி வா மகளே" ஒன்றும் புரியாதவளாய், "ஆவி நீரில் நனையுமோ தாயே!" என்றாள்.

"இனி நனையும். சென்று வா" நீராடி வந்தாள்.

"தாயே இன்று, என்ன விசேடம்? புதிதாக நீராடப் பணித்திருக்கின்றீர்களே?"

"இன்று சித்திரையில் வரும் சித்திரை நாள் மகளே"

"ஓ! அப்படியா?"

"அத்தோடு உனது வெகு யாண்டு கோரிக்கைகள் இன்றே பலித்தாகும் நாள்."

"தாங்கள் என்ன கூறுகின்றீர்கள் தாயே?"

"ஆம் மகளே. இன்றே நீயும் உன் நாதனும் கண்ட கனா பலித்த நாள். திருக்குவளை அதிலே திருப்பணி செய்து முடித்தார் உன் நாதனான உலகு புகழ் கருணாகர தொண்டைமான். இன்றே அதன் குடமுழுக்கு அங்கே நடந்தேறிக் கொண்டிருக்கின்றது மகளே. இனி திருக்குவளை நாதன் உள்ள வரை உனது நாதனின் பெயரும் நிலைப்பெற்றிருக்கும்"

கொற்றவையின் வாய்மொழியைக் கேட்க மணவாளினியின் உள்ள களிப்பை வார்த்தைகளால் விவரிக்க இயலாது. 'தென்னாடுடையானே சர்வேஸ்வரா! தங்களுக்குக் கோடான கோடி நந்திகள் தேவரே' என தனது கரத்தினை உயர்த்திக் கூப்பி கண்ணீர் மல்க வணங்கினாள்

அழகி. 'இனி குறைகள் என்று ஏதும் இல்லை இறைவா எமக்கு மகிழ்வுடனே வடக்கிருப்பேன். சற்றுப் பொறு மகளே! திருக்குவளை மட்டும் சிறப்பு பெற்றால் போதுமா? இப்பாலையது சிறப்புற வேண்டாமா?"

"தாங்கள் இங்கு வசிப்பதினால் இது இதற்கு முன்னமே சிறப்பை எய்திவிட்டதே தாயே"

"அது போதா மகளே"

"தாங்கள் கூறுவது எமக்கு விளங்கவில்லையே தாயே!"

"இனி அனைத்தும் விளங்கும் என்னுடம் வா மகளே" என்ற கொற்றவை அக்காள் அதிலே முன்னே அவள் வர தடை விதிக்க பகுதிக்கு அருகே கூட்டிச் சென்றாள். அங்கே பேய்கள் அவை ஏதோ தங்களுக்கு தெரிந்தவரை அப்பாலையில் இருந்த இவைகளையும், பூக்களையும், மரப்பட்டைகளையும், வேர்களையும் கொண்டு அவ்விடத்தை அலங்கரித்துக் கொண்டிருந்தன. இன்னும் சில பேய்கள் பெரிய மண்பானையில் சுனைநீரை நிறைத்துக் கொண்டிருந்தன. அவற்றைக் கண்ட நிருதி "தாயே இங்கே என்ன நடக்கின்றது? ஒன்றும் விளங்கவில்லையே?" என்று கேட்டாள்.

பைய அறிந்து கொள்வாய் மகளே. அந்தப் பாறையின் மீது அமரு அம்மா" என்று கூறி அங்கிருந்த பேய்களைச் செல்லும்படி சொன்ன கொற்றவை. ஒரு சிறு கலையத்தில் சுனைநீர் எடுத்து வந்து "அரச மகளிர் நீராடுவதை அடுத்தவர் காணலாகாது என்பார்கள் அல்லவா? அதன் பொருட்டே அவற்றை இங்கிருந்து செல்லும்படி கூறினேன்" என்றாள்.

"ஆகட்டும் தாயே"

"இங்கே நதிநீர் இல்லையானால் சுனைநீர் அதற்கு சளைத்தது அல்ல" என்று கூறிக்கொண்டு அந்நீரை அவள் தலைவழியே ஊற்றினாள் கொற்றவை. "இங்கே இப்பாலை அறிய வெய்யோன் அறிய, அந்த பரமன் அறிய உன்னை என் மகள் என்று அறிவிக்கின்றேன். இப்பாலை நிலமது இன்றுமுதல், உனது ஆட்சியின் கீழ்" இருக்கும் என்று வாக்களிக்கின்றேன் என்று நீர் வார்த்தாள் கொற்றவை. அவள் பாதங்களிலே விழுந்து வணங்கினாள் அழகிய மணவாளினி. "தற்சமயம் கரி நிறத்துத் துணியே என் வசம் உள்ளது மகளே. இருப்பினும் வடக்கிருக்க உகந்த நிறமும் இதுவே" என்று கூறி அழகிக்கு அவளே அணிவித்தாள். அவளின் கரங்களைப்

பற்றி அப்பாறையை வலம் வந்து அதிலே வடதிசை நோக்கி அமர்த்தினாள் கொற்றவை.

ஆவிரை பூக்களை மாலையாகத் தொடுத்து, அதனை அவள் கழுத்திலே சூட்டி, "மகளே தற்போதிலிருந்து உனது வடக்கிருத்தல் துவங்க உள்ளது. இதன் பிறகு உன் நோன்பு நிறைவு பெறும் வரையிலும் எவருடனும் ஏன்? என்னிடம் கூட நீ ஒரு வார்த்தையும் இனி பேசடலாகாது மகளே!" என்றாள். கண்களில் நீர் சொறிய "ஆகட்டும்" என்றாள் மணவாளினி. மேலும் தொடர்ந்த கொற்றவை, "நீ இங்கு வந்ததனால், இப்பாலையது பெற்ற பேறுகளும், இனி இங்கு நீ இருப்பதனால் அது பெறப்போகும் பேர்களும், உன் வடக்கிருத்தல் நோன்பின் பயனையும் பட்டியல் இடுகின்றேன் கேள் மகளே.

முதலாவதாக முன்னே ஒரு முறை உன் கணவன், வல்லத்துக் காளியிடம் முறையிட்டுள்ளார் இப்படி. நான் சோழபுரம் திரும்பும் வரையிலும் எனது மனையாளையும் என் பிள்ளையையும், காத்தருள வேண்டும் என்று. அதனை சிரம் மேற்கொண்டு, உன்னை முதலில் பின் தொடர்ந்து இங்கு வந்தவர் அக்காளியே. உன் ஆவிக்கு இன்று வரை ஒரு தீங்கும் தேராததற்கு அவரே. முக்கிய காரணம் ஆவார்.

உனது சிசுவின் உயிரை ஒரு பானையில் வைத்து, அதையும் தன்னுடனே இங்கு எடுத்து வந்துள்ளார். தாயையும், மகனையும், பிரிப்பது முறையாகாது என்பதனால். இதோ உனது மகனின் உயிர்" என்று கூறி. அந்தப் பானையை அவள் மடிதனில் வைத்து உனது கரங்களைக் கலையத்திலே வை மகளே" என்று கூற, அதனுள்ளே ஏதோ ஒன்று துடிப்பது கண்டு இன்புற்றாள் அழகி. அவள் கண்களில் இருந்து நீர் பெருகி, அது அந்தப் பானையில் தெறித்தது. இக் கலையத்தில் இருக்கும் உயிர், நீ மறு பிறவி எடுக்க உன் அகப்பையில் வந்து ஒட்டிக் கொள்ளும். அதுவரை, அதற்கு உன் நல் ஆசிகளைத் தெரிவி" என்றாள் கொற்றவை.

ஏதேதோ பேச அவள் நா துடித்தது. இருந்தும், அது இனி இயலாது. தன் கரத்தை அக்கலையத்திலே பதித்து தன் மகனுக்கு நல் ஆசிகள் வழங்கினாள் அழகி. அந்தக் கலையத்தை தன்னிடம் இருந்து எடுத்த கொற்றவையை நோக்கி, 'ஏன் இவ்விதம்?' என்று அவள் விழியால் பேச, உனது எண்ணம் புரிகின்றது. தாயே. உன் நோன்பு முடியும்வரை உனது அருகே

இருக்கும் புதரில் தான் காளி தேவி உன் கருவுடன் கொலு இருப்பாள்" என்று பதிலளித்தாள் கொற்றவை.

அதற்கும் "ஆகட்டும்" என்று தலையசைத்து வைத்தாள் அழகி.

இரண்டாவதாக, இவ்வுலகமும், நீயும் கூட அறியா ஒன்று. உன் பொருட்டு தன் நாதனைப் பிரிந்து இங்கு வந்து கொலுவிருக்கிறாள் தாய் பெரியநாயகி. தன்னையும் தன் நாதனையும் தன் குலதெய்வமாகத் தொழும் சோழர்களின் குலக் கொடி தனக்கும் பிள்ளையே என உலகிற்கு உணர்த்த உனக்கும் உன் பிள்ளைக்கும் துணையாக உனது விருப்பதை நிறைவேற்ற" என்று கொற்றவை கூறிய கணமே, கண்கள் இருள் சூழ்ந்தது போல் இருந்தது அவளுக்கு. 'தாய் பெரிய நாயகி இங்கே எப்பேற்பட்ட பேர் இது. இப்பொழுதே அவரைக் காணவேண்டுமே' என்று எண்ணிய நிருதியை நோக்கி, "மகளே உன் நாதனைக் காண தாய் துணைவர வேண்டும் என்று முறையிட்டாயே தவிர, தாய் பெரிய நாயகியைக் காண வேண்டும் என்று ஒப்புக்குக் கூட நீ கூறவில்லையே மகளே. ஆகையால் உன் பொருட்டே அவர் இங்கு எழுந்தருளி இருந்தாலும், இனி ஒரு நாளும் நீ அவரைக் காண இயலாது" என்றாள் காளி.

"இது என்ன பெரும் கொடுமை? இது வரம் அல்லவே சாபமே தாயே" என்று அவள் உள்ளகத்தே கலங்க. "கலக்கம் கொள்ளத் தேவையில்லை, மகளே. தாய் பெரிய நாயகியை உன் கண்குளிரக் காணும் காலமது கனிந்து வரும் அப்படி வருமானால், உன் நாதனும் உனைக் காண வந்துவிட்டார் எனும் பொருள் கொள்ளலாம்."

தனது நன்றிகளை அகத்துள்ளே தெரிவித்துக் கொண்டே அழகி, "இருப்பினும் என் பொருட்டு தாயார் பரமனைப் பிரிந்து வந்துள்ளாரா? இப்பெரும் பாவத்தை நான் எங்கு கொண்டு தொலைப்பேன்? இப்பாவத்திற்குத் தான் பரிகாரம் ஏது?" என்று எண்ணி வருந்தியவளிடத்தே கொற்றவை "அதற்கான பரிகாரத்தை நீ எப்பொழுதோ செய்து முடித்து விட்டாய், மகளே" என்றதும், "எப்படி?" என நோக்க.

"மறை ஓதும் இடத்தே பரமன் நயமுடனே குடியிருப்பான். என்பது உலக வழக்கு. அந்த வகையில் உன்ன நீ அறியாமல் கடந்த இருபத்து ஓர் யாண்டுகளாக அதிகாலையும் அந்திமாலையும் மறை ஓதியே இக்கடும் கானகத்தை மறை

பூமியாக மாற்றிய பெருமை உனையே சேரும் மகளே. இதன் பொருட்டும், தாய் பெரிய நாயகி பொருட்டும். சுயம்பு நாதனாக அந்தப் பரமன் இதே இடத்தில் எழுந்தருளி உள்ளார்.

"இங்கே என்ன நடந்து கொண்டிருக்கிறது? இவை அனைத்தும் கனவா? நினைவா?" "அனைத்தும் நனவே மகளே. இறைவனும், இறைவியும் இங்கு இசைந்து எழுந்தருளி உள்ளதால், இன்றிலிருந்து இக்கானகம் வனம் என்றே பெயர் பெறும். இவ்வனத்தை அரசாளும் அதிகாரம் இனி உனதாகும். என் மகள் என்பதனால். இன்றிலிருந்து அழகிய மணவாளினி "வன நாச்சியார்" என்றே அழைக்கப்படுவாய். உனதருகே உன் மகனுடன் காளி விற்றிருக்க, உன் புறத்தே உனக்கும், உன் மகனுக்கும் துணையாக அம்பிகை பெரியநாயகி இருக்க, உங்கள் அனைவருக்கும் காவலாக கொற்றவையான நான் இருப்பேன். நம் அனைவரையும் இரட்சிக்க அப்பரமன் இங்கிருப்பார்."

நீண்ட பெருமூச்சுடனே சற்றே அமைதி நிலவியது அவர்கள் இருவருக்குள்ளும். "என்ன மகளே? போதுமா உனக்கு? மகிழ்ச்சி தானே?" என்று கூற, "உண்மைதான். இதைவிடவும் கிடைக்கத் தகுந்த பேர்கள் வேறு ஏதும் இவ்வுலகில் உண்டோ? இருப்பினும், அவர் இன்றி எது ஒன்றும் என்னை மகிழ்விக்கப் போவதில்லை என்று அழகி எண்ணிய கனமே அந்த வனம் அதிர சிரித்தாள் கொற்றவை. "நான் நன்கு அறிவேன் மகளே. உனது எண்ணமது என்னவென்று முதலில் உன் தந்தையின் விருப்பமே நிறைவேறியது. கிடைப்பதற்கு அரிய பெரும் பேரைப் பெற்ற அவர்குலப் பெண்டுகள் ஓர் இருவரைப் போல நீயும் பெரும் பெயர் பெற வேண்டும் என்று. ஆயினும், அவரே அறியமாட்டார். அக்குலத்திலே பிறந்த யாதொரு பெண்ணும், பெறா பெரும் பேரதனை நீ இன்று ஈட்டியிருக்கின்றாய் என்று இதனை அவர் அறியாவிடினும் என்றேனும் ஒரு நாள் உலகறியும் நீ யாரின் மகள் என்று அதனையே தான் அவரும் விரும்புவார்.

உனது விருப்பமது நிறைவேற எக்காலத்திலேனும் தப்பாமல் உனை வந்து சேர்வார் உன் நாதன். அவர் பொருட்டு உன் வாழ்வது சிறக்கும். பிள்ளைகள் பெற்று எடுப்பாய். நல்லதே நடக்கும். நன்மையே விளையும்" என்றுமே தன் கரங்களைக் கூப்பி வணங்கியவள்! இது போதுமே எனக்கு. எத்துணை யாண்டுகள் ஆனாலும், என் நாதன் பொருட்டுக் காத்திருப்பேன், இவ்வனம் அதிலே,

என்றாள். "ஒரு நாள் இந்த உலகறியும் மகளே, கருணாகரன் என்பவன் அழகிய மணவாளினிக்கு மட்டுமே என்று. அதனை நயமுடனே ஏற்பார் உன் நாதன். அக்காலமது தூரமில்லை என்ற நம்பிக்கையுடனே, அந்தப் பரமனை தொழுது, உன் நாதனை நினைந்து, நோன்பினைத் துவங்கு மகளே" என்று கொற்றவை வலம்புரி சங்கம் ஊத, "தென்னாடுடையான் பொற்பாதம் போற்றி! போற்றி! கொற்றவை உள்ளிட்ட தேவ அனகுங்கள் பதம் சரண் புகுந்தேன். வடக்கமர எம்மை ஆசீர்வதியுங்கள், சுவாமி! என்று தனது நாதனாம் கருணாகர தொண்டைமானையும் வணங்கி வடக்கமர்ந்தாள் அழகிய மணவாளினி.

– முற்றும் –

பின் அட்டை குறிப்பு

திருப்பாகதீசர்துணை

பாகம் – 3 அட்டை பதிவு

தமிழகத்து மணிமுடிகள் (பேரரசன் என்றும் சிற்றரசன் என்றும்) பலநூறை தன் மீது சுமந்து உருண்டு ஓடும் காலம் எனும் பெரிய தேருக்கு அச்சிலே இருந்து தாங்கும் சிறிய ஆணி போன்றது, அரசர்களின் வரலாறு என்பது. அதிலே சிறு நுனியென இன்னூல் சேறுமானால் மகிழ்ச்சி எனக்கு.

மயிலிறகு ஏற்றிய வண்டியே ஆனாலும், இறகின் கனம் கூட, அச்சு முறியும் என்பார்கள். இருந்தும் கிடைப்பதற்கு அரிது இறகு என்கையில், இன்னும் ஏற்றினால் என்ன பிழை என தோன்றும். அதை போன்றே இன்னாவலின் பக்க மிகுதியை நான் கருதுகின்றேன். இந்நாவலிலே இருக்கும் குணம், குற்றம், குறை என்று இதில் மிகுந்திருப்பதை தெளிவுப்படுத்த திருத்திக் கொள்வேன் நான்.

s. செண்பகப்ரியா

நன்றி